சொனாட்டா

சொனாட்டா

பாலு

எதிர்
வெளியீடு

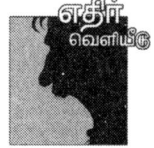

சொனாட்டா
பாலு

முதல் பதிப்பு: ஜனவரி 2024

எதிர் வெளியீடு,
96, நியூ ஸ்கீம் ரோடு, பொள்ளாச்சி – 642 002
தொலைபேசி: 04259 – 226012, 99425 11302

விலை: ரூ. 250

Sonata
Balu

Copyright © Balu
First Edition: January 2024

Published by
Ethir Veliyeedu, 96, New Scheme Road, Pollachi – 2
email: ethirveliyedu@gmail.com
www.ethirveliyeedu.com

ISBN: 978-81-19576-06-7
Cover Design: Lark Bhaskaran
Printed at Jothy Enterprises, Chennai.

All rights reserved. No part of this book may be reprinted or reproduced or utilised in any form or by any electronic, mechanical or other means, now known or hereafter invented, including Photocopying and recording, or in any information storage or retrieval system, without permission in writing from the Publisher.

சமர்ப்பணம்
பாரி தமிழ்செல்வன்

மீமனிதனாகத் துடிப்பவனின் விழைவு!

என்னிடம் விழாவொன்றில் இன்றைய தலைமுறையைப் பற்றி கேட்டபோது, "இந்த நூற்றாண்டில் வாழும் இந்த தலைமுறையை இனி ஆக்கிரமித்து அச்சுறுத்தப் போகும் உணர்வுகள் அச்சமும் பதற்றமும் தான். அதிலிருந்து அவர்கள் விடுபடுவதற்கான வழிகளைக் கண்டறிவதுதான் நம்முன் நிற்கிற சவால்" எனப் பதிலுரைத்தேன்.

அப்போது அரங்கு ஆழமான அமைதிக்கு தாவியதை உற்றுக் கவனித்தேன். நான் வாழும் இந்த வெட்டவெளியில் நாற்காலி ஒன்றைப் போட்டுக்கொண்டு அமர்ந்தபடி, முன்னும் பின்னும், விடாமல் கரையில் மோதுகிற கடலலையை பார்ப்பதைப் போலக் கடந்து வந்த காலத்தை, அமைதியாய் நோக்குகிறேன்.

மண்வெட்டியை கெட்டியாகப் பிடித்தபடி, ஒருசாண் வயிறு நிறைந்து விடாதாவென வான் நோக்கி, பரிதவிப்புடன் கூப்பாடு போட்ட என்னுடைய தாத்தாக்களின் தலைமுறையையும் கடந்து வந்துவிட்டேன். அவர்களைப் புதைத்த இடங்களில் எல்லாம் இப்போது நெடுநெல்லி மரங்களே வளர்ந்து விட்டன. சாமந்திப்பூ மணமாய் அவர்கள் வாழ்ந்த வாழ்வு நினைவில் தங்கியும் இருக்கிறது.

அதற்கடுத்து நிலமெனும் வட்டத்தில் இருந்து வெளியே கால்வைத்து இலட்சியவாதம் என்கிற உணர்வை நெஞ்சில் ஏந்தி, இருக்கிற இடத்தில் இருந்தபடியே முட்டி மோதத் துடித்த என் அப்பாக்களின் தலைமுறையையும் கடந்துவந்து விட்டேன். அடுத்ததாக என்னுடைய வாழ்வில் அதிகமும் என்னை எந்த

உணர்வு ஆக்கிரமித்து இருந்தது? என அடியாழத்தில் இருந்து யோசித்தும் பார்த்தேன்.

எனக்குமே இலட்சியவாதம் என்கிற உணர்வு இருந்ததுதான் என்றாலும், சாகசம், பெருமிதம் ஆகிய உணர்வுகளே அதிகமும் ஆக்கிரமித்து என்னோடு ஒட்டிக்கொண்டு கூடவே ஓடி வந்ததையும் இப்போது என்னால் உணர முடிகிறது. வெறும் ஈய வட்டிலை வென்று, நிறைய சோற்றைப் பார்த்து விட்டோம் என்கிற பெருமிதம் அது. சோற்றைத் தாண்டி வேறென்ன என்கிற தேடல் கொண்ட சாகசமும் நிறைந்திருந்த காலமது.

குடிசைகள் ஓட்டு வீடுகளாகி, வான் பார்த்த கூரைகள் எல்லாம் எடுத்துக் கட்டிய மாடங்களானதால் வந்த உணர்வுகள் அவை எனவும் அறிகிறேன். பதினோரு ரூபாய் மொய்யைக் கொண்டு போய் விஷேச வீட்டில் கொடுத்துவிட்டு , வீட்டில் இருக்கிற ஏழு உருப்படிகளும், கூச்சநாச்சமின்றி வயிறாரச் சாப்பிட்ட, காலம்கூட இப்போது என் நினைவில் எழுகிறது.

அதில் இருந்து தப்பித்து தலைவாழை விரித்து விருந்து வைத்து, அதில் ஏழெட்டு பதார்த்தங்களை நிரவிப் பார்த்துவிட்டபிறகு என்ன உணர்வுதான் துள்ளிக்கொண்டு மேலெழும்? வழக்கமாகவே மனித வாழ்வில் ஒரு பிரச்சினையுண்டு. மனிதனுக்கு வயிறு மட்டும் நிறைந்துவிடவே கூடாது. அப்படி அது நிறைந்து விட்டால், உடனடியாகவே அவன் அடுத்தது என்ன? என இன்னொன்றைத் தேடிப் புறப்பட்டு விடுவான். என்னுடைய தலைமுறையிலுமே அது நடந்தது.

அடுத்தது என்ன என நாங்களும் தேடிப் புறப்பட்டோம்தான், மாற்றுக் கருத்தில்லை. ஆனால் அப்போதும் நிலத்தில் எங்களுடைய கால் அழுத்தமாகப் பாவியிருந்தது. நினைத்தாலும் உதற முடியாதளவில், அணிந்திருக்கும் செருப்பைப் போல, எப்போதும் நீர் பூக்கிற பொங்கு கரிசல் மண் பாதங்களில் ஒட்டியிருந்தது. நகரத்து சாலைகளில் காலைத் தேய்த்து அம்மண்ணை உதறி விட்டுத்தான் ஓடவே தொடங்கினோம்.

ஆனால் எங்களையும் அறியாமல் அந்த மண்ணும், மிச்சமான அதன் மணமும் எங்களது உடலெங்கும் ஒட்டியிருந்தது. உதறவே முடியாத உணர்வாக இன்றளவும் எங்களை தொட்டுத் தொடரவும் செய்கிறது. சில நேரங்களில் பாரம்பரியமாய்.

நெஞ்சிலிருந்து சொல்ல வேண்டுமெனில், சில நேரங்களில் துயரமாகவும்.

இந்த இடத்தில்தான் என்னுடைய அடுத்த தலைமுறையை நினைத்துக் கொள்கிறேன். வெறும் சில்வர் வட்டிலில் முகம் பார்க்கத் தேவையே இல்லாமல் திகட்டத் திகட்ட எல்லாமும் கிடைத்து விட்டன. இலட்சியவாதம் என்கிற பூக்குழியில் என்றோ மரம் முளைத்துவிட்டது. இந்த தலைமுறைக்கு தேவைதான் என்ன இப்போது?

எல்லாமே மடியில் கிளிமூக்கு மாங்காய் போல விழுந்து விட்ட பிறகு வேறெதைத்தான் தேடி ஓடுவது? வேதாளம் தொற்றிக்கொள்ள அப்போது முருங்கை மரமாவது இருந்தது. அதுவும் அருகிப் போய்விட்ட காலத்தில் அந்த வேதாளம் எதைத்தான் இப்போது தொற்றிக் கொள்ளும்?

அதனால்தான், காலங்கள் கடந்தும் நிலைத்து வாழ்கிற அந்த வேதாளம் தற்காலத்தில், அதிகப்படியான சுகித்தலில் மூழ்கித் திளைத்து எழுந்து, அதனால் உருவாகும் கூர்விளைவுகளைக் கண்டு மிரண்டு அச்சம், பதற்றம் ஆகிய உணர்வுகளைத் தொற்றிக் கொண்டு விட்டது என எனக்குப் படுகிறது. இதை எழுதுகையில் ஆறாவது மாடியின் சன்னல் வழியாகப் பாங்கொலி என்னை வந்தடைகிறது. அந்தவொரு காலத்தில், தர்காவின் வாசலில் அமர்ந்திருக்கிற பெரியவர் என் தலையை மயிலிறகால் வருடி, முகத்தில் தண்ணீர் தெளித்து விட்ட காட்சி இன்றும் என்னை ஆக்கிரமித்து இருக்கிறது.

சட்டென சிலிர்த்து தலையை ஆட்டி மறுபடியும் இந்த தலைமுறையின் கதையை உள்வாங்குகிறேன். இவர்களை எப்படி வகை பிரிப்பது? இந்த வாழ்வெனும் மண் தடத்தை கடக்கிற ரெட்டை மாடுகள் பொருத்தப்பட்ட வண்டியை நினைத்துக் கொள்கிறேன். மனம், உடல் என்று திமிறுகிற இரண்டு காளைகள் அதை ஓயாமல் இழுத்துப் போகின்றன. இந்த தலைமுறை என்கிற அந்த வண்டி அந்த தடத்தில், எதிரெதிர் திசையில் இழுத்துப் போகிற சண்டிக் காளைகளைப் பூட்டிக் கொண்டதைப் போலத்தான் எனக்குத் தெரிகிறது.

மனம் எனும் மாயக்காரனைப் பற்றி கிஞ்சித்தும் அறியாத தலைமுறை இது. அது என்னவென அதன் முன்னோர்

அதற்கு கற்றுக் கொடுக்கவும் செய்யவில்லை. அவர்களே எப்போதோ அந்த சூட்சுமத்தை உதறிவிட்டார்களே? வெறும் உடல்தான் இங்கே பிரதானம் இப்போது. அதன் முழுமையான கொள்ளளவை அறியாத, விதம்விதமான உடல்களும் அது திமிறிக்காட்டுகிற சதைத் துடிப்புகளும் மடிப்புகளும் கொட்டிக் கிடக்கின்றன இங்கே.

உடலைக் கண்டு அஞ்சுகிறவர்கள் அல்லது உடலை ஒரு பொருட்டாகவே எண்ணாதவர்களை கொண்ட தலைமுறை இது. கஞ்சா பொதிக்கப்பட்ட ரோலிங் பேப்பரை எவ்வாறு சுற்ற வேண்டுமெனத் தெரியும் அதற்கு. ஆனால் இறுதிமட்டுக்கும் கூடவே ஓடி வருகிற உடலை என்ன செய்ய வேண்டும்? என ஒருபோதும் அது உணர்ந்ததே இல்லை. உடலும் மனமும் என்ன செய்கிறது இந்த வாழ்வில்?

அதைப் பற்றி எல்லாம் பிரித்தறியச் சொல்லித் தருகிற தகுதிகூட இல்லாமல்தான் அவர்களுக்கு முந்தைய தலைமுறை வயிற்றை தள்ளிக்கொண்டு அலைகிறது. அதற்கு தேவையெல்லாம் உணவிற்கு முன்பு இருநூறு மில்லிகிராம் பணம். உணவிற்குப் பிறகு முன்னூறு மில்லி கிராம், பணம் மட்டுமே தருவதாய் கருதிக் கொள்ளும் அந்தவிடம். வேண்டா வெறுப்போடுதான் மாத்திரைகளைப் போல அது, அதனையுமே ஏந்திக்கொண்டு ஓடுகிறது.

இவ்வாறான சூழலில் அதனால் வேறு என்னதான் தன் காலடியில் முளைக்கிற செடிகளுக்கு கற்றுக் கொடுத்து விடமுடியும்? அதனால் அதன் கிளைகளில் இருந்து குற்றவுணர்வின் குழந்தைகளை மட்டுமே பிரசவிக்க முடியும் அல்லது குற்றவுணர்வு என்றாலே என்னவென்று அறியாத, வெயில்பட்டு வெம்பின பிஞ்சுகளை.

குழப்பம் சூழ்ந்த இந்த வெளியில், தப்பித்தலாய் எதை தொற்றிக் கொள்வது? எனக் காற்றில் கைகளை வீசி அலைந்தாடும் எனக்கடுத்த தலைமுறையை கவலையோடு உற்றுப் பார்க்கிறேன். அந்த குழப்பத்தில் இருந்து பிறந்ததுதான் பாலு எழுதிய சொனாட்டா என்கிற இந்த சிறு நாவலும்.

எனக்கு இந்த நேரத்தில் கவலையை தாண்டிக்கொண்டு ஆசுவாசமும் பிறக்கிறது. இதோ, இந்த தலைமுறையில்

இதைப் பற்றியும் சிந்திக்க சிலர் புறப்பட்டு விட்டார்கள். தனக்கு என்ன நேர்கிறது? என்பதுகூடத் தெரியாமல் பணம், சுகித்தலென எல்லாவிதமான போதைகளிலும், தலைதாழ்ந்து அலைகிறவர்களுக்கு மத்தியில், நிறுத்தி நிதானமாக ஒருவர் அதுகுறித்து எல்லாம் சிந்திக்கத் தொடங்கி விட்டார் என்பதே எனக்கு நிம்மதியைத் தருகிறது.

அவரது சிந்தனையில் குறைநிறைகள், போதாமைகள் இருக்கலாம், கூடவே எழுத்திலும். ஆனாலும் அவர் அதுகுறித்து எல்லாம் சிந்திக்கத் தொடங்கி விட்டார் என்கிற உண்மையை எதனைக் கொண்டும் ஒளித்து வைக்க முடியாது அல்லவா? பாசாங்கின்றி அவர்களும் சொல்லத் துணிந்து விட்டார்கள், அவர்களுடைய கதையை.

கட்டற்ற போதையும் காமமும், இவற்றை தாண்டிய வெற்றுக்கலவியும் நீக்கமற நிறைந்திருக்கிற இந்த வெளியில் அதையெல்லாம் குறிப்பாய் உற்றுக் கவனிக்கிற பக்குவத்தை, இந்த தலைமுறையிலும் ஒருவர் அடைந்துவிட்டார் என்பதே குடுகுடுப்பைக்காரன் காட்டும் நல்ல சகுனம்தான்.

இசைக்கலைஞன் ஒருத்தனின் வாழ்வாய் விரியும் இந்த நாவலில், நான் மேற்சொன்ன அத்தனையையும் தனக்குக் கிடைத்த வாழ்வியல் அனுபவங்கள் வழியாக கூர்மையாய் உற்றுக் கவனித்து, தன்னளவில் முடிந்தமட்டிற்கும் நேர்மையாகச் சொல்லி இருக்கிறார் பாலு. மீமனிதனாக (நீட்சேவின்...), தன்னைப் பாவித்துக்கொண்டு அல்லாடுகிற ஒருத்தனின் கதையாகவும் இது விரிகிறது.

பாலுவா அந்த நாவலில் இருக்கிறார் என தேடிக் கொண்டே இருந்தேன். ஆமாம் பாலுவுமே இருக்கிறார். பாலுவைப் போல எனக்குத் தெரிந்த பலருமே இருக்கிறார்கள். எனக்கு நன்றாகவே தெரிந்த நீலப்பட நாயகி மடில்டாவும் இருக்கிறாள். பூஜையறையில் வைத்துக் கும்பிடுகிற தோதில் நான் நினைத்துக் கொள்கிற காதலியும் இருக்கிறாள். இந்த இரண்டு புள்ளிகளையும் இணைக்கிற இசையும் இருக்கிறது.

அதனைத் தொடர்ந்து வருகிற நரம்புத் தளர்ச்சியும் மனத் தளர்ச்சியுமேகூட இதில் இருக்கிறது. முழுக்கதையை எதற்காக நான் சொல்ல வேண்டும்? நான் எதையெல்லாம் பதறிக்

கடந்தேனோ, அவையெல்லாமே இந்த நாவலிலும், உதறவே முடியாத ஒன்றாய் ஒட்டிக் கிடக்கிறது. ஒருவகையில் பாலு அச்சத்தோடு தான் வெளியில் இருந்து பார்த்துக் கடந்து வந்த வாழ்க்கை ஒன்றை இதனுள் விரித்து வைத்திருக்கிறார்.

அவருக்கு அதில் சங்கடங்கள் எதுவுமே இல்லை என்பதே எனக்கு ஆச்சரியமாக இருக்கிறது. எது குறித்தாவது அச்சப்பட்டால் அதில் நீங்கள் விரைவில் பொத்தென விழப்போகிறீர்கள் என அர்த்தம் என்று ஒருசமயத்தில் எழுதி இருக்கிறேன். இன்னொரு சமயத்தில் எதிலிருந்தாவது விடுபட விரும்பினால் அதை துச்சமாக நினை என்றுகூட எழுதி இருக்கிறேன். இந்த இரண்டு எல்லைகளையுமே துல்லியமாகக் கவனித்து அடுத்த கட்ட விசாரணைக்குக் கொண்டு போய் இருக்கிறார் பாலு.

வழக்கமாகவே என்மீது ஒரு குற்றச்சாட்டு உண்டு. எதைப் பார்த்தாலும் யோசிக்காமல் உடனடியாகவே வியந்து விடுகிறேன் என. ஆமாம் குறைநிறைகளோடு இருந்தாலும் நேர்மையாய் சொல்லப்படுகிற எதைக் கண்டும் வியக்கிறவன்தான் நான். யாருக்கும் உபயோகம் இல்லை எனச் சொல்லப்படும் தாத்தாப்பூவைக்கூட கையில் ஏந்தி நீண்டநேரம் ரசித்துப் பார்க்கிறவன். அந்த வகையில் நானறிந்து வெளிப்படுத்தாத வாழ்வு ஒன்றைக் குறித்து என் இளையோர் ஒருத்தர் எழுதியதன் பொருட்டு மகிழவே செய்கிறேன்.

இன்னொரு விஷயத்தை ஆழமாக குறிப்பிட விரும்புகிறேன். எழுத்துகளில் இருக்கிற பல்வேறு வடிவங்களைக் குறித்து அஞ்சுகிற காலத்தையும் கடந்து மீண்டவன் என்கிற முறையிலும் இதைச் சொல்கிறேன். பாலு, நாவல் என்கிற வடிவத்தைக் கண்டு அஞ்சவில்லை என்பதைக் குறுநகையுடன் பார்க்கிறேன். இரண்டு வெவ்வேறு உலகத்தை தொழில்நுட்பத்தோடு, ஒன்றாய் இணைக்க முடிந்திருக்கிறது அவரால், முதல் நாவல் என்ற போதிலும்.

இதை எழுத அவரை உந்தித் தள்ளியது நானெழுதிய அஜ்வா, ரோலக்ஸ் வாட்ச் நாவல்கள்தான் என்று சொன்னார். அந்த சமயத்தில் என்னுள் அந்தப் பழைய பெருமிதம் வந்தடங்கியது. நான் போன அந்த யானை வலசை போகிற தடத்தில் இன்னொருத்தரும் பின்பற்றி வந்துவிட்டார்.

இந்தக் காடு அவருக்கு ஒருபோதும் இனி அச்சமூட்டாது. பயமும் பதற்றமும் நிறைந்த அவருடைய தலைமுறை மனிதர்களை அவர் தன் எழுத்தின் வழியாக மீட்டெடுக்கப் போராடுவார் என்கிற நம்பிக்கையும் கிடைக்கிறது. ஒருவகையில் மனதையும் உடலையும் உற்றுப் பார்க்கிற பழக்கம் வாய்த்து விட்டது அவருக்கு. அதுவொரு யோகச் செயல்தான்.

இறுதியாய் சொல்ல இன்னொன்றும் உண்டு. தன்னை அலைக்கழித்த எவற்றில் இருந்தும் தப்பித்து இந்த நாவலின் நாயகன் தொற்றிக்கொண்டு மீண்ட கயிறு, விளையாட்டு என்பது. ஒரு விளையாட்டுக்காரனாகவும் இந்தப் புள்ளியில் நான் திருப்தி அடைந்து விட்டேன். உடலையும் மனதையும் ஒரே நேர்கோட்டில் வைத்திருக்கிற தியானமென்கிற விளையாட்டைப் பற்றிக் கொண்ட எவரையும் பரந்த அந்த மைதானம் கைவிட்டதே இல்லை. என்னைக் கைவிட்டதில்லை. அதைப் போல பாலுவையும் அது கைவிடப் போவதில்லை. உண்மையாகவே இந்த நாவலைப் படித்து முடிக்கையில், மனம் ஆசுவாசமாக உணர்ந்தது.

இன்னொரு தலைமுறையின் வாழ்வு என்கிற வகையில் குறைநிறைகளைத் தாண்டி எல்லோரையுமே இந்த உழைப்பைக் கூர்ந்து பார்க்க கோருகிறேன். இப்போதைய காலத்தின் தேவையென்னவெனில், உற்று நோக்குவதுதான், உடலையும் மனதையும் தள்ளிநின்று. அதைத்தான் இந்த நவீன வாழ்வு கோரவும் செய்கிறது. அது ஒருவகையிலான மந்திரச் சாவி. வேதாளம் உண்மையிலேயே தொற்றிக்கொள்ள விரும்புகிற முருங்கை மரமும். நம்மிடமிருக்கிற ஒரே நல்நெறியும். அது மட்டுமே நம்முடைய இறுதி மீட்பும்கூட.

இந்த நாவலில் ஒரு வசனம் வரும். "முதல் முறை தொடுகையில் ஆர்வம் வருகிறது என்றால், மகத்துவம் வாத்தியத்தில் இருக்கிறது. ஆயிரமாவது முறை தொடும் போதும் அதுவே வருகிறதென்றால் மகத்துவம் உன்னிடம் இருக்கிறது" என. முதல்முறை ஆர்வத்தோடு இலக்கியம் என்கிற வாத்தியத்தைத் தொட்டு இருக்கிறார் பாலு. ஆயிரமாவது முறை தொடும்போதும் அது அவருள் நீடிக்கட்டும் என அந்தப் பேருண்மையிடம் உள்ளபடியே இறைஞ்சுகிறேன்.

சொனாட்டா, சிதறுண்ட தலைமுறையின் கண்ணாடிப் பாத்திரம்.

ஆற்றுப்படுத்திய நிறைவில்...

சரவணன் சந்திரன்
சென்னை

வெளிவர விழைபவன்

இறந்த மீன் மட்டுமே அதன் இயல்பில் செல்லும் என ஆப்பிரிக்கப் பழமொழி ஒன்று உண்டு. ஊரடங்கு ஆரம்பமானதிலிருந்து என் மனதும் உடலும் இறந்த மீனைப் போல் எந்தப் பிடிமானமுமின்றி அதன் போக்கில் போய்க்கொண்டிருந்தன. துல்லியமாகச் சொல்வதானால் 2021ஆம் ஆண்டு செப்டம்பர் 9ஆம் தேதி என் வாழ்வில் சில முக்கிய முடிவுகளை எடுத்தேன். எனது புத்துயிர்ப்புப் பயணம் டால்ஸ்டாயின் பிறந்தநாளிலிருந்து தொடங்கியது.

முடிவெடுத்த மறுகணமே மீண்டு விடுவதா மனிதனின் இயல்பு? பல தோல்விகளைக் கோரக்கூடிய பெரும் போராட்டமல்லவா இந்த சாகச பயணம்! ஒவ்வொரு நாளும் அகத்தின் சவால்களை எதிர்கொண்ட காலம் அது. அப்போதுதான் இக்கதையை மனதில் ஒரு விதையாய் நட்டு வைத்தேன். கூடுதலாக புதிய சவால் ஒன்றை முன்வைத்துக்கொண்டேன். உடல்ரீதியாகத் தயாராகாத வரை எதையும் எழுதக்கூடாது என்று பிடிவாதமாக இருந்தேன். இந்நாவலின் ஒவ்வொரு சொற்களும் பல மைல் ஓடி, பளு தூக்கி, கடினங்களைத் தழுவி வியர்வையால் எழுதப்பட்டவை.

இரு ஆண்டுகளுக்கு முன்பு எனக்குப் பதற்றம் (Anxiety) இருந்தது. அப்போது நான் அதை அணுகிய விதமே வேறு. இலக்கியத்தைத் தீவிரமாக வாசிப்பவன் மற்றும் எழுதுபவன் என்கிற முறையில் அதைக் கவித்துவ வேதனையாக மட்டுமே அணுகினேன். ஆனால் அறிவியல் என்னை இத்துன்பத்திலிருந்து மீட்டெடுத்தது. சகல இன்ப, துன்பங்களும் உடலில் தோன்றும்

ரசாயன மாற்றம் என அறியும்போது கிடைக்கக்கூடிய விடுபடல் அளப்பரியது.

நான் ஒரு ப்யானோ கலைஞனும்கூட. இறை நம்பிக்கை இல்லாத இசைக் கலைஞர்களையே பார்க்க முடியாது. நாத்திகம் இசைக்கு எதிரானது என்பதாலும், கல்வி பயின்ற பருவத்தில் தீவிர நாத்திகனாக இருந்திருக்கிறேன் என்பதாலும்கூட என்னால் இசையில் தேர்ந்தவன் ஆக முடியாமல் போயிருக்கலாமெனத் தோன்றுகிறது. நம்மை மீறிய சக்தி எதுவுமில்லை என்று எண்ணுபவனுக்கு இசை கைகூடாது.

எப்பேர்ப்பட்ட நாத்திகனாக இருந்தாலும் மனம் ஒன்றை தெய்வமாக கருதும். எனது இறை இசையாய் இருந்தது. கடவுள் முன் நிற்கும் எவனாலும் பிரக்ஞையுடன் இருக்க முடியாது. தன்னிலை மறக்கச் செய்யாத எதுவும் தெய்வமாகாது. இசை அதைச் செய்தது.

இருப்பினும் பேரிடர் காலத்தில் பலவீனப்பட்டிருந்தபோது அதிலிருந்து மீள இசை, இலக்கியம் என எந்தக் கலையும் உதவவில்லை. பலவீனத்தை வென்றெடுப்பதற்கு பலத்தால் மட்டுமே முடியும். 2021ம் ஆண்டின் ஒவ்வொரு நாளும் என்னை நினைத்து வெட்கிக்கூசி பொழுதைத் தொடங்குவேன். என்னைப் பற்றிய எனது அபிப்பிராயம், எதற்கும் லாயக்கற்றவன் என்பதாகத்தான் இருந்தது. இப்போது அப்படியல்ல; ஒரு சுய பெருமிதம், கர்வம். செய்வதற்குப் பல பணிகள். அடைவதற்குச் சில இலக்குகள். இசையிலிருந்து வேறு தெய்வத்திற்குத் திரும்பிவிட்டேன். இதைச் சாத்தியமாக்கிக்கொடுத்தது உடல் பலம்.

இசையை வழிபடுபவனாய் இருப்பினும் முழுநேர இசைக் கலைஞன் ஆக முடியாததை எண்ணி எனக்கு எந்த வருத்தமுமில்லை. இசைக் கலைஞர்கள் இசையைத் தேர்ந்தெடுப்பார்கள்; படைப்பாளிகளை இசைதான் தேர்ந்தெடுக்கும்.

பேரிடர் காலத்துக்குப் பிறகு அகக்கொந்தளிப்புக்கு உள்ளான பல்லாயிரக்கணக்கானோர் மீட்சிப் பாதையில் அடியெடுத்து வைக்கத் தொடங்கிவிட்டனர். ஒரு புதிய நம்பிக்கை பிறந்திருக்கிறது. வாழ்வு அளிக்கும் எல்லா சவால்களையும்

அச்சமின்றி, ஓடி ஒளியாமல் நேருக்கு நேர் சந்தித்து எதிர்கொண்டுவிடலாம் என்கிற வீராப்பு பிறந்திருக்கிறது. நான் ஓர் இறந்த மீன் அல்ல என்று நிரூபிக்கும் அகங்காரத்திலிருந்து பிறந்ததுதான் இந்த 'சொனாட்டா'.

இந்நாவலின் இளம் நாயகனான ருத்ராவில் ஒளிந்திருப்பது பாலுவா? ஆம், ருத்ரா மட்டுமல்ல; பிரதாப், ஆரோக்கிய தாஸ், சிறில் ஆகிய கதாபாத்திரங்களிலும் என்னைக் கொஞ்சமேனும் அடையாளம் கண்டுகொள்ள முடிகிறது. இதில் சொல்லப்பட்டிருப்பது தனிமனிதனின் இருத்தலியல் சிக்கல் மட்டுமல்ல; ஒரு தலைமுறையின் பிரச்சனை.

இந்நாவல் உருவாவதற்கு எல்லா வகையிலும் உதவியாக இருந்த நண்பர் பாரி தமிழ்செல்வன், தீனன் கதிரவன், ஸ்ரீதேவி ஆகியோருக்கு மனப்பூர்வமான நன்றி. இந்நூலை வெளியிடும் எதிர் வெளியீடு பதிப்பகத்துக்கு நன்றி. பதிப்பாளர் அனுஷுக்கு என்றும் கடமைப்பட்டிருக்கிறேன்.

இந்நாவல் வெளியாவதற்கு முன்பே நான் ஈட்டிய பெரும் செல்வம் என்றால் அது சரவணன் சந்திரன் அண்ணன்தான். 'அஜ்வா' நாவலின் தாக்கத்தால் 'சொனாட்டா' எழுதுவதற்கு முன்பே இதற்கு சரவணன் சந்திரன்தான் முன்னுரை எழுத வேண்டுமென நினைத்திருந்தேன். அது சாத்தியமான சந்தோஷத்தைவிட எனக்கு குரு கிடைத்துவிட்ட நிறைவால் பூரித்துப் போகிறேன்.

மீட்சியை ருசித்த திருப்தியுடன்,

பாலு

It is a shame for a man to grow old without seeing the beauty and strength of which his body is capable.

- Socrates

1

"D மேஜரும் G மைனரும்... நீ அப்படியே மாத்தி வாசிக்கிற. என்னாச்சு உனக்கு?" என்றார் வில்வா மாஸ்டர்.

இசைக்கலைஞனுக்கு இது மிகப்பெரிய அவமானம். ப்யானோவில் விரல்கள் சீரற்று செயல்படாமல் போகலாம்; விரல்களையும் நோட்டையும் மாற்றி வாசித்துப் பிழைத்துவிடலாம். வேகம் தடைபடலாம். சொனாட்டாவின் துல்லியமும் நுணுக்கமும் முன் பின் இருக்கலாம். ஆனால் ஸ்ருதியையே மாற்றி வாசிப்பதா? அசிங்கம்! நான் என்ன இதில் கத்துக்குட்டியா? அதோ, அறையின் மூலையில் முதல் க்ரேட் பயின்று கொண்டிருக்கும் அந்த சிறுவன் வேண்டுமானால் இந்தப் பிழையைச் செய்யலாம். நான் இசையில் அரை தசாப்தமாக உழன்று நீந்திக்கொண்டிருக்கிறேன். வெட்கக்கேடு! முதன்முறையாக, ஓர் இசைத்துணுக்கை வாசிக்கும்போது கைகள் நடுக்கம் கொண்டன. மனதையும் உடலையும் நிதானப்படுத்த இடைவெளி தேவைப்பட்டது. என் கண்களில் அந்தப் பதற்றம் தெரியாதிருந்தாலும் உடல் மொழியில் வெளிப்பட்டிருக்கலாம். "ஃபைவ் மினிட்ஸ் ப்ரேக்" என்றார் மாஸ்டர்.

சிறில் எனது மனநிலையை விசாரிக்கும் வண்ணம் புருவத்தை சுருக்கி உயர்த்தினான். நான் உச்சுக் கொட்டி எதுவும் இல்லை என தலையசைத்தேன். பிறகு அருகிலிருந்த சிறிய அறைக்குள் சென்று தாழிட்டுக்கொண்டான். வெறுமையை மட்டுமே உணரக்கூடிய அந்த மிகச்சிறிய அறையில், மாஸ்டர் கொடுத்துள்ள ஐந்து நிமிட இடைவேளையில் சிறிலால் அப்படி என்ன செய்துவிட முடியும்?

இரு அடுக்கில் வரிசையாக நின்றிருந்த கோரஸ் பாடகிகள் கலைந்து சென்றனர். எங்கள் இசைப்பள்ளியில் எந்நேரமும் வாத்திய ஒலி அமுதமாய் பெருக்கெடுத்து ஓடும். புல்லாங்குழல் வாசிக்கும் கலைஞனுடன் சேர்ந்து பறவைகள் தங்கள் மென்சோகத்தைக் கூவுவது போல கோரஸ் பாடகிகள் எங்களின் செயலாக்கத்திற்கு உயிர் கொடுப்பார்கள். பெரும்பாலும் பள்ளி இசைக்கப்பட்டுக்கொண்டே இருக்கும் என்பதால் இடைவேளை நேரத்தில் நிசப்தம் மட்டுமே எங்களை ஆசுவாசப்படுத்தும். ஆகவேதான் மாஸ்டர் நீண்ட இடைவேளைகளைக் கொடுப்பதில்லை. அலைச்சப்தம் சிறிது நேரம் அடங்கியிருந்தாலும்கூட அதில் அலையின் உயிர் இருக்கவே செய்கிறது. ஆனால் நிசப்தத்தின் நீளம் கொஞ்சம் கூடிவிட்டாலும் பேராபத்திற்கான அறிகுறி அது.

தியரி பயின்றுகொண்டிருந்த பிற மாணவர்கள் என்னையே பார்த்தனர். ஒரு பிரம்மாண்டமான பேரற்புத செயலாக்கம் தற்காலிகமாக நிறுத்தி வைக்கப்பட்டிருப்பதற்கு, நான் செய்த அற்பப் பிழையே காரணம் என்பதை அவர்களின் ஏளனம் கலந்த பரிதாபப் பார்வை சொல்லியது.

இது வெறும் இசைப்பள்ளி மட்டுமல்ல; கித்தார், கீபோர்ட், புல்லாங்குழல், வயலின் ஆகிய இசைக்கருவிகள் விற்பனைக்கும் வைக்கப்பட்டு இருந்தன. ப்யானோ, சாக்சோஃபோன், ட்ரம்பெட், ட்ரம்ஸ், வீணை, ஹார்மோனியம் போன்ற பிற கருவிகள் எங்களின் செயலாக்கத்தின் பயன்பாட்டிற்காக மட்டுமே இருந்தன. இங்கே ஒரு பிரத்யேக வாசம் இருக்கிறது. புதுப் புத்தகத்தை திறப்பவனுக்கு எப்படி அதன் வாசனை ஈர்க்குமோ அதேபோல் புதிய இசைக்கருவிகளுக்கென்றே உரித்தான தனி வாசம்! எல்லாவிதமான கருவிகளுக்கும் ஒரே வாசம்தான்; இசை வாசம்!

தண்ணீர் குடித்துவிட்டு கண்ணாடிச் சுவருக்கு அப்பால் உள்ள உலகைப் பார்த்தேன். அதன் இரைச்சல் துளிகூட செவிகளுக்கு எட்டாமல் போகும் ஒவ்வொரு கணத்திலும் இசைப் பள்ளியைக் கோயிலாக நினைத்துக்கொள்வேன். ஆனால் இன்று முதன்முறையாக வெளியுலக இரைச்சலை உணர முடிந்தது. அது புற இரைச்சல் அல்ல; அக இரைச்சல். கைகள் நடுங்கிய அந்தக் காட்சி மீண்டும் மீண்டும் மனதில் ஒரு மின்னலாய்த்

தோன்றி தொந்தரவு செய்தது. இது இளைப்பாறுவதற்காக அளிக்கப்பட்ட இடைவேளை அல்லவா! இந்நேரத்தில் பதற்றத்தை மேலும் வளர்த்துக்கொள்ளும் முட்டாள்தனத்தை இசைக்கலைஞன் செய்யவே கூடாது. ஆகவே அதிலிருந்து தப்புவதற்காக நினைவுகளை பின்னோக்கிச் செலுத்தினேன்.

நான் பதினொன்றாம் வகுப்பு படித்துக்கொண்டிருந்த காலம் அது. வகுப்பில் அப்போது கணக்குப் பாடம் நடந்துகொண்டிருந்தது. திடீரென அறிவியல் ஆசிரியர் வகுப்பிற்குள் வந்தார்.

“மேம் ஒரு சின்ன ஹெல்ப். ஏதாவது ஒரு பையனை அனுப்புங்க. ஸ்டாஃப் ரூம்ல ஒரு வேலை இருக்கு” என்று பரிவுடன் கேட்டுக்கொண்டார். நான் கணக்கில் புலி என்பதால் ஆசிரியை என்னை அனுப்பி வைத்தார்.

அறிவியல் ஆசிரியருடன் எனக்கு நல்ல பேச்சுவார்த்தை இருந்தது. கணக்கு ஆசிரியை போல முகத்தை உர்ரென்று வைத்துக்கொண்டிருப்பவர் அல்ல இவர். மாணவர்களின் தோளில் கைபோட்டு அறிவுரை சொல்லும் நண்பராகவே இருந்தார்.

ஆசிரியர்கள் அறைக்குச் சென்றதும் அங்கு ஒரு நீண்ட செவ்வக வடிவ பையை எடுத்தார்.

“ருத்ரா, இங்க வா. அந்த ஸ்டாண்ட் எடுத்துக்கோ. மூலைல ஒரு வெள்ளை கலர் பாக்ஸ் இருக்கு பார். அதையும் எடுத்துக்கோ. அந்த பாக்ஸை திறந்து உள்ளே அடாப்டர் இருக்கான்னு ஒருதடவ பார்த்துக்கோ” என்றார்.

“இருக்கு சார்” என்றேன்.

“சைன்ஸ் லாப்ல கொண்டு போய் வெச்சுடு” என்றார்.

அவர் சொன்னபடியே செய்தேன். பின்தொடர்ந்து வந்த அவர், அந்த கறுப்பு நிற செவ்வக வடிவப் பையை திறந்தார். வாழ்வில் முதன்முறையாக கீபோர்டை நேரில் கண்ட தருணம் அது. என் கண்கள் முழுவதுமே அந்த கறுப்பு வெள்ளை நிற கட்டைகளால் நிறைந்திருந்தன. அந்தக் கணத்தில் உலகமே கறுப்பு - வெள்ளையாக மாறிவிட வேண்டும் என்று ஏங்கினேன். முதலில் அந்த கீபோர்டின் பிரம்மாண்டமும் அதற்குண்டான நாஸ்டால்ஜியாதன்மையும் என்னை வசீகரித்தது. அதிலிருக்கும்

ஒரு கட்டையை தட்டிப் பார்த்தேன். அந்த கட்டை மீது 'A' என எழுதப்பட்டிருந்தது. அதிலிருந்து எந்த சப்தமும் வரவில்லை. அவர் கீபோர்டை எடுத்து தூசி தட்டி சுத்தம் செய்தார். பிறகு என்னை வகுப்புக்கே அனுப்பிவிட்டார். அந்த கீபோர்டை பார்த்துக்கொண்டே அங்கிருந்து வெளியேறினேன்.

உணவு இடைவேளையின்போது அறிவியல் ஆய்வகத்தில் அவர் வாசித்துக்கொண்டிருந்தார். சுற்றி நின்றபடி நாங்கள் எல்லோரும் வேடிக்கை பார்த்தோம். ஆண்களால் அவரருகில் நெருங்கமுடியாத அளவுக்குப் பெண்கள் அவரை சூழ்ந்துகொண்டிருந்தனர். அப்போது வந்தது இசை ஆர்வம்.

முதலில் எல்லாப் பெண்களும் அவரின் அனுமதியுடன் கீபோர்டை தட்டிப் பார்த்தனர். பிறகு ஆண்கள் ஒவ்வொருவராக வாசித்தனர். எல்லோரும் போன பிறகு எனது விரல்களைக் கொண்டு அந்த பிரம்மாண்டமான கீபோர்டை தொட்டேன். நான் ஏற்கெனவே அழுத்திய அதே 'A' கட்டையை மீண்டும் அழுத்தினேன். அதன் ஒலி என்னவாக இருக்கும் என்ற ஆர்வத்தில் பாடத்தையும் கவனிக்காமல் காத்திருந்தேன்.

"என்னடா முகம் அப்படியே ப்ரைட் ஆகுது!" என்றார் அறிவியல் ஆசிரியர்.

"செமயா இருக்கு சார். இதுலதான் எல்லாரும் பாட்டெல்லாம் உருவாக்குறாங்களா!" என்றேன்.

"ஆமாடா, இருக்கிற இசைக் கருவிகள்லயே இதுதாண்டா மெயின்" என்றார்.

"எனக்கு ஒரு பாட்டு வாசிக்கக் கத்துத் தாங்க சார். ஒரு சினிமா பாட்டாவது..."

"முதல்முறை வாத்தியத்துல கை வெச்சவனுக்கு அப்படித்தாண்டா இருக்கும். ஆனா ஊனா கத்துக்காம எடுத்த எடுப்புலயே பேராசிரியர் ஆகிட முடியுமா, சொல்லு?"

"இந்த கீபோர்டை தொடும்போது உள்ளுக்குள்ள என்னவோ பண்ணுது சார். அதை எப்படி சொல்றதுன்னு தெரியல. ஒரு பாட்டு இதுல வாசிச்சுட்டா போதும். ஒரு கெத்து ஃபீல் வந்துரும்ல."

“உன் ஆர்வம் புரிது ருத்ரா. மத்த பசங்க தட்டிப் பார்த்துட்டு அரட்டை அடிக்கப் போயிட்டாங்க. நீ மட்டும்தான் இங்கேயே நின்னுட்டு இருக்க. முதல்முறை தொடும்போது ஆர்வம் இருக்குன்னா மகத்துவம் வாத்தியத்துல இருக்கு; ஆயிரமாவது முறை தொடும்போதும் இருந்ததுன்னா மகத்துவம் உன்கிட்ட இருக்கு” என்றார்.

முதல்முறையாக கீபோர்ட் வாசித்த அக்கணத்திலேயே நான் ஆயிரமாவது முறையாக வாசிப்பதற்காக ஏங்கினேன். எங்களில் பலருக்கு அறிவியல் ஆசிரியர் இசை கற்பித்தார். மற்ற ஆசிரியர்கள் உணவு முடிந்ததும் சோர்ந்து போய் இளைப்பாறிக்கொண்டிருந்த சமயத்தில் இவர் மட்டும் வேகவேகமாக சாப்பிட்டுவிட்டு ஒரு கலையை அடுத்த தலைமுறைக்குக் கடத்திக்கொண்டிருந்தார். மாணவர்களுக்கு கற்றுக்கொள்வதிலிருந்த ஆர்வத்தைவிட அவருக்கு கற்பிப்பதில் ஆர்வம் அதிகமாயிருந்தது. ஒரு நல்ல குருவிற்கான உதாரணமாய் எனக்கு முதலில் தெரிந்தது அவர்தான். எல்லா நாட்களும் உணவு இடைவேளையின்போது தினமும் சினிமா பாடல்களின் இரண்டு வரிகளை மட்டும் வாசிக்க சொல்லிக்கொடுத்தார். அப்போது எங்கள் எல்லோரையும் வலது கையை மட்டும்தான் பயன்படுத்தச் செய்வார். நான் ஒரே நாளில் நான்கு வரிகளை வாசித்தேன். மற்றவர்கள் இரண்டு வரிகளிலேயே தவழ்ந்து கொண்டிருந்தனர். ஒரு மாதம் கழித்து சரணம் முதல் பல்லவி வரை வாசித்தேன். பன்னிரண்டாம் வகுப்பு முடித்தபோது பல பாடல்களை முழுமையாக வாசிக்கக் கற்றிருந்தேன்.

அதுதான் எனது பள்ளி வாழ்க்கையின் கடைசி நாள். களத்தைக் கண்டதும் விளையாடிப் பார்ப்போமே என்று நினைப்பது போல, இள வயதின் ஓர் அதீத ஆர்வத்தில் கீபோர்ட் வாசிக்க ஓரளவு கற்றிருந்தேன். ஆனால் என்னால் இதை ஒரு பாதையாக தேர்ந்தெடுத்து இசையில் தேர்ந்தவன் ஆக முடியும் என்ற நம்பிக்கை அப்போது இல்லை. இனி என் வாழ்வில் கீபோர்டைத் தொடவே முடியாது என்ற வருத்தம்தான் இருந்தது. இசைக்கருவியைப் பிரிய மனமின்றி அதன் ஒவ்வொரு கட்டைகளையும் தொட்டு, வருடினேன்; பிரிவுக்கு முன் காதலியின் கைவிரல்களை வருடுபவன்போல.

பன்னிரண்டாம் வகுப்பின் கடைசி நாளிலேயே மேற்படிப்பு சார்ந்த முக்கிய முடிவை எடுக்க வேண்டிய பொறுப்புணர்வு வந்திருந்தது. கீபோர்ட் கட்டைகளை தீவிரமாகப் பார்த்தபடியே எனது எதிர்காலத்தின் வரைபடத்தை கற்பனையில் வரைந்தேன். அதில் இசைக்கு கொஞ்சமாவது இடம் இருக்கிறதா என யோசித்தேன். எதையுமே தீர்மானமாக முடிவெடுக்க முடியவில்லை. எதிர்காலக் கற்பனையில் மேகங்களை அருகிலிருந்து காண்பது போன்ற ஒரு மாயச் சித்திரம் மட்டுமே இருந்தது. அச்சமயத்தில் அறிவியல் ஆசிரியர் என்னை தனியாக அழைத்தார்.

“ருத்ரா, இன்னும் மத்தவனுங்கலாம் ரெண்டு லைன்தான் வாசிச்சுட்டு இருக்கிறாங்க. நிறையப் பேர் க்ளாஸைவிட்டு நின்னுட்டாங்க. ஒரேநாள்ல ஒரு பாட்டு வாசிக்கிற அளவுக்கு யாரும் கத்துக்கல. உனக்குள்ள அது இருக்கு. விட்றாத” என்றார்.

வீடு திரும்பும்போது நீண்ட விடுமுறையை எண்ணி குதூகலிப்பதற்குப் பதிலாக, அவரது வார்த்தைகளை திரும்பத்திரும்ப மனதிற்குள் அசை போட்டேன். எனது குடும்பத்தில் யாருமே தீவிர இசை ரசிகர்களோ இசைக்கலைஞர்களோ அல்ல. நான் இசைக்கலைஞன் ஆவதற்குப் பிறந்தவனா? இசையை நான் தேர்ந்தெடுத்திருக்கிறேனா அல்லது அது என்னைத் தேர்ந்தெடுத்திருக்கிறதா? எதற்காக கீபோர்ட் கட்டைகளைத் தொடுவதில் எனக்கு அவ்வளவு ஆர்வம்? முழுப்பாடலை பிழையின்றி வாசித்ததும் எங்கிருந்து வருகிறது அந்த கர்வம்? பிரபல பாடல்களை விரல் நுனியில் வைத்திருப்பதன் மூலம் உண்டாகும் கர்வத்தை ஏற்படுத்திக் கொடுத்ததே பெண்கள்தான். ஒவ்வொரு முறை திரையிசைப் பாடல்களை வாசித்து முடிந்ததும் பெண்களின் கண்களில் மிளிர்வது என்ன? நான் எனும் நட்சத்திரம்தானே! யாரோ ஒருவர் உருவாக்கிய இசையை நகலெடுத்து வாசித்ததற்கே பெண்களை ஈர்க்க முடிகிறதெனில், இக்கலையை முறையாகப் பயின்று புதிய இசைக்கோர்வையை உருவாக்கினால்...!

இது போன்ற அகங்காரத்தில்தான் இக்கலைக்குள் வந்து சேர்ந்தேன். திரையிசை என்னை தூக்கி உச்சத்தில் உட்கார வைத்தது. ஆனால் வில்வா மாஸ்டரின் இசைப்பள்ளியில் சேர்ந்து இசையை முறையாகப் பயிலத் தொடங்கிய பிறகுதான் எனது இறக்கைகளை முறித்து தூக்கி எறிந்தேன். ‘நான்’ எனும்

சுயம் ஒரு பொருட்டே அல்ல என்பதை ஆழ்ந்த இசை எனக்குக் கற்பித்தது. தீவிரக் கலை ஒருவனுக்கு முதலில் செய்யக்கூடியது அதைத்தான். மெய்க்கற்றலின் மூலம் ஒருவனின் மனம் எவ்வளவு சாந்தி அடைகிறதோ அதே அளவுக்கு அவனின் கர்வத்துடன் கூடிய லட்சியம் உயர்ந்த இலக்குகளை நிர்ணயிக்கும். இசை மூலம் நான் வெல்லத் துடித்தது பெண்களை மட்டுமல்ல; இவ்வுலகையும்தான்.

“ருத்ரா, ரெடியா?” என்றார் வில்வா மாஸ்டர்.

*

இந்த முறை ஓரளவு சரியாகவே வாசித்தேன். ஆனால் பிழையின்றி வாசிக்க வேண்டும் என்ற தீவிரத்தன்மை என்னுள் இருந்தது. நல்ல இசைக்கலைஞனுக்கு அது இருக்கக்கூடாது என்று வில்வா மாஸ்டர் சொல்வார். மனிதன் சுவாசிப்பது போல் இசை இயல்பாக நம்மிடமிருந்து வர வேண்டும். மலம் கழிப்பவனைப் போல் முக்கி முயன்று வாத்தியத்தை இசைக்கக்கூடாது என்பார். ஆகவே இன்றைய எனது வாசிப்பில் வில்வா மாஸ்டருக்கு முழு திருப்தி இல்லாததால் வகுப்பை விரைவாகவே முடித்துவிட்டார்.

நானும் சிறிலும் தினமும் வீட்டிற்கு நடந்தே சென்றுவிடுவோம். இருவருமே அண்ணாநகர் பகுதியின் வெவ்வேறு தெருக்களில் வசிக்கிறோம். கோயம்பேட்டிலிருக்கும் இசைப்பள்ளியிலிருந்து விஆர் மால் நடைபாதை வழியாக சென்றுகொண்டிருந்தோம். கூவம் கரையோரத்தில் அந்தியின் ஒளி பொன்னிறத்தில் மின்னியது. அந்த கறுப்பான சாக்கடை நீருக்கு சூரியனின் மஞ்சள் நிறம் ஏற்றதாக இருந்தது. இந்தக் காட்சிக்கான பின்னணி இசை ஒன்று தோன்றியது. ஆனால் எனக்கு உடனடியாக வீட்டிற்குச் செல்ல வேண்டும். மனதில் தோன்றிய இசையை உருவாக்குவதற்காக அல்ல; உடனடியாக செய்தாக வேண்டிய வேறு சில காரியங்கள் இருக்கின்றன. அதைச் செய்தால் மட்டுமே எனது பதற்றம் தணியும்.

“என்னாச்சு உனக்கு?” என்று மாஸ்டர் கேட்ட அதே கேள்வியை கேட்டான் சிறில். இரண்டாவது முறையாக ஒரே கேள்வியை எதிர்கொள்ளும்போது ஒருவனுக்கு அதன் உண்மை

புலப்படுகிறது. 'ஒன்றுமில்லை' எனத் தெரிவித்தாலும், நான் அதுபற்றிப் பேச விரும்பாததை அவன் புரிந்துகொண்டான்.

"மாஸ்டர் ப்ரேக் விடும்போது ரூம்குள்ள போய் என்ன பண்ணிட்டு இருந்த?" என்று பேச்சை மாற்றினேன்.

"தியானம்" என்றான் சிறில். தான் சரியான வழியில் போய்க்கொண்டிருப்பதாகக் காண்பித்து என்னை கீழானவனாக உணரச் செய்ய வேண்டுமென்பது அவனது நோக்கமாக இருக்குமோ?

"நீ?" என்றான் சிறில்.

"கடந்த காலத்தை யோசிச்சுட்டு இருந்தேன்."

*

வீட்டுக்குச் சென்றதும் முகம்கூடக் கழுவாமல் அவசர அவசரமாக லேப்டாப்பைத் திறந்தேன். கதவை மூடிவிட்டு பிங்க் நிற நியான் விளக்குகளை அணைத்தேன். லேப்டாப்பின் ப்ரைட்னஸை அதிகப்படுத்திவிட்டு நீலப்படத் தளத்திற்குச் சென்று பத்துக்கும் மேற்பட்ட வரிசையில் காணொளிகளை அடுக்கினேன். பார்க்கும் நேரத்தைவிட அதை தேர்ந்தெடுப்பதற்கு நீண்ட நேரம் ஆனது. ஒவ்வொரு காணொளியின் கால அளவைத் தோராயமாக மதிப்பிட்டு கடிகாரத்தைப் பார்த்தேன். இவ்விரவைக் கடந்துவிடலாம்! இரவுணவு நேரத்திற்கு மம்மி வந்து தொந்தரவு செய்வாள் என்பதால் தற்காலிகமாக லேப்டாப்பை மூடிவைத்தேன்.

லேசாகக் கதவைத் திறந்து பார்த்தேன். எல்லோரும் தொலைக்காட்சியில் பொழுதுபோக்கு நிகழ்ச்சி ஒன்றைப் பார்த்துக்கொண்டிருந்தனர். சாப்பிட்டுவிட்டு வேலையைத் தொடங்க வேண்டுமென்பதற்காகப் பசிக்கிறதெனப் பொய் சொன்னேன். அவர்களது சந்தோஷ தருணத்தைப் பாழாக்கிவிட்டதாகப் பார்வையிலேயே தெரியப்படுத்தினாள் மம்மி. அம்மாவாக இருந்தால் இப்படிச் செய்திருப்பாளா! 'பசிக்கிறது' எனக் கேட்டதும் துடிதுடித்துப் போயிருப்பாள். நீ உயிரோடு இருந்திருக்கலாம் அம்மா!

ஆனால் சித்தி ஒன்றும் அவ்வளவு மோசமானவள் அல்ல. அப்பா பொருளாதாரரீதியாக நிலையற்றிருந்தபோது எனது

இசைப்பள்ளி கட்டணத்திற்கு மம்மிதான் பணம் கொடுத்தாள். நான் அவளுக்குப் பிறக்கவில்லை என்றாலும் என் கனவுகளை அவள் ஒருபோதும் துச்சமாக நினைத்ததே இல்லை.

இந்த வீட்டில் எனக்குத் தனியறையும் ப்யானோவும் கொடுக்கப்பட்டுள்ளன. திரையரங்கு தரத்தில் பாடல்கள் ஒலிக்க ஸ்பீக்கர்களும் வூஃபர்களும் உள்ளன. நல்ல ஒலி தரத்தில் இசை கேட்கவும் வாசிக்கவும் சௌண்ட் அப்சார்ப்ஷன் போடப்பட்டுள்ளது. எனக்காக பார்த்துப் பார்த்து எவ்வளவு செய்திருந்தாலும் அப்பாவுக்கும் மம்மிக்கும் என்னைவிட விக்கிதான் ஒருபடி மேல். எனக்கிருக்கும் இசை ஆர்வம் மட்டும் விக்கிக்கு இருந்திருந்தால் அவனை மெட்ராஸ் ம்யூசிக் அகாடமியில் பயில வைத்திருப்பார்கள்.

அதில் எனக்கு எந்த வருத்தமுமில்லை. என் குரு வில்வா மாஸ்டர் போற்றி வணங்கத்தக்கவர். சிறிய அழகான இசைப்பள்ளியை நடத்தி வந்தாலும், பெரிய கனவுகளை உடையவர். தீவிர கிறிஸ்தவ நம்பிக்கை உடையவர் என்பதால் பள்ளியில் சேரும் புதியவருக்கு முதலில் அடிப்படைகளுடன் சேர்த்து சில எளிய கிறிஸ்தவப் பாடல்களையும் கற்பிப்பார். இசை இறைவனிலிருந்துதான் வருகிறது என்பதை தீவிரமாக நம்புபவர். அது இயேசு, அல்லாஹ், சரஸ்வதி என எந்த தெய்வமாக வேண்டுமானாலும் இருக்கலாம். ஆனால் நாம் இயக்கிக்கொண்டிருப்பது வாத்தியம் எனும் இயந்திரத்தை அல்ல; நம்மை மீறிய ஒரு சக்தியை என்பார்.

ஒன்றிரண்டு மாதங்களில் சென்னை ரஷ்யக் கலாச்சார மையத்தில் பிரம்மாண்டமான இசை நிகழ்ச்சி நடைபெற இருக்கிறது. அதில் எங்கள் குழு அரங்கேறுவதற்கான வாய்ப்பு கிடைத்துள்ளது. அதற்காக வில்வா மாஸ்டர் ஒருநாளைக்கு பதினைந்து மணி நேரம் கடுமையாக உழைக்கிறார். அதிகாலை முதல் நள்ளிரவு வரை 'லக்ஸ் ஏடர்னா' இசைக்கான பயிற்சிகள் தொடர்ச்சியாக நடந்துகொண்டே இருக்கின்றன. இந்தச் செயலாக்கம் மட்டும் சரியாக அமைந்துவிட்டால் எங்கள் குழுவின் எதிர்காலம் மாபெரும் உச்சத்தை அடைந்துவிடும். ஏனெனில் உலகத்தர இசையை சென்னையில் லைவ் பெர்ஃபார்மென்ஸ் செய்வதற்கு ஓர் அசாத்தியமான தலைமை வேண்டும். அது வில்வா மாஸ்டரிடம் இருக்கிறது.

இதையெல்லாம் யோசித்தபடி சாப்பிட்டு முடித்தேன். இப்போதெல்லாம் என் எல்லாச் செயல்களிலும் வேறு சில எண்ணங்கள் நிறைந்தவாறே இருக்கின்றன. எதையும் ஆழ்ந்த கவனத்துடன் செய்ய முடிவதில்லை. அதனால்தான் இன்று ஸ்ருதியை மாற்றி வாசித்து சக கலைஞர்கள் முன்பு அவமானப்பட்டேன். அதீதமாக யோசிக்கிறோம் என்ற தன்னுணர்வே என்னைக் குற்றவுணர்வுக்கு ஆளாக்குகிறது. ஏன் இவ்வளவு யோசிக்கிறோம் என்ற யோசனையுடனே அறைக்குச் சென்று ஹெட்செட்டை மாட்டிக்கொண்டு ஒவ்வொரு காணொளியாக இயக்கி விட்டேன்.

எல்லாமே மடில்டா என்ற பேரழகியின் காணொளிகள். இவளது அனைத்துப் படங்களிலுமே கதைகள் சுவாரசியமாக இருக்கும். நான் முதன்முதலில் பார்த்த காணொளி எனக்கு இன்னமும் நினைவிருக்கிறது. அந்தப் படத்தில் இவளின் கணவன் ஒரு கால்பந்து வெறியன். உலகக்கோப்பை இறுதிச்சுற்றை அவன் தன் நண்பனுடன் பாப்கார்னை கொறித்தபடி பார்த்து ரசித்துக்கொண்டிருக்கிறான். அவர்களுக்கு மிளிரும் கண்ணாடிக் கோப்பையில் ரெட் வைன் கொண்டு வந்தவள் இருவருக்கும் இடையில் அமர்ந்து கணவனை சீண்டுகிறாள். கால்பந்தாட்டத்தில் மூழ்கிப்போன கணவன் இவளின் காமச் சீண்டலுக்கு இசையாததால் மடில்டா சோர்வுறுகிறாள். பிறகு கணவனின் நண்பனை ஓரக்கண்ணால் பார்க்கும்போது அவனின் குறி விறைத்திருக்கிறது. கணவனுக்குத் தெரியாதது போல் அவர்கள் அதே சோஃபாவில் புணர்கிறார்கள். கணவனுக்குத் தெரியாமல் என்பது வெறும் பாவனைதான். அவள் இன்ப சுகத்தில் கூச்சலிட்டும் அவனின் கவனம் கால்பந்தாட்டத்திலிருந்து விலகவே இல்லை என்பது தர்க்கரீதியாக எவ்வளவு பெரிய முரண்! ஆனால் காமத்திற்கு ஒரு தர்க்கமும் தேவையில்லை அல்லவா!

இவளுடைய இன்பக் கூச்சல் ஆளைக் கொல்லும். அவள் புட்டத்தில் குத்தப்பட்டிருக்கும் பெண்மையின் அடையாள டாட்டூ, டாகி ஸ்டைல் காணொளிகளில் அவ்வளவு அழகாக இருக்கும். மடில்டா பார்ப்பதற்கு மானசி சாயலில் இருப்பாள்.

“ருத்ரா!” – மிக அபூர்வமாக என்னை நானே திட்டிக்கொண்டேன். மானசியைப் பற்றி யோசிக்கும் நேரமா இது! எனக்கிருக்கும்

மிகப்பெரிய பிரச்சனைகளில் இதுவும் ஒன்று. நீலப்படத்தை ஓடவிட்டு சுய இன்பக் களியாட்டத்தில் ஈடுபடுகையில் காதலியை அறிமுகப்படுத்துவதை எண்ணி கூச்சமாகத்தான் இருக்கிறது. இவ்வளவு நேரமாக நினைவில் எழாத மானசி, நீலப்படம் பார்க்கும்போதுதான் ஞாபகத்தில் வர வேண்டுமா?

நான் பார்த்துக்கொண்டிருக்கும் காணொளியில் மானசியை... மன்னிக்கவும், மடில்டாவைப் பலம் வாய்ந்த ஒருவன் இரு கைகளாலும் ஏந்தி நின்றபடி இயக்கத் தொடங்கினான். அவனால் கிழித்தெறியப்பட்ட குருதி நிறத்தாலான அவளின் வெல்வெட் ஆடை, அவர்கள் இருந்த அறைச்சுவர் நிறத்திற்கும், சற்று முன் அவர்கள் அருந்தி முடித்த மதுவின் நிறத்திற்கும் ஒத்திருந்தது. மடில்டாவின் கூச்சல் செவியைக் கிழித்து, அந்த ஆள்மீது அளவுகடந்த பொறாமையை உண்டாக்கியது; இன்பம் இல்லாமலில்லை. அவனது கண்களை மட்டுமே கண்டுகொண்டிருந்த மடில்டா இன்பம் தாங்காமல் கண்களை மூடி தலை சாய்த்தாள். உச்சகட்டத்தை வழங்கியமைக்காக கடவுளிடம் நன்றி சொல்வதுபோல் இருந்தது அவளின் பாவனை. அதே கிறக்கத்துடன் மடில்டா அவனைப் பார்த்தபோது, அவனே கடவுளாகியிருந்தான். அவர்கள் முடிக்கும்போது மடில்டாவின் தேகம் கண்ணாடி தொட்டியிலிருந்து தவறிவிழுந்த மீனைப்போல துடித்துக்கொண்டிருந்தது. மடில்டாவின் அசைவு, என்னுள் ஓர் அதிர்வலையை ஏற்படுத்தி விந்தணுக்களை பீய்ச்சி அடிக்கச் செய்தது. சிற்றின்பத்தை பேரின்பமாய் பாவித்துக்கொண்டாலும், எங்கோ ஒருவன் இதை உண்மையில் நிகழ்த்திக்கொண்டிருக்கிறான்; நான் அதை ஒரு திரையில் கண்டு கை அடித்துக்கொண்டிருக்கிறேன் என்ற கீழ்மை உணர்வு என்னை வாட்டியது. ஒருகணம் என்னை நினைத்து எனக்கே பரிதாபமாக இருந்தது. மானசியை ஒருநாள் இதேபோல் உடல் அதிர செய்ய வேண்டும் என்று நினைத்துக்கொண்டே கழிவறைக்குச் சென்றேன்.

எனது பதினாறாவது வயதில்தான் சுயஇன்பத்திற்கும் நீலப்படத்துக்கும் அறிமுகமானேன். பதின்பருவத் தொடக்கத்தில் இசை மட்டுமே என்னை ஆட்கொண்டது. அறிவியல் ஆசிரியர் சொன்ன வார்த்தைகளிலிருந்து எனக்குள் இசை மட்டுமே முழுவதுமாக நிறைந்திருந்தது. அப்போதெல்லாம் என் நரம்புகளை மீட்டினாலே இசை ஒலிப்பது போன்ற உணர்வு

ஏற்படும். எவ்வளவு அடம்பிடித்தும் அழுது புரண்டும் அப்பா எனக்கு கைப்பேசி வாங்கிக்கொடுக்காமலே வளர்த்தார்.

"அப்பா, போன்தான் வாங்கித் தர மாட்டேன்னு சொல்லிட்டீங்க. ஒரு லேப்டாப்பாவது வாங்கித்தாங்கப்பா. ம்யூசிக் ரெக்கார்ட் பண்ணவும் எடிட் பண்ணவும் சிஸ்டம் தேவைப்படுது" என்றேன். அப்பா நீண்ட நேரம் யோசித்தார். மகன் தன் தேவைகளை வாய் விட்டு கேட்க வைத்துவிட்ட வருத்தம்தான் அந்த யோசனையிலிருந்தது.

"சரி. சண்டே போலாம். லேப்டாப், போன் ரெண்டையும் ஒன்னாவே வாங்கிடலாம்" என்று இன்ப அதிர்ச்சியை கொடுத்தார்.

அவர் வாங்கித் தந்த மடிக்கணினியை வெறும் இசையின் பொருட்டு மட்டுமே பயன்படுத்தவில்லை. தெய்வம் இருந்தால் சாத்தானும் இருக்கத்தான் செய்யும். என் லேப்டாப்பில் பல்வேறு சௌண்ட் & ரெக்கார்டிங் சாஃப்ட்வேர்களும் நீலப்படங்களும் கொட்டிக்கிடந்தன.

நான் போர்னை நுகரத் தொடங்கிய ஆரம்ப காலகட்டத்தில் எனக்கு அது இவ்வளவு தேவைப்படவில்லை. எனது பதின் வயதுகளிலெல்லாம் ஒரு போர்னைப் பார்த்து சுய இன்பம் செய்துவிட்டு அதன் சுவடே இல்லாமல் அடுத்த வேலையைப் பார்க்கச் சென்றுவிடுவேன். ஆனால் கொரோனா ஊரடங்கு நாட்களுக்குப் பிறகு எவ்வளவு நீலப்படங்கள் பார்த்தாலும் அது தீராமல் காம வேட்கை தொடர்ந்துகொண்டே இருக்கிறது. உலகின் உயர்தர போதை வஸ்துவை உட்கொள்பவன்கூட அதை ஒரு கட்டத்தில் நிறுத்திவிடுவான். ஆனால் ஊரடங்கு நாட்களில் என் சிந்தனை காமம் சார்ந்து மட்டுமே இருந்தன.

வீடடங்கி இருந்த நாட்கள் மிக மோசமானவையாக இருந்தன. இசைப்பள்ளி இல்லை, கல்லூரி இல்லை, திரையரங்குகள் இல்லை, நூலகங்கள் இல்லை, பூங்காக்கள் இல்லை, செய்வதற்கு ஏதுமில்லை. கையில் ஸ்மார்ட்போனும் அதிவேக இணையமும் இருந்தன. மூளை மழுங்கியிருந்தது. வாழ்வுக்கான அர்த்தமோ அடுத்த நாளுக்கான நோக்கமோ துளியுமில்லை. 'நான் யார்?', 'எதற்காக இதையெல்லாம் செய்துகொண்டிருக்கிறேன்?', 'நொடிக்கு நொடி இன்பத்தில் திளைத்தும் எனது மனநிலை

ஏன் இவ்வளவு மோசமானதாக உள்ளது?', 'முதலில் எனக்கு ஏன் இவ்வளவு இன்பம்?' போன்ற இருத்தலியல் சார்ந்த சிந்தனைகளும் தேடலும் அறிவுக்கு எட்டத் தொடங்கின.

இசைக் கலைஞனாக சாதிக்க வேண்டும் என்ற லட்சிய வாழ்வுக்காகப் பெற்று வைத்திருந்த தன்னம்பிக்கையை இருத்தலியல் சிக்கலால் கொஞ்சம் கொஞ்சமாக இழந்தேன். ஊரடங்கு முடிந்து வாழ்க்கை ஓரளவு இயல்பு நிலைக்குத் திரும்பியது. மீண்டும் இசைப்பள்ளிக்கு சென்றதைத் தவிர்த்து என் வாழ்வில் எதுவும் புதிதாய் நிகழவில்லை. தத்துவம் சார்ந்த சிந்தைகளின்றி சராசரியாக நிம்மதியாக இருந்தேன்.

அந்நாட்களில் உணர்ந்த அர்த்தமின்மையையும், நோக்கமின்மையையும் இப்போது உலகமே இயல்புநிலைக்குத் திரும்பிவிட்ட போதும் உணரத் தொடங்குகிறேன். ஒவ்வொரு முறை சுய இன்பம் செய்த பிறகும் இந்த சிக்கல் தலைதூக்கிவிடுகிறது. ஆரம்பகாலத்தில் உணர்ந்த இன்பத்தைவிட மடில்டாவின் காணொளி மூலம் கிடைக்கும் இன்பம் சிறு துளிதான். ஆனால் எனக்கு இது சாக்லேட்டை விரும்பும் குழந்தையைப் போல இன்னும் இன்னும் தேவைப்படுகிறது. காமத்தின் தழல் எரிமலைப் பிழம்பு போல அணையாமல் எரிந்துகொண்டே இருக்கிறது. சில நேரங்களில் 'மடில்டா' என்ற பெயரைக் கேட்டதுமே விறைத்துக்கொள்கிறது. இன்று ஒரே நாளில் ஐந்தாவது முறையாக சுய இன்பம் செய்துவிட்டேன் என்றால் நம்புவீர்களா? பழுத்த வாழைப்பழம் போல தளர்ந்திருக்கும் எனது குறியை காணும்போதெல்லாம் எனக்கே வெறுப்பாக இருக்கிறது. சுய இன்பம் காமக் காய்ச்சலுக்கான சிறு மாத்திரையாக மாறிவிட்டது; மிக எளிதாக கிடைக்கக்கூடியது. அதைத் தாண்டி வேறொன்றுமில்லை. கண்கள் இழுக்கத் தொடங்கின. நாளை குறித்த திட்டமிடுதலின்றி உறக்கத்திற்கு தயாரானேன். கைப்பேசி ஒலிக்கும் சப்தம் கேட்டது. அரைத் தூக்கத்தில் கைகளால் துழாவி எடுத்துப் பார்த்தேன். மானசியின் புகைப்படம் இருந்தது. போனை அப்படியே அழுத்திவிட்டு தூங்கினேன்.

***

அ

"வுடு மாமே, பொண்ணுங்களுக்காக சண்ட போட்ற தில்லுதான் உன் வருங்காலப் பொண்டாட்டிக்கு உன்னாண்ட இருக்கிற பாதுகாப்பே" என்றான் ஆரோக்கியதாஸ்.

அன்று மாலை பச்சையப்பன் கல்லூரி மாணவர்கள், வளாகத்திலிருந்து வெளியே வந்துகொண்டிருந்தனர். கல்லூரியிலிருந்து வெளியே வந்தவர்கள் என்னவோ ஒருநூறு மாணவர்கள்தான். ஆனால் ஆயிரக்கணக்கான இள ரத்தங்கள் எட்டுத்திசையிலிருந்து ஷெனாய் நகரில் ஒன்றுகூடும். விடுமுறை நாட்களைத் தவிர்த்து எல்லா மாலை நேரங்களிலும் ஷெனாய் நகரே களைகட்டும். மதிய நேரம் வரை காலியாக வந்துகொண்டிருக்கும் பேருந்து, மாலை நான்கரை மணிக்கு மேல் ஜனத்திரளால் நிரம்பி வழியும். பேருந்தில் மோதிர விரல்களால் மாணவர்கள் தட்டும் மேளச்சத்தம் காதைக் கிழிக்கும். புத்தகம், எக்ஸாம் பேட், ஜியோமெட்ரி பாக்ஸ் எனக் கையில் கிடைக்கும் அனைத்துமே அவர்களுக்கு வாத்தியம்தான். 'வந்தனம் வந்தனம் வந்த சனம் குந்தனும்...' என்று கானா சரவணன் பாட ஆரம்பித்தால் போதும். கானா இசை ஒரு தொற்றுநோயைப் போல அனைவரிடத்திலும் ஒட்டிக்கொள்ளும். கல்லூரியின் காம்பௌண்ட் சுவரின் மீது நீண்ட வரிசையில் மாணவர்கள் ஏறி அமர்ந்திருக்கும் காட்சி, இடம்பெயர்வதற்காக வானில் பறவைகள் ஒன்றுகூடி பறப்பது போல் இருக்கும்.

ஷெனாய் நகர் பேருந்து நிறுத்தத்தில் நிற்கவே இடமில்லாத அளவுக்கு மாணவர்களின் கூட்டம் குவிந்திருக்கும். பிற கல்லூரி மாணவர்களுக்கு அங்கு அனுமதி இல்லை. ஒருமுறை பச்சையப்பன் கல்லூரி மாணவி லட்சுமியை ரூட் விடுவதற்காக வைஷ்ணவ கல்லூரி மாணவன் ஒருவன் தனது நண்பர்கள்

சிலருடன் ஷெனாய் நகருக்கு வந்திருந்தான். இந்த விஷயம் 15B பேருந்துக்கு ரூட்டு தலையாக இருந்த லோகுவின் காதுக்கு எட்டியது. லோகு சரியான முன்கோபி; ஆர்வக்கோளாறு. விசாரிப்பதற்கு முன்பே வைஷ்ணவ கல்லூரி மாணவன் ஒருவனை அடித்துவிட்டான். இது வைஷ்ணவ கல்லூரியைச் சேர்ந்த 27C பேருந்து ரூட்டு தல வரை சென்றுவிட்டது. அடுத்த ஒரு வாரத்தில் இந்த சண்டை மலை போல் பெரிதாக வளர்ந்து குழுப் போராக மாறியது.

"லோகுண்ணா. 27C ரூட்டு தல ஆளுங்களை கூட்டி வந்துனு இருக்கான். நூறு பேருக்கு மேல இருப்பானுங்க போல" என்று பச்சையப்பன் கல்லூரியின் முதலாமாண்டு மாணவன் ஓடோடி வந்து மூச்சிரைக்கச் சொன்னான்.

"தெவுடியா புள்ளிங்கோ. ஓத்தா பிரச்சனையை வளர்க்கிறத்துக்குன்னே வரதுங்கோ. டேய், அடுத்த பத்து நிமிஷத்துல பச்சையப்பாஸ் ஆர்ட்ஸ் பசங்களாம் இங்கே இருக்கணும்" என்று பரபரப்பாக அறிவித்தான் லோகு.

கலை மாணவர்களின் மத்தியில் லோகு பிரபலம் என்பதால் அவனின் குரலுக்கு மவுசு இருந்தது. அது மட்டுமில்லாமல் ரூட்டு தல அழைத்துவிட்டால் மாணவர்கள் போய்த்தான் ஆக வேண்டும். லோகுவின் அழைப்பை ஏற்று பத்தே நிமிடங்களில் கட்டைகளுடனும் கையில் கிடைத்த மரக்கிளை கொம்புகளுடனும் மாணவர்கள் கூடியிருந்தனர். லோகுவின் பின்னால் சுமார் இருநூற்று ஐம்பது பேர் ஆயுதங்களுடன் நின்றிருந்தனர்.

"டேய் அந்த லவடேகபால் வந்துனு இருக்கான். யாரையும் வுடாதீங்க. ங்கோத்த பேன்ட் போட்டிருந்தாலே அடிங்கடா. இனி வைஷ்ணவ் காலேஜ் பசங்க ஷெனாய் நகர் பக்கம் காலடி எடுத்து வைக்கவே பயப்படணும். புரிதா? பச்சையப்பாஸுக்கு..." என்று லோகு சொல்லி முடிக்க, ஒட்டுமொத்த கூட்டமே "ஜே..." என்று ஷெனாய் நகரே அதிர கோஷமிட்டது.

அதே வெறியுடன் பச்சையப்பன் கல்லூரி மாணவர்கள் அந்த குழுப்போரை வென்றெடுத்தனர். அன்றிலிருந்து வைஷ்ணவக் கல்லூரி மாணவர்களின் சத்தம் ஒட்டுமொத்தமாக அடங்கிவிட்டது.

“பச்சையப்பாஸுக்கு... ஜே.”

இளமையின் துள்ளல் ஷெனாய் நகரில் மட்டுமல்லாமல் அரும்பாக்கத்தில் தொடங்கி, பாரிமுனை வரை நீளும். சமயங்களில் வண்ணாரப்பேட்டை பகுதிகளில்கூட இவர்களது குரல் ஓங்கி ஒலிக்கும். இதே போன்ற ஒரு குழுப் போர், லோகு தலைமையில் பழைய வண்ணாரப்பேட்டையில் தியாகராஜா கல்லூரி மாணவர்களுடன் நடந்தது. பெரும்பாலான சண்டைகளுக்குத் தொடக்கப்புள்ளியாக இருப்பது பெண்தான். அவளின் பங்கு இதில் ஒன்றுமே இருக்காது என்றாலும், வன்முறைக்குப் பெண்ணின் இருப்பு மட்டுமே காரணமாய் இருக்கும்.

பச்சையப்பன் கல்லூரி மாணவர்கள் பெரும்பாலும் மூன்று வகையாக பொழுதுபோக்குவார்கள். முதலாவது, சினிமா பார்ப்பது. காலை பத்து மணிக்கு கல்லூரிக்கு வந்து முதல் மூன்று பீரியட் மட்டுமே வகுப்பறையில் இருப்பார்கள். அதன்பிறகு பன்னிரண்டு மணி காட்சிக்குச் சென்றுவிடுவார்கள். பார்த்த படத்தையே தினமும் பார்ப்பதற்கு இவர்கள் கொஞ்சமும் சலித்துக்கொள்ள மாட்டார்கள். ரஜினி, கமல், விஜயகாந்த் ரசிகர்களுக்கு இடையே அப்போது அடிக்கடி வாய்த்தகராறு நடக்கும். ஒருமுறை ‘தளபதி’யும் ‘குணா’வும் ஒரே நாளில் வெளியானது. அபிராமி திரையரங்கம் திருவிழாக்கோலமாக இருந்தது. பச்சையப்பன் கல்லூரி செகரட்ரியாக இருந்த சம்பத் தீவிர கமல் ரசிகன். ‘குணா’ படத்திற்காக எட்டு அடி உயரத்தில் மூங்கில் கொம்பால் செய்யப்பட்ட ஸ்டாரை அபிராமி திரையரங்க வாசலில் வைத்தான். அவன் ‘சகலகலா வல்லவன்’ கமல் ரசிகர் மன்றத்தின் தலைவனாக இருந்ததால் இந்த ஸ்டாரின் மொத்த செலவையும் அவனே ஏற்றுக்கொண்டான். ஸ்டாரிலுள்ள கமல் படத்திற்கு சம்பத் பால் அபிஷேகம் செய்தான். அப்போது புரசைவாக்கம் சாலையில் மாட்டு வண்டிகளில் ஒரு பெரும்படை வருவதைக் கண்டான். “எங்கள் தலைவர் சூப்பர் ஸ்டார் ரஜினிகாந்த்... வாழ்க” என்ற கோஷத்துடான் ரஜினி ரசிகர்கள் வந்துகொண்டிருந்தனர். அபிராமி திரையரங்க கட்டடத்தைவிட உயரமான ஸ்டாரை ‘தளபதி’ படத்திற்காக ‘படிக்காதவன்’ ரஜினி ரசிகர் மன்றம் கொண்டு வந்திருந்தது. அவர்கள் வைத்த ஸ்டார் சுமார் இருபத்து நான்கு அடி இருக்கும். அப்போது ரஜினி ரசிகர்

மன்றம், சம்பத் குழுவைக் கண்டு ஏளனமாக சிரித்தது. சம்பத் வைத்த ஸ்டாரை கூட்டத்தில் ஒரு ரஜினி ரசிகன் உடைத்தெறிந்து வீசினான். அப்போது இரு குழுக்களுக்கும் சண்டை வந்ததில் சம்பத்தின் மூக்கு உடைந்தது. இரு படங்களுக்கு இடையேயான போட்டியில் 'தளபதி' வென்றுவிட்டது. இது சம்பத்தின் அகங்காரத்தை சீண்டியது. இதெற்கெல்லாம் தக்க சமயம் பார்த்து காத்துக்கொண்டிருந்தான். அடுத்த ஆண்டே 'தேவர் மகன்' வெளியானது. அப்படத்துடன் ரஜினியின் 'பாண்டியன்' வெளியாகி தோற்றுப்போனதால் கடந்த முறை ரஜினி ரசிகர்கள் செய்த அனைத்து அட்டூழியங்களையும் சம்பத் செய்தான்.

இரண்டாவது பொழுதுபோக்கு, போதை. கஞ்சா, சுருட்டு, சாராயம் போன்ற போதை வஸ்துக்களுக்கு லோகு அடிமையாய் இருந்தான். அவனைச் சுற்றி இருந்த கூட்டத்தையே போதை வஸ்துக்களில் மூழ்க வைத்தான். அமைந்தகரையில் புவனா என்ற ஒரு கிழவி தன் குடிசை வீட்டின் முன்பு பன்றி, மாடு, கோழி வளர்த்துக்கொண்டிருந்தாள். வீட்டினுள் யாருக்கும் தெரியாமல் சாராயம் காய்ச்சுவாள். அவளுடைய குடிசையில்தான் லோகு குழுவினர் கஞ்சா, சாராயம் எனத் திளைத்தனர்.

"பொண்ணு கிண்ணு வேணும்னா சொல்லு ராஜா. கம்மி வெலைல முடிச்சுக் குடுக்குறேன்" என்றாள் கிழவி.

"இன்னா ஆயா, இந்த பிசினஸ்லாம் பண்ண ஆரம்பிச்சிட்டியா? பொண்ணுலாம் வேணாம். கிசா மட்டும் குடு. வலையை விரிச்சா மீன் தானா விழப்போவுது" என்றான் லோகு.

மதியத்திற்கு மேல் காய்ச்சிய சாராயத்தை விற்பதற்காக நடுவங்கரை கீழ்ப் பாலத்திற்கு சென்றுவிடுவாள் கிழவி. லோகு இளங்கலை படித்துக்கொண்டிருந்தபோது பிற கல்லூரி மாணவர்களுடன் பகையை வளர்த்துக்கொள்ள வேண்டாம் என்பதற்காக நடுவங்கரை வரை செல்ல மாட்டான். ஆனால் வைஷ்ணவக் கல்லூரி மாணவர்களுடனான குழுப் போரை வென்ற பிறகு நடுவங்கரை சென்று சாராயம் வாங்கினான். வைஷ்ணவக் கல்லூரி மாணவர்களை சீண்டுவதற்காக அவர்களின் கண் முன்பே லோகுவின் குழு கஞ்சா இழுத்து, சாராயம் அருந்தினர்.

பெண்களை சைட் அடிப்பதும் காதலிப்பதும் பாதிக்கும் மேற்பட்ட மாணவர்களின் பொழுதுபோக்காக இருந்தது. சினிமா பார்ப்பதற்கும், சாராயம் அருந்துவதற்கும் பணம் வேண்டும். பெண்களை ரசிப்பதற்குக் கண்கள் போதாதா! இவர்களில் பெரும்பாலானோர் பெண்களை ரசிப்பதோடு நிறுத்திக்கொள்ளாமல் அவர்களுக்கு மதிப்பெண் போடுவது, சீண்டுவது, கேலி செய்வது எனப் பெண்களின் கவனத்தை ஈர்க்க முயல்வார்கள். கல்லூரி நேரம் முடிந்ததும் மாலை அமைந்தகரை, எழும்பூர், அரும்பாக்கம், சேத்துப்பட்டு என சைட் அடிப்பதற்காகவே பச்சையப்பன் மாணவர்கள் படையெடுத்து செல்வார்கள்.

“ஏண்டா, டாவடிக்க சேத்பட் வரை போவீங்களா? ஏன், தோ இருக்குற அம்ஜிக்கரை ஸ்கூல் பொண்ணுங்களைப் பார்த்தா ஆவாதா?” என்று முதலாமாண்டு மாணவர்களிடம் லோகு கேட்பான்.

“என்ன இருந்தாலும் சேவா சதன் ஸ்கூல் பொண்ணுங்க மாதிரி வருமா லோகுண்ணா. நெத்தில பொட்டு இல்லாத கிறிஸ்தவ அழகு. அந்த வெள்ளை - லாவண்டர் யூனிஃபார்ம். மண்ணில் வாழும் தேவதைங்கண்ணா அவங்கலாம்” என்பார்கள்.

“அட போங்கடா, வெறும் பார்க்கத்தாண்டா லாயுக்கு நீங்கள்லாம். சேவா சதன் பொண்ணுங்கள்லாம் ஒன்னுத்துக்கும் மடியாதுங்க” என்றான் லோகு.

“அப்போ எந்த ஸ்கூல் பொண்ணுங்க மடியும்னு சொல்லுங்க, அங்கேயும் ஒரு எட்டு பார்த்துட்டு வரோம்” என கூட்டத்தில் ஒரு முதலாமாண்டு மாணவன் விளையாட்டாக கேட்க, மொத்த கூட்டமும் வெடித்துச் சிரித்தார்கள்.

“நம்ம ப்ரெசிடென்சி ஸ்கூல் இருக்கு இல்லையா, எக்மோர்ல. நேரா அங்க போயிடு” என்று அதற்கும் பதிலளித்தான் லோகு.

“அட போங்கண்ணா. அதுங்களும் அதுங்க யூனிஃபார்மும். செகப்பு கலரு ஜிங்கிச்சான், சந்தன கலரு ஜிங்கிச்சான்னு மினுக்கிட்டு கெடப்பாளுங்க.”

“யூனிஃபார்மாடா முக்கியம். யூனிஃபார்முக்குள்ள இருக்குதே ஒன்னு. அதுதாண்டா முக்கியம்” என்று லோகு அமைதியான

குரலில் சொல்ல, மொத்த பேரும் “ஓஹொ...” என கோஷம் போட்டனர்.

இந்த மூன்று விதமான பொழுதுபோக்கிற்குள்ளும் அடங்காமல் ஒரு குழு இருந்தது. ஆரோக்கிய தாஸ் - பிரதாப் தலைமையிலான லட்சியக் குழு. அவர்கள் போதை வஸ்துக்களால் ஆட்கொள்ளப்படாதவர்கள். அனுதினமும் சினிமா பார்க்காதவர்கள். தாஸ் - பிரதாப் குழு கல்லூரி தகராறில் பங்கெடுத்துக்கொள்வதில்லை. இளங்கலை படிக்கும்போதே இதுபோன்ற சண்டைகள் அவர்களுக்கு சலித்துவிட்டன. பெண்களுக்காக சண்டை போட்டுக்கொண்டதை எண்ணி அவ்வப்போது பிரதாப் வெட்கிச் சிரிப்பான். அப்போது ஆரோக்கியதாஸ் சொல்வான் : “வுடு மாமே, பெண்ணுங்களுக்காக சண்ட போட்ற தில்லுதான் உன் வருங்காலப் பொண்டாட்டிக்கு உன்னாண்ட இருக்கிற பாதுகாப்பே.”

“அது சரி. லட்சுமி இன்னைக்கு மஞ்ச கலர் சுடிதார் போட்டிருந்தா. கவனிச்சியா” என ஆரோக்கிய தாஸை சீண்டும் வகையில் சொன்னான் பிரதாப்.

“எவ என்ன கலர் ட்ரெஸ் போட்டிருந்தா எனக்கென்னப்பா. நான் லைப்ரரி போகணும். படிக்கிற புள்ளைய கெடுக்காதீங்க” என்றான் தாஸ்.

“இன்னாது எவளோவா? சார், அந்தம்மா உங்க மேல் கண்ணு வுட்றது ஊருக்கே தெரியும். எவளோவாமே.”

“பிரதாப்பே, ஏதோ அந்தம்மா மட்டும்தான் இவரை பார்க்கிற மாதிரி சொல்ற. நம்மாளும்தான் ரூட் வுட்டுனு இருக்காரு” என்று குழுவிலிருக்கும் ஒருவன் சொன்னான்.

“ஒத்தா ஒடனே ஓலு உட ஆரம்பிச்சிருவீங்களே காதுக்குள்ள. போய் படிக்கிற வழியப்பாருங்கடா. எவன் எவளை வெச்சிருக்காங்கிறதுலயே இருக்காதீங்க” என்று நகைத்துவிட்டு, அவர்களின் கிண்டல்களிலிருந்து அவசரமாக நழுவி நூலகத்துக்குச் சென்றான் ஆரோக்கிய தாஸ்.

சுற்றுவட்டாரத்தில் அழகாக இருக்கும் எல்லாப் பெண்களின் விவரங்களையும் பிரதாப் குழுவினர் அறிந்திருந்தனர். அமைந்தகரை அரசுப் பள்ளியில் படிக்கும் பெண் ஒருத்தி,

பேருந்தில் ஷெனாய் நகரைக் கடக்கும்போதெல்லாம் பிரதாப்பைப் பார்த்துக் கண்ணடிப்பாள். ஒருமுறை அவள் வந்த பேருந்தில் பிரதாப்பும் ஏறினான். ஜனம் நிரம்பியிருந்ததால் அவர்களுக்கு உட்காரக்கூட இடம் கிடைக்கவில்லை. காற்றுக்குகூட வழிவிடாமல் மிக நெருங்கியிருந்த இருவரும் ஒருவரையொருவர் தேகத்தால் அறிந்துகொள்ளத் தொடங்கியது அப்போதுதான். கூட்டத்துக்கு மத்தியிலும் இயல்பாக தொட்டுக்கொள்ளும்போதுதான், அந்தரங்கம் யாருமற்ற வெளியில் மட்டுமல்ல; அளவுக்கு மீறிய ஜனக்கூட்டமுள்ள இடங்களிலும் இருக்கிறது என்பதை பிரதாப் அறிந்தான். அவளின் கனிகளை தன் கைகளில் ஏந்திப் பார்த்த அந்த அழகிய தருணத்திற்குப் பிறகு பிரதாப்புக்கு அவளைப் பிடிக்காமல் போய்விட்டது.

"ஏன் என்னாச்சு?" என இதுகுறித்து கேட்டான் தாஸ்.

"அவ்வளவுதானே தாஸு. இதுக்கு மேல என்ன இருக்கு?" என்று நக்கலாக பதில் சொன்னான் பிரதாப்.

"டேய், உண்மைய சொல்லு. மத்தவன் இதை சொன்னா பரவால்ல. நீ அப்படிப்பட்ட ஆள் இல்லையே."

"நான் அப்படிப்பட்ட ஆள் இல்லதான். அதானே இப்போ சிக்கல். அவ ஆள் நல்லா தளுக்கா இருக்கா தாஸே. ஆனா எனக்கு வெறும் ஒடம்புதான் வேலை செய்யுது. மனசுல ஏறி ஒன்னும் பண்ண மாட்றாளே."

"ராசா, ஒடம்பு சொல்றத கேளு. மனசுன்னு ஒன்னு கெடையவே கெடையாது."

"இல்ல மாமே, இவ அழகுக்கு குறையில்லதான். ஆனா எவ்ளோ நாள் இருந்திட போகுது இந்த அழகெல்லாம். என் பேரு கூட தெரியாதுடா அவளுக்கு. பஸ்ல அவ காயைப் புடிச்சு கசக்குறேன், அவளுக்கு கண்ணெல்லாம் அப்டே சொக்குது. நான் ஒன்னும் அவளைத் தொடுற மொத ஆள் மாதிரி தெரில" என்றான் பிரதாப்.

அந்தக் குழுவிலிருந்த பெரும்பாலான ஆண்கள் இப்படித்தான் இருந்தனர். ஒரு பெண்ணிடமிருந்து மிகச்சிறந்த ஆளுமைப் பண்புகளை மட்டுமே கோரினர்.

இருள் வந்ததும் அமைந்தகரையில் உள்ள தொடக்கக்கல்வி அரசுப் பள்ளி மைதானத்தில் ஒவ்வொரு பின்மாலையும் பிரதாப் குழுவினர் அட்டி போடுவார்கள். கபடியும் கால்பந்தும்தான் இவர்களின் விருப்பமான ஆட்டம். ஆண்மையைச் சோதிக்கும் ஆட்டம் கபடி; வலுவைச் சோதிக்கும் ஆட்டம் கால்பந்து. அவர்கள் விளையாட்டை உயிராய் நேசித்தார்கள். உடலிலிருந்து வியர்வை வழியாமல் ஒருநாள் கழிந்தால்கூட குற்றவுணர்வால் செத்தே போவார்கள்.

ஞாயிற்றுக்கிழமை அதிகாலைகளில் அமைந்தகரை ஏரியில் மீன் பிடிக்கப் போவார்கள். ஏரியை எட்டிப் பார்த்தால் மீன்கள் கண்களுக்குப் புலப்படும். பெரிய வலைகளை விரித்து, ஏரியின் இரு புறங்களிலிருந்தும் இரண்டு பேர், ஆழத்திலிருக்கும் மீன்களைத் தொந்தரவு செய்தபடி உள்நீச்சல் போடுவார்கள். மீன்கள் தானாக வலையில் சிக்கும். அதை ஆளாளுக்குப் பகிர்ந்து மதிய உணவாக சமைத்து சாப்பிடுவார்கள். அந்த ஏரியிலேயே அவர்கள் குளிப்பதுமுண்டு. ஒருமுறை பிரதாப் ஆழமான பகுதிக்குச் சென்றுவிட்டான். நீச்சல் அறியாமல் கைகளை மேலே உயர்த்தி தத்தளித்தபோது நண்பர்கள் கூச்சல் போட்டனர். நீச்சல் தெரிந்தவர்கள் அவனைக் காப்பாற்ற முயன்றனர். இவர்களின் சத்தத்தைக் கேட்டு மேலே நடைபாதையில் கூட்டம் கூடிவிட்டது. பிரதாப், நண்பர்களின் உதவியின்றி அவனாகவே நீந்த முயன்று ஆழமற்ற பகுதிக்கு வந்து சேர்ந்ததும் கூட்டம் கலைந்துபோனது. "டேய், உனக்குத்தான் நீச்சல் தெரியாதே? எப்டி வந்த?" என்று ஒருவன் கேட்க, "உயிர் பயம் வந்தா எல்லாம் தானா வரும்" என்றான் மற்றொருவன்.

"யோவ் கர்ணா, உன் மகன் செத்திருப்பான். அம்ஜிகர ஏரில பசங்களோட கூத்தடிச்சிட்டிருந்தான். நீச்சல் தெரியாம தண்ணில மூழ்கி, ஜனங்க வேடிக்கை பாக்குற அளவுக்கு ஆய்டிச்சு" என்று ஒரு பெருசு போட்டுக்கொடுத்துவிட்டது. பிரதாப்பின் அப்பா அவனை தனியறையில் பூட்டிவைத்து வெளுத்து வாங்கினார். பிரதாப்பின் அலறல் என்.எஸ்.கே நகரின் இரண்டாம் தெரு முழுக்கக் கேட்டது. ஆனாலும் தனக்கே உரிய திமிருடன் அடுத்த வாரம் மீண்டும் ஏரியில் குளித்தான்.

பிரதாப் உட்பட அவனது நண்பர்கள் யாருக்குமே அப்பனிடம் உதை வாங்குவது பொருட்டே அல்ல. தகப்பனார்கள் தங்களை அடித்து வளர்த்ததால்தான் தாங்கள் வீரர்களாக வளர்ந்துள்ளதாக நம்பினார்கள்.

கோடை காலத்தில் கண்ணாடித் துண்டுகளை துகளாக்கி மாஞ்சா போடுவார்கள். முன் மாலை நேரத்தில் காற்றாடிகள் டீலுக்கு வரும். டீலில் அறுந்த காற்றாடியைப் பிடிக்க என். எஸ்.கே நகரிலிருந்து ஈகா திரையரங்கம் வரை ஓடுவார்கள். அவ்வளவு உயரத்தில் காற்றாடிகள் பறக்கும். காற்றாடி விடுவதில் ஜாம்பவான்களான சிவசங்கர், ஜெயக்குமார் அப்பகுதியில் வாழ்ந்திருக்கின்றனர். பெரும்பாலும் அவர்களது காற்றாடிகள் வானில் பறக்கும்போது கல்லூரி மாணவர்கள் யாரும் அவர்களைப் பகைத்துக்கொள்ள மாட்டார்கள்.

பிரதாப் குழுவினர் ஒவ்வொரு நாளும் உடலால் இயங்கினார்கள். அவர்கள் யாரும் எதையும் யோசிக்கவே இல்லை. யோசனையில் மூழ்கினால் காலம் நிற்கப்போகிறதா என்ன? இளமையின் மகத்துவத்தை உணர்ந்திருக்காதபோதே அவர்கள் அதனை முழுமையாகப் பயன்படுத்திக்கொண்டனர். போதாமையை அவர்கள் உணர்ந்ததே இல்லை. வாழ்க்கை நகர்ந்துகொண்டே இருந்தது. அதனுடன் ஓடிக்கொண்டே இருந்தார்கள். பாதங்கள் வலிக்கும் வரை ஓட்டம் நீண்டது.

இந்த வலிகளும் வியர்வைகளும் கொண்டாட்டங்களும் ஒரு நாளினை முழுமையாக்கி, இரவு ஒன்பது மணிக்கெல்லாம் உறக்கத்தை வரவழைத்துவிடும். அதிகாலை கூர்மையான விழிப்புடனே அவர்கள் தங்களது நாளினைத் தொடங்குவார்கள். தூக்க கலக்கத்தை அவர்கள் ஒருநாளும் உணர்ந்ததில்லை.

2

ஒன்பது மணி நேரம் உறங்கியும் காலை எழுந்துகொள்வதற்கு உடல் ஒத்துழைக்கவே இல்லை. பத்து பேர் சேர்ந்து அடித்துப் போட்ட மாதிரி தூங்கினேன். அரைத் தூக்கத்தில் அருகிலிருந்த கைப்பேசியை எடுத்தேன். எழுந்ததும் முதல் வேலையாக போனில் வந்திருந்த நோட்டிஃபிகேஷனைப் பார்த்தேன். மானசி மூன்று முறை அழைத்திருந்தாள். அதைப் பார்த்ததுமே வெடுக்கென்று முழிப்பு வந்தது. அவளுக்குத் திரும்ப அழைத்தபோது அதுவரை இருந்த சோம்பல் சுத்தமாக இல்லாமல் போனது. உடலும் உள்ளமும் அதிர்ந்து போய் தூக்கக் கலக்கத்திலிருந்து கலைந்தேன். இது சிறு சண்டைக்கான அழைப்பெனத் தெரிந்தே மானசியைக் கொஞ்சியபடி 'குட் மார்னிங்' சொன்னேன். சற்றும் இசையாத அவள், என் மீது வசைகளைப் பொழிந்து இறுக்கத்தை தீர்த்துக்கொண்டாள்.

"காலங்காத்தாலயே ஆரம்பிக்காத மானசி" என்று சலித்துக்கொண்டே சொன்னேன்.

"காலங்காத்தாலயா? மணி என்னாச்சு பார்த்தியா? அதை விடு. நேத்து முழுக்க ஒரு கால் இல்ல, டெக்ஸ்ட் இல்ல. நான் பேசாம விட்டுட்டா அப்படியே நிம்மதியா இருந்துருவ போலருக்கே" எனத் திட்டினாள்.

மானசி அப்படித்தான், தெரியப்படுத்திவிட்டு எத்தனை நாட்கள் என்னை துண்டித்துக்கொண்டாலும் காத்திருப்பின் கைகளைப் பற்றிக்கொண்டு வாழ்ந்திருப்பாள். முன்னறிவிப்பின்றி சிறு கணம் காணாமல் போனாலும், என் இருப்பு பற்றிய குழப்பங்களுக்கு ஆளாகிப்போவாள். எத்தனையோ முறை பழகிப்போன அறிந்த ஊடல்தான் என்ற அசட்டுத்தனம் ஒருபுறம் இருந்தது. ஆனால்

சமீபமாக எங்களது காதலுறவின் சுவை கசப்புகளாகவே நிறைந்திருக்கிறது.

ஒருமுறை ஈஸ்டர் தினத்தன்று தன்னை சாந்தோம் தேவாலயத்தில் சந்திக்குமாறு சொன்னாள். ஏற்கெனவே அவள் அழைத்ததன் பேரில் தேவாலயம் சென்றிருந்தேன். அந்த நாள் முழுக்க அவள் என்னுடன் நேரம் செலவிடவே இல்லை. அங்கிருந்த கோரஸ் பாடகிகளுடன் நேரம் செலவிடவே அவளுக்குச் சரியாக இருந்தது. ஆகவே ஈஸ்டர் அன்று தனியாகச் செல்ல விரும்பாமல் சிறிலைத் துணைக்கு அழைத்திருந்தேன்.

ஈஸ்டர் தினத்தின் முன் மாலையில் கல்லூரி நண்பர்களுடன் மெரினா நீச்சல்குளத்தில் ஆட்டம் போட்டேன். அங்கிருந்து குளித்துவிட்டுத் தயாராகி அப்படியே சாந்தோமுக்குப் புறப்பட்டேன். சிறில் நேராக அவன் வீட்டிலிருந்து வருவதாகச் சொன்னான். தேவாலயத்தின் வாசலில் சிறிலைப் பார்த்துவிட்டேன். இருவரும் ஒன்றாகவே தேவாலயத்துக்குள் சென்றோம். மானசி என்னைப் பார்த்து சந்தோஷப்படுவாள் என நினைத்தேன். ஆனால் அப்போது அவள் சொன்னதே வேறு.

“என்னடா ட்ராக்ஸ் போட்டுட்டு வந்திருக்க. சர்ச்சுக்கு இப்படியா வருவ? உன் ஃப்ரெண்ட் சிறில் எவ்ளோ நல்லா ட்ரெஸ் பண்ணிட்டு வந்திருக்கான். சரியான லூசுடா நீ” என்று ஏமாற்றத்துடன் சொன்னாள்.

அன்றிரவு நாங்கள் மூவரும் ஜூனியர் குப்பன்னாவில் இரவுணவு சாப்பிட்டோம். ஒரு இருக்கையில் மானசியும் அவளுக்கு எதிரில் நானும் சிறிலும் அமர்ந்து சாப்பிட்டோம். அப்போது மானசி, சிறிலிடம் பேச்சைத் தொடங்கினாள்.

“நீங்க இப்போதான் சர்ச் வரீங்களா? காலைல போகல” எனக் கேட்டாள் மானசி.

“போனேன். தோ இவன் கூப்டானேன்னு வந்தேன்” என என்னை சுட்டிக்காட்டிச் சொன்னான் சிறில். அவள் தனது புருவங்களை உயர்த்தி என்னை நோக்கினாள்.

“பின்ன என்னடி, உன்னைப் பார்க்க வந்தா நீ என்கூட டைம் ஸ்பெண்ட் பண்ணவே மாட்ட. உனக்கு நிறைய வேலை இருக்கும்” என்றேன்.

“இவன் இருக்கானே, உங்களுக்கு ஒன்னு தெரியுமா சிறில். எங்க ரிலேஷன்ஷிப்ல இவன்தான் கேர்ள்ஃப்ரெண்ட். நான்தான் பாய்ஃப்ரெண்ட்” என்று சிறிலிடம் சொல்லிச் சிரித்தாள். அதற்கு அவனும் புன்னகைத்தான். ஒரு கணம் சிறில் என்னை பரிதாபமாகப் பார்த்தது என்னை வேதனைக்குள்ளாக்கியது. மானசியை முறைத்தேன்.

காலை எழுந்ததுமே அவளுடனான கசப்பு நிறைந்த நிகழ்வுகள் ஒவ்வொன்றொன்றாக ஞாபகத்திற்கு வந்தன. ஒருநாளினை இவ்வளவு மோசமாக யாருமே தொடங்கியிருக்க மாட்டார்கள். கடிகாரத்தைப் பார்த்தேன் மணி பத்தரை.

கல்லூரியில் முதலாம் ஆண்டு மாணவர்களுக்காக ‘ஐரிஸ்’ கலை நிகழ்ச்சி அறிவிக்கப்பட்டது. ‘சோலோ இன்ஸ்ட்ருமென்டல்’ பிரிவில் நான் பங்கேற்பதற்காக பெயர் கொடுத்திருந்தேன். நிகழ்ச்சி துவங்குவதற்கு ஒரு மணி நேரம் முன்பு ஆசிரியர் ஒருவரிடம் கீபோர்டுக்கான அடாப்டரைக் கேட்டிருந்தேன். அவர் என்னை ஸ்டுடியோவில் காத்திருக்க வைத்துவிட்டு வேறு மாணவரிடம் கொடுத்தனுப்புவதாகச் சொன்னார். அந்த அடாப்டரை என்னிடம் கொடுக்க வந்தவள்தான் மானசி. அவளை முதன்முதலாகப் பார்த்த தருணம் அதுதான். அம்முகம், பேரழகியான மடில்டாவை எனக்கு நினைவுபடுத்தியது. அவளின் கூந்தலிழையின் கறுமை அடர்த்தியாகவும் நீளமாகவும் இருந்தது. அவ்வளவு எழில் மிகுந்த கூந்தலை இதுவரை கண்டதில்லை. முகத்தில் எப்போதும் அசலான புன்னகையை சுமந்திருந்தாள். அடாப்டர் பாக்ஸை என்னிடம் கொடுக்கும்போது லேசாக முறுவலிட்டாள். ஒரு க்ராட்செட் நோட் ஒலிக்கும் கணத்தைவிட மிகச்சிறியதாக இருந்தது அவளின் அந்த வருகை. அந்நாளினை ஆட்கொள்ள அதுவே போதுமானதாக இருந்தது.

‘இது காதலா?’ முட்டாள்தனம். ‘எலக்ட்ரானிக் ம்யூசிக்’ காலகட்டத்தில் வாழ்ந்துகொண்டு கண்டதும் காதலிப்பதை அபத்தமானதாக உணர்ந்தேன். அல்லது சமூக வலைதளத்தின் அரசியல் சரிநிலை கலாச்சாரத்தால் அவ்வாறு நம்ப வைக்கப்பட்டேன்.

‘ஐரிஸ்’ நிகழ்ச்சியில் மானசியும் பங்கேற்றாள். ‘சோலோ சிங்கிங்’ பிரிவில் அவளது பெயர் அறிவிக்கப்பட்டது. ஓர் இந்திப்

பாடலைப் பாடினாள். அவளது குரலின் இனிமையிலும் முழுமையிலும் கரைந்து போனேன். பொதுவாக கல்லூரி கலைநிகழ்ச்சிகளில், செயலாக்கத்தின் மூலம் மாணவர்களின் அதீத கொண்டாட்ட மனநிலை கூச்சல்களை கட்டுப்படுத்தி, அவர்களின் முழு கவனத்தையும் நம் வசம் திருப்புவதற்கெல்லாம் அசாத்தியமானதொரு திறமை வேண்டும்.

அவளது பேரற்புத குரலின் பின்னணியில் எனது ப்யானோ துளிகள் இசைக்கப்பட்டுக்கொண்டே இருக்கவேண்டும் என விரும்பினேன். தீவிர இசைக் கலைஞன் ஆனதும் புல்லாங்குழலுக்குப் பதில் நான் அவளையே தேர்ந்தெடுக்க வேண்டும் எனத் துடித்தேன். உலக மக்களை அவளது குரலின் துணையுடன் சேர்ந்த என் இசையைக் கொண்டு கிறக்கத்திலாழ்த்த கனவு கண்டேன்.

அடுத்ததாக நான் பெர்ஃபார்ம் செய்ய வேண்டியிருந்ததால் என் கற்பனையுலகிலிருந்து நிகழ்காலத்திற்கு வந்தேன். மேடையில் என் கீபோர்டை வைத்து ஒலியை சரிபார்த்துக்கொண்டேன். ஒவ்வொரு முறை இசைப்பதற்கு முன்பும் மனதை இறையருள் பாதைக்கு இட்டுச் செல்வது என் வழக்கம். எதிரில் யார் இருந்தாலும் இக்கருவி இசைக்கப்படுவது தெய்வத்திற்காக மட்டுமே. இறைமையின் மென்மயிர்கூட இல்லாத இசைக் கோர்வைகளை நான் ஒருபோதும் வாசிப்பதில்லை. நான் கடவுளாய் வணங்கும் *A* மைனர் ஸ்ருதியை வாசித்து வழிபட்டதும் எனது செயலாக்கத்தைத் தொடங்கினேன். ப்ரில்யூட் வாசிக்கையில் நிமிர்ந்து பார்த்தபோது மானசி தன் விரிந்த கண்களால் ஆர்வமாகப் பார்த்தாள். அந்த ஹாங் காங் இசையை அவள் கேட்டிருக்கிறாள் என்பது தெரிந்தது. வாசித்து முடிக்கும் வரையில் என்மீது அவள் குவித்திருந்த கவனம் சிதறவில்லை. மேடையிலிருந்து இறங்கியபோது அவளை ஒருமுறை பார்த்தேன். தன் புருவத்தை உயர்த்திக்காட்டிப் புன்னகைத்தாள். இந்த பெர்ஃபார்மென்ஸ் மூலம் எனக்குக் கிடைத்த ஒரே பாராட்டாக அதை எடுத்துக்கொண்டேன்.

அன்றைய நிகழ்வில் மானசி முதல் பரிசு பெற்றாள். அவள் பெயர் அறிவிக்கப்படும்போது சக மாணவர்களின் கைதட்டலும் விசிலும் காதைக் கிழித்தன. அன்று அவளுடனான

உரையாடலைத் தொடங்க முடியாமல் போய்விட்டது. பிறகொரு நாள் அவளே என்னிடம் வந்து பேசினாள்.

"நீங்க வாசிச்ச இசையை நான் கேட்டிருக்கேன். ஷிகெரு உமெபயஷிதானே?" எனக் கேட்டாள்.

"எப்படித் தெரியும்? ஆச்சரியமா இருக்கு. நம்மூர்ல அந்தாள நான் மட்டும்தான் கேட்டுட்டு இருக்கிறதா நினைச்சுட்டு இருந்திருக்கேன்" என்றேன்.

"எங்க அப்பாவோட சஜஷன்."

"அப்பா என்ன பண்றாரு?"

"ம்யூசிஷியன். ஒரு ம்யூசிக்கல்ஸ் நடத்துறாரு. சில பேருக்கு இசை கற்றுத் தரவும் செய்றாரு" என்றாள்.

"ஓ நைஸ்! எங்க?" என்றேன்.

"இங்கேதான் கோயம்பேட்டுல."

"கோயம்பேட்டுலேயா! அங்கே எங்கே? உங்க அப்பா பேரு என்ன?"

"வில்வா."

முதன்முறையாக மானசி எனது காதலியாகவோ அல்லது வாழ்க்கைத் துணையாகவோ வர வேண்டுமென விரும்பிய தருணம் அது. அவள்மீது எனக்கு காதலிருந்ததா, அது ஆழமானதா போன்ற கேள்விகளுக்கெல்லாம் இடங்கொடுக்கவில்லை. அரசனின் மகளை நான் துணையாக்கிக்கொள்ள வேண்டும். அவ்வளவுதான்!

அவளுக்குப் புதுப்புது இசைக் கலைஞர்களையும் இசைக் கோர்வைகளையும் அறிமுகம் செய்துகொண்டே இருந்தேன். "நீ என் அப்பா மாதிரியே இருக்க" என்றாள். ஓர் ஆணாக என் அகங்காரம் மேலோங்க வேண்டிய இடம் இது. ஆனால் ஆபாசத்தின் நிழல் என் அரக்க மனதை ஆட்கொண்டது. மானசி அருகிலிருப்பதால் அதிலிருந்து உடனடியாக என்னை துண்டித்துக்கொள்ள முடிந்தது என்றாலும் அழகான தருணத்தை முழுமையாக உணராமல் நழுவவிட்டதை எண்ணி வருந்தினேன்.

சொல்லிக்கொள்ளாமல் காதலிக்கும் இன்ப நாடகப் பகுதியில் நாங்கள் இருந்தோம். அறிந்த ஒன்றை வலுக்கட்டாயமாகத் தெரியப்படுத்தி காலத்தை வீணாக்க விரும்பவில்லை. இசையின் பெருவெளியில் கைகளைக் கோர்த்து தொலைத்துக்கொண்டோம். ஆபாச சூனியத்தை உதறிவிட்டு தேவதையின் மடியில் தலைவைத்து தூங்கி துறக்கத்தை உணர்ந்தேன். கடற்கரையில் ஆழியின் பேரலை *C* மேஜர் ஸ்ருதியானபோது, மானசியின் கைவிரல்கள் ப்யானோ கட்டைகளாயின. பிரபஞ்சத்தின் ஆணைக்கு இணங்கி அக்கடல் அமைதியானபோது, அவளது புறங்கையில் நான் பதித்த முத்தம் ஓங்கி ஒலித்துவிட்டது.

அவள் காலடியில் ஒட்டியிருந்த மணலை பொறாமையால் துடைக்கையில் தன் கண்களை இறுக மூடிக்கொண்டு உதட்டைக் கடித்துக்கொண்டாள். பெண்ணின் காமம் உடலின் விளிம்பான உள்ளங்காலிலிருந்து தொடங்குகிறது. ஆளரவமற்ற அக்கடற்கரையில் அவள் இன்பத்தால் தூண்டப்படுவதைக் கண்டதும் என் உடல் நடுங்கியது. முன்மாலை வெயில் சுட்டுக்கொண்டிருந்தாலும் குளிர்பிரதேசத்தில் வாழ்வதைப் போல பற்கள் நடுங்கின. பதட்டத்தின் கொடூரத்தால் மங்கையை மயக்கும் கலையை மேற்கொள்ளாமல் போனதை நினைத்து மோசமாக உணர்ந்தேன். மானசி என் உணர்ச்சிகளை குழந்தையை கையாள்வது போலப் பார்த்துக்கொண்டாள்.

இன்று... இந்த உறவு பல கசப்புகளைக் கண்டுவிட்ட பிறகு நிலைமையே வேறு. நான் மீண்டும் ஆபாச சூனியத்தால் இழுக்கப்பட்டேன். காதலுறவின் தேனிலவுக் காலம் என்பது ஒரு தற்காலிக மறுவாழ்வு மையம்! மானசி குழந்தையைப் போல கையாண்ட என் உணர்ச்சிகளுக்கு கோரைப்பற்கள் முளைத்தன.

நூற்றுச் சொச்சமாவது சண்டை சமாதானமடைந்த ஒன்றிரண்டு நாட்களுக்குப் பிறகு நாங்கள் ஒரு பிரபல ஆடைக்கடைக்கு சென்றிருந்தோம். அவள் துணி வாங்குவதில் மட்டும் கவனம் செலுத்தினாள். நான் அவளையே பார்த்துக்கொண்டிருந்தேன். அவளின் கவனம் என் மீது திரும்புமா என ஏங்கிக்கொண்டிருந்தேன். எனது இருப்பு குறித்த விழிப்பே இல்லாதவளின் பாவனையால் என் ஆணகங்காரம் சீண்டப்பட்டது. என் கவனத்தை அவள் மீதிருந்து பகிரங்கமாக

அகற்றினேன். சிறிது நேரத்தில் சலிக்கத் தொடங்கியதால் சமூக வலைதளங்களில் உலாவச் சென்றேன். மானசி எனக்கும் சேர்த்து சில ஆடைகள் எடுத்திருந்தாள்.

பில் கட்டிவிட்டு பார்க்கிங்கில் வண்டியை எடுக்கும்போது கேட்டாள். "ருத்ரா, நமக்குள்ள கொஞ்ச நாளா முன்ன மாதிரி இல்லைன்னு உனக்கும் தெரியுதுல."

"ஏன் மானசி என்ன பிரச்சன?"

"நடிக்கிற. இப்போ என்ன நான் முழுசா எக்ஸ்ப்ளெயின் பண்ணனுமா?"

"கமான் மானசி. ஊர் உலகத்துல நடக்காததா? எல்லாருக்கும் வரதுதானே. போர்டம். அது ஜஸ்ட் ஒரு ஃபேஸ்."

"நமக்குள்ள ஒன்னு சரி இல்லைன்னா அதை சரி பண்ணப் பாரு; நார்மலைஸ் பண்ணாத."

"லூசு, அப்படி இல்லடீ. எந்நேரமும் அட்டென்ஷன் கொடுத்துட்டே இருக்க முடியுமா? அன்றாடம்னு ஒன்னு இருக்குல! அதுக்கு வந்துதானே ஆகனும்."

"ஒருவேளை நமக்குள்ள அது நடக்காதது உனக்கு ஏதாவது...?" என்று இழுத்தாள்.

"அதுதான்னுலாம் சொல்லிட முடியாது மானசி. எனக்கு இயல்பாவே இப்போலாம் கொஞ்சம் கடுப்பாதான் இருக்கு. ஏன்னு தெரியல."

அதன்பிறகு பேச்சைத் தொடர அவள் விரும்பவில்லை. எனக்கு அவள் இந்த உரையாடலைத் தொடர வேண்டும் போல் இருந்தது. மானசியை வெல்லும் இடம் இதுதான். என்னிடம் தற்போது உள்ள ஒரே ஆயுதம் வார்த்தைகள் மட்டுமே. அதன் கூர்மையை நன்றாகத் தீட்டியபடி மானசியை வீழ்த்த விரும்பினேன். அதன்மூலம் இவ்வுறவில் என்னை மேலானவனாகக் காட்டிக்கொள்ள எத்தனித்தேன்.

மானசியின் வீட்டை அடைந்தோம். யாரும் இல்லாததாகச் சொல்லி என்னை உள்ளே அழைத்தாள். கடற்கரையிலிருந்த மனநிலைக்கு திரும்பி அவளைப் பின்தொடர்ந்தேன்.

ஒரே சமயத்தில் தேவதைகளால் முன்னிழுப்பது போலவும் அரக்கர்களால் பின்னிழுப்பது போலவும் உணர்ந்தேன். செல்லும் திசை பற்றிக் கவலைகொள்ளும் பயணியைப் போல இடையில் நின்றுகொண்டு யோசனைகளில் ஆழ்ந்தேன். இருந்தும் எனது கால்கள் மானசியின் வழித்தடங்களை பின்தொடர்ந்தன. வீட்டிற்குள் நுழைந்ததும் எதுவுமே பேசாமல் அவள் குளியலறைக்குச் சென்றாள். நான் செய்வதறியாமல் வீட்டைச் சுற்றிப் பார்த்தேன். ஹாலில் மானசியின் மிகப்பெரிய ப்ளாக் & வைட் புகைப்படம் மாட்டப்பட்டிருந்தது. பக்கத்து அறையில் அதே அளவிலான இளையராஜாவின் புகைப்படமும், அதன் கீழே பிரம்மாண்டமான ப்யானோவும் இருந்தன. அதில் எனக்குப் பிடித்த ஸ்ருதிகளை வாசித்துக்கொண்டிருந்தேன். மானசி அதற்குள் தயாராகி நானிருந்த அறைக்கு வந்தாள்.

அவள் அணிந்திருந்த ஆடை ரெட் வைன் நிறத்தில் மின்னியது. பருகத் துடித்து கைகளும் நாவும் காத்திருந்தன. அக்கணத்தின் அழகை அவளால் எக்கணத்தாலும் எட்ட முடிந்திருக்கவில்லை. இத்தனை நாட்களில் மானசி கடைப்பிடித்த நிதானத்தில் சற்றேனும் நான் கடைப்பிடித்தால்தான் அவளை வீழ்த்தியதற்கு சமமென உள்ளம் கூப்பாடு போட்டது. அவளின் பேரழகால் நிதானம் தவறி காமத்தால் பீடிக்கப்பட்டேன். என் விறைப்பைக் கண்டு புருவத்தை உயர்த்தி அசட்டுச் சிரிப்பொன்றை வெளிப்படுத்தினாள். அதில் ஏளனம் இல்லாமலில்லை. நீண்ட நாட்களாகத் திறக்கப்படாத திரையொன்றை அவள் திறக்க எத்தனிக்கும்போது எனது எண்ணங்களுக்கு கூர்மை தீட்டக்கூடாது என்பது எனக்கு நன்றாகவே தெரிந்திருந்தது. எல்லா இடங்களிலும் இசைக் கலைஞனாக செயல்படுவதை எண்ணி சுயகழிவிரக்கத்திற்கு ஆளானேன்.

அவளால் எழுதப்பட்டும் அக்கவிதைக்கு அவளே முத்தத்தின் பேரில் பிள்ளையார் சுழி போட்டாள். என் நாக்கு அவளுடன் ஊடலிட்டுக்கொண்டிருந்தாலும் கைகளை அசைவற்று வைத்திருந்ததில் மீண்டும் மங்கையை மயக்கும் கலையில் வீழ்ந்தேன்.

உலகை கைக்குள் கட்டிப்போடும் அழகொன்று எதிரில் இருந்தாலும், அது என்னை முத்தமிட்டுக்கொண்டிருந்தாலும், அதனால் எவ்வித உணர்வெழுச்சிகளுமற்று நின்றிருந்தேன்.

சொர்க்கத்தை அடைந்த பிறகும் ரேஷன் கடைக்கு செல்வதை குறித்துக் கவலைகொள்ளும் நடுத்தர குடும்பத்தலைவனை நீங்கள் என்னவென்று சொல்வீர்கள்? பொன்னை நகையாக்காமல் பூட்டியே வைத்திருப்பவனுக்கு என்ன பெயர் சூட்டலாம்?

எனக்குள் நடந்துகொண்டிருப்பதை, இல்லை இல்லை.. எதுவும் நடக்காததை மானசிக்குத் தெரியப்படுத்தினால் தன்மீது பிழையென்று அவள் நினைத்திடக்கூடுமோ? அப்படியெனில் பிழை என்மீதுதானா? அவள் என் தேகத்தைக் கொண்டாடிக்கொண்டிருந்தாள். நான் ஏதுமற்று யோசனைகளில் ஆழ்ந்து போனேன். நான் நிர்வாணமாக்கப்படக்கூடாது என்பதில் விழிப்பாக இருந்தேன். இவ்வளவுக்குப் பிறகும் நான் அவளின் தேகத்தை வருடிக்கூடப் பார்க்காததை எண்ணி வியப்புக்குள்ளானாள். இந்நேரம் அவள் எனக்கு ஏதாவது கொச்சையான பெயரைச் சூட்டியிருப்பாளோ? அவள் அதைச் சொல்லிவிடக்கூடாது; புதிய உரையாடல் எழுந்து நான் வீழ்த்தப்படக்கூடாது; அங்கிருக்கவே பிடிக்கவில்லை. மன்னித்துக்கொள் மானசி, புறப்படுகிறேன். என்மீது பிழையா உன்மீது பிழையா அல்லது பிழையின்மீதே பிழையா என்று ஆராய எனக்கு சிறிது அவகாசம் வேண்டும். போய் வருகிறேன்.

*

வெப்பம் தணிந்து பெய்த கோடை மழையில் ஊரே நனைந்து சிலிர்த்தது. நான் அறையில் படுத்து கைப்பேசியை நோண்டினேன். சாதாரண மழைக்கே உடல் சொல் பேச்சைக் கேட்கவில்லை. இச்சையுணர்வில்லாமலே எழுந்துகொண்டு உடம்பும் உள்ளமும் ஆபாசத்தைக் கேட்கின்றன.

என்னுள் இருக்கும் கலைஞனைக் கொன்றுகொண்டிருக்கிறேனோ என்ற குற்றவுணர்வு, என்னை என் இசைப்பணியில் செயல்படவிடாமல் தடுக்கிறது. அந்த செயல்பாடற்ற தன்மையால் எழும் சலிப்பு ஆபாசத் தளங்களில் மூழ்க வைக்கிறது. உலகின் எத்தனையோ இடங்களில் மழை பெய்யலாம். அங்கிருக்கும் கலைஞர்கள் இதை கச்சாவாகப் பயன்படுத்தி படைப்புகளைச் செப்பனிட்டுக்கொண்டிருப்பார்கள். நானோ கேவலம் சுய இன்பம் செய்வதற்காக தெருநாய் போல அலைகிறேன். அகம் குற்றவுணர்வில் செத்துக்கொண்டிருந்ததே தவிர புறம் ஒரு சராசரியைப் போலவே நடந்துகொண்டது. எப்படி என்னால்

ஒரே சமயத்தில் கலைஞனாகவும் பன்றியாகவும் செயல்பட முடிகிறது?

உடனடியாக ஒன்றிரண்டு முறை சுய இன்பம் செய்து தீர்த்தேன். விந்து வெளியேறும் உச்ச கணங்களில் எல்லாம் எனக்குத் தோன்றுவது ஒன்றுதான். உலகில் பணம், புகழ், அதிகாரத்தைவிட உயர்வானது வேறு எதுவுமில்லை. ஒரு தூய கலைஞனின் மனநிலைக்கு முற்றிலும் எதிரானது இந்த மனப்பான்மை. ஆனாலும் சுய இன்பம் என்னை அப்படித்தான் யோசிக்க வைக்கிறது. ஏனெனில் செக்ஸ் வெறும் அழகு சார்ந்த விஷயம் இல்லை அல்லவா! படுக்கை என்பதே ஒருவரையொருவர் வெல்ல முற்படும் போர்க்களம். பணம், புகழ், அதிகாரம் எல்லாவற்றையும்விட உயர்வானது என்பது உண்மையாகக்கூட இருக்கலாம். ஆனால் அதீத சுய இன்பத்தால் இவற்றை அடைவதற்கான உந்துதல்கூட நமக்கு இல்லாமல் போய்விடலாம்.

போர்ன்ஹப் தளத்தின் வகை தொகைகளின் பகுதிக்குச் சென்று புதிய விதங்களை தேடிப் பார்த்தேன். வானில் இடி இடித்தது. அறை அடர் இருளாக இருந்தது. புதிய நடிகை ஒருத்தி மடில்டாவைப் போலவே நல்ல உடல்வாகுடன் இருந்தாள். பார்க்க அமெரிக்கக்காரியைப் போல் சிவப்பாக இருந்தாள். மடில்டா மாநிறம்; மானசியின் நிறம். எனவே இவள் எவ்விதத்திலும் மானசியை நினைவுபடுத்த மாட்டாள் என்று நிம்மதியுடன் காணொளியில் மூழ்கினேன்.

வேலைக்குச் சென்றிருந்த கணவன் சோர்வாக வீடு திரும்பும்போது மனைவி கைப்பேசி அழைப்பில் சிரித்துப் பேசுகிறாள். கணவன் வந்ததைக் கண்டதும் அழைப்பைத் துண்டித்துவிட்டு அவனை வரவேற்கிறாள். மானசி அணிந்திருந்த ரெட் வைன் நிற ஆடையை இவளும் அணிந்திருந்தாள். இது கொஞ்சம் பிங்க் நிறத்தாலானது. விந்தும் குருதியும் சேர்ந்து உருவாகும் நிறம். மானசிக்குப் பிடித்த நிறமும் அதுவே.

கணவன் சோர்வாக இருந்தாலும் மனைவி அவனைத் தம் வசம் இழுக்கிறாள். தன் அழகில் அவன் அனைத்தையும் மறக்க வேண்டுமென எதிர்பார்க்கிறாள். கணவன் இசைந்த படியில்லை. தனக்குத்தானே விதித்துக்கொண்ட சவாலில் தோற்றுப் போனதால் அவனை சுவைப்பதைக் கடைசி

ஆயுதமாக எடுக்கிறாள். கொஞ்சம் கொஞ்சமாக அவனது ஆடை அவிழ்க்கப்படுகிறது. மனைவி ஆச்சரியமாகக் கணவனை நோக்க அவன், "வொர்க் ஸ்ட்ரெஸ், அதான் வேண்டாம்னு சொன்னேன்" என்கிறான். ஏமாற்றமடைந்த மனைவி பால்கனிக்குச் சென்றாள். அண்டை வீட்டுக்காரன் தனது காரை சுத்தம் செய்கிறான். அவனது உடல்வாகைக் கண்டு இவள் வியக்க, அவன் கேஸனோவா புன்னகையை வீசுகிறான். மெதுவாக அங்கிருந்து கீழே செல்ல முயலும்போது கணவன் என்ன செய்துகொண்டிருக்கிறானென எட்டிப் பார்த்தாள். வீடியோ கேம்ஸ் விளையாடி மன அழுத்தத்தை தீர்த்துக்கொள்கிறான் கணவன். நிம்மதியடைந்த மனைவி பக்கத்துவீட்டுக்காரனுடன் காரில் உடலுறவு கொள்கிறாள்; பிறகு படுக்கையில்; அப்புறம் நீச்சல் குளத்தில்.

இந்நேரம் மானசியும் வேறு ஒருவனைத் தேர்ந்தெடுத்திருக்கலாம். நான் அங்கிருந்து வந்த மறுகணமே அவள் வேறொருவனை அழைத்துப் புணர்ந்திருந்தாலும் ஆச்சரியப்படுவதற்கில்லை. அவனிடம் அவள் என்னைப் பற்றி ஏளனமாகப் பேசியிருக்கலாம். நான் கீழானவனாக ஆக்கப்பட்டதன் மூலம் அந்த மூன்றாம் நபரின் ஆண்மை அதிகரித்திருக்கக்கூடும். மானசி தனது பெண்மைக்குப் பசியூட்டியிருக்கக்கூடும். நான் இப்படித் தொடர்ந்து சுய இன்பம் செய்வது தெரிய வந்தால் மானசியும் அவனும் சந்தோஷப்படுவார்கள். அவர்களது அந்தரங்கவெளிக்குள் நானோ எனது இச்சைகளோ தொந்தரவாக இல்லாதவரை, நான் இப்படியே ஏமாளியாகவும் கோமாளியாகவும் நீடித்திருக்கும் வரை அவர்களின் நிஜக் களியாட்டங்கள் தடையின்றி நிகழும் அல்லவா! மானசி தனக்குத் தேவையான அனைத்தையும் என்னிடம் தீர்த்துக்கொள்வாள்; ஆனால் காமத்தை மட்டும் அவனுக்கே தருவாள். சொந்த காதலனான எனக்கு கட்டுப்பாடுகளை வகுத்திருப்பாள்; ஆனால் அவளின் அங்கங்களை தொட்டுக் கிளர்ச்சியூட்டும் அவனுக்கு அவள் எல்லாவித கட்டுப்பாடுகளையும் தளர்த்தி முழுமையாக ஒப்படைத்திருப்பாள். ஒருவேளை நாங்கள் வெளியே சென்றால்கூட அவனது சிறு குறுஞ்செய்தியின் மூலமான அழைப்பு அவளை என்னிடமிருந்து விலக வைத்துவிடும். என்னிடம் தன்னை அவனது வீட்டில் விடச் சொல்வாள். யாரென்று கேட்டால், 'உடன் படிக்கும் மாணவி'

என்று பொய் சொல்லக்கூடும். அவளைத் திரும்ப அழைத்துச் செல்வதற்காக நான் மாலை முழுவதும் வீட்டு வாசலிலேயே மரத்தின் பக்கத்தில் ஒளிந்திருந்து காத்திருந்தாலும் வெளிவர மாட்டாள். அதிகாலையில் ஒரு கார் வரும். அதில் முன் சீட்டில் மானசி இருப்பாள்; ஓட்டிக்கொண்டிருப்பவனாக அவன் இருப்பான். அல்லது அந்த வீட்டின் ட்ரைவர் காரை ஓட்ட, மானசியும் அவனும் கைகளைக் கோர்த்துக்கொண்டு பின்னிருக்கையில் அமர்ந்திருக்கலாம். நானோ ஒரு பழைய டிஸ்கவர் பைக்கை வைத்திருக்கிறேன்.

இவையெல்லாம் என் சுய இன்பக் கற்பனைகளில் ஓடிக்கொண்டிருந்தன. வீழ்ச்சியின்போதும் இன்பம் காண முடியுமென்பதை முதன்முதலாக உணர்ந்தேன். காம எழுச்சி டெஸ்டாஸ்டிரோனால் வருகிறது என்பதும், அது வெற்றியின் அல்லது மகிழ்ச்சியின் உயிரியல் வெளிப்பாடு எனவும் படித்திருக்கிறேன். ஆனால் தோல்வியாளர்களுக்கு உண்டாகும் தாழ்வுமனப்பான்மையிலும்கூட பேரின்பத்தை காண முடியுமென்பதை கண்டுபிடித்த முதல் ஆள் நானாகத்தான் இருப்பேன். அன்றிலிருந்து தோல்வியடையும் கணங்களிலெல்லாம் இன்பத்தை உணரத் தொடங்கினேன். வீழும்பொழுதுகளில் செய்த சுய இன்ப போதை, வெற்றியைவிடவும் மேலானதாக இருந்தது.

நீலப்பட அடிமைத்தனம், தாழ்வுமனப்பான்மை, இயலாமை, சந்தேக உணர்வு, சலிப்பு ஆகியவற்றுடன் சேர்ந்து ஒருவனுக்கு இருத்தலியல் சிக்கலும் நேர்ந்தால் அது எவ்வளவு கொடுமையானதாக இருக்கும். இதைவிட மோசமானதாக ஒருநாளினை யாராலும் முடிக்க முடியாது.

ஆ

ஆரோக்கிய தாஸ் பார்ப்பதற்கு செம ஸ்மார்டாக இருப்பான். உடற்பயிற்சி, விளையாட்டு, இலக்கியம் என எல்லாவற்றிலும் கில்லாடி. உடற்பயிற்சிகளின்போது அவன், பிரதாப்புடன் சவால்விட்டபடி பளு தூக்குவான். பிரதாப்பை அவன் ஏளனம் செய்ததுமுண்டு. பளு தூக்கும் சமயத்தில் ஆண்களுக்கே உரிய ஏளனம் அது.

“ஹேய், இன்னாத்துக்கு இப்போ பதினஞ்சு, இருபதுன்னு கவுன்ட் அடிச்சினு இருக்கிற. உட்டா முப்பது அடிப்ப பொலகுது. வெய்ட்ட ஏத்து, எட்டு கௌன்ட்டு அடி போதும்” என்பான் ஆரோக்கிய தாஸ்.

“எதுக்கு, கைய ஒடச்சிகர்த்துக்கா?” என்றான் பிரதாப்.

“அடிங்... வெய்ட்டுக்குலாம் பயப்படுற, கொழந்த. அப்புறம் எப்போதான் ஆர்ம்ஸ் பெருசாவர்து? சொக்கா போட்டா சும்மா பெஜாரா தெரிய வேணாம். அப்போதான் நாலு ஃபிகருங்க வெட்டும். அடிச்சு கெலிக்க விடணும். தோ பாரு, உள்ளே தச கிழியணும்” என்றான் ஆரோக்கிய தாஸ்.

உடல் வலிமைக்கான வேட்கையில் ஆரோக்கிய தாஸ் வழிகாட்டியாக இருந்தான். எக்காலத்திலும் ஆண் இனம் தனக்குண்டான பலம், பொறுமை, அறிவு, நேர்த்தி, அழகு ஆகியவற்றிலிருந்து விலகிவிடக்கூடாது என நண்பர்களிடம் சொல்லிக்கொண்டே இருப்பான்.

உடல் பலத்துக்குக் கடும்பயிற்சி எனில், உள்ளத்தின் எழிலுக்கு இலக்கியத்தைப் பரிந்துரைப்பான். பச்சையப்பன் கல்லூரி மாணவர்களுக்கு முதன்முதலில் ஹெமிங்வேவை அறிமுகம் செய்தது ஆரோக்கிய தாஸ்தான். கல்லூரி நூலகத்தில் அவன்

தேர்ந்தெடுக்கும் புத்தகங்கள் பெரும்பாலும் மேற்கத்திய எழுத்தின் தமிழ் மொழிபெயர்ப்புகளாகவே இருந்தன.

அழகு என்பது பிறப்பால் கிடைத்த முகமல்ல; அது ஒரு பராமரிப்பு. எவ்விதமான முக அமைப்புடன், எந்த நிறத்திலிருந்தாலும் அவற்றைப் பொருட்படுத்தாமல், தன்னை எப்படிப் பராமரிக்கிறான் என்பதையே ஆண்களின் அழகாகக் கருதினான் தாஸ். தூய பராமரிப்பு முறையில் உட்படுத்திக்கொள்வோரைப் பார்த்தவுடன் எளிதில் கண்டுபிடித்துவிடுவான்.

பச்சையப்பன் கல்லூரிக்குள் நுழைந்தால் சாலையின் இரு பக்கங்களிலும் வரிசையாக அசோக மரங்கள் இருக்கும். அங்கு இனிய தென்றலுக்கும் பச்சைக் கிளிகளின் கூவல் தாலாட்டுக்கும் பஞ்சமே இருக்காது. மதிய உணவை சாப்பிட்டுவிட்டு கண்ணயர்ந்தால் அப்படி ஒரு துயிலுக்குள் ஆழ்ந்துவிடுவோம். காலைகளிலும் மாலைகளிலும் மாணவர்கள் பல குழுக்களாகப் பிரிந்து அசோக மரங்களின் அடியில் அட்டி போடுவார்கள். கல்லூரிக்குள் நுழைந்து அரை கிலோமீட்டர் தூரம் சென்றால் மத்தியில் ஒரு சதுர வடிவிலான சிறிய குளம் ஒன்று இருக்கும். பிரதாப் - தாஸ் ஒன்று கூடும் இடம் அது. அந்தக் குளத்தில் நிறைய குட்டி மீன்கள் இருக்கும். அமைந்தகரை ஏரியில் மீன்பிடிக்க ஆர்வம் காட்டும் இவர்களின் குழுவுக்கு, இந்த சிறிய குளத்திலுள்ள குட்டி மீன்களைப் பிடிக்க மனதே வராது.

"பிரதாப்பே, டிஃபன் பாக்ஸ் எடுத்து இதுங்களுக்குக் கொஞ்சம் சோறு போடு" என்றான் ஆரோக்கிய தாஸ்.

ஒரு கையளவு சாதம் போட்டாலே மொத்த மீன் கூட்டமும் வந்து அவற்றைக் கவ்வ முயலும். இதைக் காண்பதில் அவனுக்கு உள்ளூர ஓர் இன்பம். ஒவ்வொரு மதிய உணவு பொழுதிலும் ஒன்றிரண்டு கைப்பிடி அளவு சாதத்தை குளத்திலுள்ள மீன்களுக்குப் போடுவான்.

ஒருமுறை கலைப்பிரிவுக்கும் அறிவியல் பிரிவுக்கும் இடையே கல்லூரி அளவிலான கால்பந்து போட்டி நடைபெற்றது. கலைப்பிரிவிலிருந்து பிரதாப் - தாஸ் குழு நண்பர்கள் மொத்தப் பேரும் களமிறங்கினர். அவர்கள் அளவுக்கு கால்பந்தில் தேர்ந்த ஆட்டக்காரர்கள் இந்தக் கல்லூரியிலேயே இல்லை. அறிவியல்

பிரிவிலிருந்து சம்பத் தலைமையில் ஒரு அணி இறங்கியது. அந்த அணியில் சம்பத், யுவராஜ் மற்றும் ஒரு சிலரைத் தவிர்த்து யாரும் சிறந்த வீரர்கள் இல்லை. உடலைக்கூடப் பேணாதவர்களை வைத்தே சம்பத் களமிறங்கினான்.

ஆட்டத்தின்போது தாஸ் அணியின் கோல்கீப்பருக்கும் சம்பத் அணியின் ஃபார்வேர்ட் வீரனுக்கும் அரசல்புரசலான அளவில் சண்டை தொடங்கியது. கார்னர் கிக் அடிக்கும்போது இருவரது தலையும் முட்டிக்கொண்டதால் உருவான அற்ப சண்டை.

“வேணும்னே இடிக்கிற வேலைலாம் வேணாம்” என ஃபார்வேர்ட் வீரன் வார்த்தைகளை உதிர்த்துவிட்டு ஆட்டத்திற்குத் திரும்பினான்.

“வேணும்னே இடிக்கிறாங்களா? அந்த தொப்பையை குலுக்கிட்டு அங்கேயும் இங்கேயும் ஓடுறதுக்கே உனக்கு சரியா இருக்கும். இதுல இவரு கோல் போட்டுடுவாருன்னு பயந்து வேணும்னே இடிக்க வேற செய்யுறாங்க” என அவசரத்தில் சத்தமாக வார்த்தையை விட்டான் கலைப்பிரிவு அணியின் கோல் கீப்பர். உடனே அவனிடம் இரு ஃபார்வேர்ட் வீரர்கள் வாய்த்தகராறுக்குச் சென்றனர்.

கோல் கீப்பர் சம்பத்தைப் பார்த்து, “சம்பத்தே, இந்த குண்டுக்கூதியானை சும்மா இருக்க சொல்லு. இவனுங்ககூடலாம் வெளாடுறதே அசிங்கம். இதுல சண்டைக்கு வேற வராணுங்க” எனக் கூறினான். சம்பத் இந்த தகராறில் பங்கெடுத்ததால் ஆட்டம் தற்காலிகமாக நிறுத்தி வைக்கப்பட்டது. உடனே ஆரோக்கிய தாஸ் சண்டையை முடித்து வைக்கச் சென்றான்.

“சம்பத்தே, வுடு. பசங்க ஏதோ வாய் உட்டானுங்க. பெருசு பண்ண வேண்டாம். கேமை முடிக்கலாம்” என தாஸ் சமாதானம் பேசியதும், ஆட்டம் மீண்டும் தொடங்கியது. அரைமணி நேரம் நடந்த அந்த ஆட்டத்தை 2 - 1 என்ற கோல் கணக்கில் தாஸ் அணி வென்றது. ஆட்டம் முடிந்ததும் குளத்தருகில் எல்லோரும் ஒன்று கூடி, நடந்த சண்டையைப் பற்றிப் பேசினார்கள்.

“ஏண்டா, அவனுங்கள்லாம் ஒரு ப்ளேயரு. அவனுங்களாண்ட நீ இன்னாத்துக்குடா மொறச்சிகிட்டு நிக்குற?” என கோல் கீப்பர் மீது ஆரோக்கிய தாஸ் கோபப்பட்டான்.

“அவன்தான் தாஸே பெரிய மயிரு மாதிரி பேசுனான். ஓத்தா ஆளும் அவன் குரலும். அந்தப் பொட்டை பேசுறதுக்குலாம் சும்மா இருந்தா நம்ம கெத்து இன்னாத்துக்கு ஆவுறது” என்றான் கோல் கீப்பர்.

“இப்போ அது பிரச்சனை இல்லடா. அவனுங்க குண்டனுங்களோ நோஞ்சானுங்களோ. மைதானம்னு வந்துட்டா எல்லாரும் சரி சமம். வெளில அவங்களைப் பத்தி என்ன அபிப்பிராயம் வேணா உனக்கு இருக்கலாம். எனக்கே அவனுங்களை மாதிரிலாம் இருந்தா ஆவாது. ஆனா தைரியமா களத்துல வந்து ஆடுறானுங்கல்ல. அங்க அவங்கள அப்படி நீ பேசியிருக்கக்கூடாது.”

“சரி தாஸே, இனி அவங்களை அப்படிக் கிண்டல் பண்ணல. போதுமா?” என அகங்காரம் சீண்டப்பட்டு மன்னிப்பு கேட்டான் அந்த கோல் கீப்பர்.

“அவனுங்களாண்ட மட்டுமில்ல. எவங்கிட்டேயும் க்ரௌண்ட்ல முறுக்கிட்டு நிக்காத. முதல்ல உன் ஈகோவையும் கோபத்தையும் தூக்கிப்போடு. உணர்ச்சிகளுக்கு அடிமையாறவன் எப்படி நல்ல ஆட்டக்காரன் ஆக முடியும்?” என்று தாஸ் கேட்டதும், அந்த கோல் கீப்பர் பதிலளிக்காமல் தலை தாழ்த்தினான்.

உணர்ச்சிகள் நம்மை ஆட்கொண்டுவிட ஒருபோதும் அனுமதிக்கக்கூடாது என்பதை ஒரு கொள்கையாகவே வைத்திருந்த தாஸுக்கு காதல் மட்டும் இவ்விஷயத்தில் விதிவிலக்காக அமைந்துவிட்டது. இவன் பேசிக்கொண்டிருந்தபோது லட்சுமி குளத்தைக் கடந்து சென்றாள். ஆரோக்கிய தாஸ் குரலில் இருந்த கம்பீரம் சற்று தணிந்தது. அவன் கண்கள் தடுமாறின. லட்சுமியின் வெட்கப் புன்னகையை அவனால் முழு அளவில் எதிர்கொள்ள முடியவில்லை. குழுவிலிருந்த எல்லோரும் தாஸைக் கிண்டல் செய்து சீண்டினர்.

அவன் லட்சுமியை விரும்பினான். லட்சுமிதான் முதன்முதலில் இவன்மீது கண் விடத் தொடங்கினாள். இவன் ஏறும் பேருந்தில்தான் லட்சுமியும் ஏறுவாள். மைதானத்தில் இவனது ஆட்டத்தை ரசிப்பதற்காகவே இளைப்பாறும் சாக்கில் சைட் அடிப்பாள். சில சமயம் தாஸுக்கு சாப்பாடு கட்டிக்கொண்டு வருவாள். அதை நேரடியாக கொடுக்க வெட்கப்பட்டு தன்

தோழிகள் மூலம் கொடுத்துவிடுவாள். நூலகத்தில் தாஸ் வாசித்த ஒவ்வொரு காதல் கவிதைகளிலும் அவன் லட்சுமியையே உணர்ந்தான்.

லட்சுமி சராசரி பெண்களைவிடக் கொஞ்சம் கூடுதல் உயரம். அதுவே அவளை மற்ற பெண்களிடமிருந்து தனித்துக் காட்டியது. பேருந்தில் ஆரோக்கியதாஸின் அருகில் லட்சுமி நிற்கும்போது அவனின் உயரமும் பலமும் அவளின் பெண்மையைப் பூக்கச் செய்யும். இதைப் பிற ஆண்களிடம் அவள் உணர்ந்திருக்கவில்லை. எந்தப் பெண்ணும் இயல்பாகவே பெண்மையையும், நளினத்தையும் சுமந்துகொண்டு திரிவதில்லை. அதை மலரச் செய்யும் ஆணிடம்தான் அவள் விழுகிறாள். பெண்மையைப் பிறக்கச் செய்ய முரட்டுத்தனமான ஆண்தன்மை தேவை. லட்சுமியை அல்ல; எந்தப் பெண்ணையும் வசீகரித்துவிடக்கூடிய அழகன் ஆரோக்கிய தாஸ். அவன் லட்சுமியைத் தன் துணையாக்கிக்கொள்ள நினைத்தான்.

காமத்தைத் தூண்டுவதில் லட்சுமியை யாராலும் மிஞ்ச முடியாது. தன் கரு விழிகளால் கவர்ந்து ஆண்களின் எழுச்சியைத் தூண்டிவிட்டு வேடிக்கை பார்க்கக்கூடியவள் அவள். வசியம் செய்யும் வகையில்கூட அவள் பார்க்க வேண்டியதில்லை; வெறும் பார்வை போதும். அப்படிப்பட்ட கிறங்க வைக்கும் விழிகள்.

ஒருமுறை ப்ரெசிடென்சி கல்லூரி மாணவர்கள் சிலர் ஷெனாய் நகர் பேருந்து நிறுத்தத்திற்கு வந்து லட்சுமியை சைட் அடித்தனர். அப்போது தாஸ் மைதானத்தில் கால்பந்து ஆடிக்கொண்டிருந்தான். ப்ரெசிடென்சி மாணவர்கள் லட்சுமியை மார்க் போட்டு கிண்டல் செய்தனர். இச்சம்பவம் தாஸுக்கு எட்டியதும் அவன் உடனடியாக ஆட்டத்தை நிறுத்திவிட்டு, பேருந்து நிறுத்தத்திற்குச் சென்றான். தாஸ் வந்ததுமே மொத்த ப்ரெசிடென்சி மாணவர்களும் அங்கிருந்து கலைந்து சென்றனர். தன்னைச் சுற்றி தாஸ் இருந்த சமயங்களில் எல்லாம் பாதுகாப்பாக உணர்ந்தாள் லட்சுமி.

ஒருவருக்கொருவர் பேசிக்கொள்வதற்கு முன்பே தாஸும் லட்சுமியும் ஜோடி எனக் கல்லூரி முழுவதும் பரவியிருந்தது. ‘தாஸுக்கும் லட்சுமிக்கும் லவ்ஸு’ என்று சுவர் முழுக்க எழுதப்பட்டிருந்தது. அதன் மேல் ஒரு பெரிய ஹார்டின்

வரைந்து அம்பு விடப்பட்டிருந்தது. இந்த வேலையைச் செய்ததே முதலாமாண்டு மாணவர்கள்தான்.

முதலாம் ஆண்டு மாணவர்களுக்குப் பிரதாப் - தாஸ் குழுவின் புகழ் காற்றில் போய்ச் சேரும். இதேபோல் லோகு, யுவராஜ், சம்பத் போன்ற சில முக்கிய தலைகளின் புகழும் தலைதூக்கியிருந்தது.

வார்த்தைகளைவிட செயல்களின் தாக்கம் காடுகளில் பற்றிக்கொள்ளும் தீக்கு நிகர். பிரதாப் குழுவின் புகழ் ரௌடித்தனத்தால் உண்டானதல்ல; அன்பாலும் வீரத்தாலும் ஈட்டும் மரியாதை அளவிட முடியாதது. மாணவர்களின் மத்தியில் மட்டுமல்ல; பேராசிரியர்கள், கல்லூரி முதல்வர், கல்லூரிப் பணியாளர்கள் என அனைவருக்கும் இக்குழு மீது மரியாதை உண்டு.

ஆரோக்கிய தாஸ் நேர்த்தியைக் கடைப்பிடிப்பவன். கால்பந்தை இஷ்டத்துக்கு உதைப்பது எப்படி சரியான ஆட்டம் இல்லையோ, அதேபோல சுய கட்டுப்பாடு இல்லாதவர்கள் விழுவது காதலில் அல்ல; மாயையில் என்று நினைப்பவன். லட்சுமி மீதான காதலை ஓர் ஒழுங்குடனே அணுகி வந்த ஆரோக்கிய தாஸிடம், முதலாம் ஆண்டு மாணவன் ஒருவன் ஓடோடி வந்து சொன்னான்.

"தாஸண்ணா, லோகு இன்னாண்ணா லட்சுமி அக்கா பின்னாடி சுத்தினு இருக்கான். இப்டி எதும் நடக்கக்கூடாதுன்னுதான் உன் பேரையும் அக்கா பேரையும் காலேஜ் ஃபுல்லா செவுத்துல எழுது வெச்சோம்!"

தாஸ் உணர்ச்சிவசப்பட்டு கோபத்திற்கு உள்ளான அரிய தருணம் அது; ஆனால் வெளிக்காட்டிக்கொள்ளவில்லை.

"தாஸே, இப்போ எதும் கேட்க வேணாம். அவர் கத இன்னான்னு பார்ப்போம். நம்ம அவசரப்பட்டதா ஆகிட வேணாம். கிளம்பலாம் வா" என்று சொல்லி பிரதாப் அவனை சைக்கிளில் வீட்டிற்கு அழைத்துச் சென்றான்.

அடுத்த நாளிலிருந்து அக்குழு லோகுவின் நடவடிக்கைகளை நோட்டமிடத் தொடங்கியது. தாஸால் முழு மனதோடு லட்சுமியைப் பார்க்க முடியவில்லை. அவன் முகத்திலிருந்த

மலர்ச்சி சற்று வாடத் தொடங்கி, சந்தேகத்தின் நிழல் படிந்திருப்பதை லட்சுமி உணர்ந்தாள். அவன் யோசனைகளில் மூழ்கிக்கிடப்பதைவிட தான் ரசிக்கப்படாமல் போவதை எண்ணி அவள் ஏமாற்றமடைந்தாள்.

லோகுவும் பெரிய உடல்வாகு கொண்டவன். ஆனால் அது பலமல்ல; குடியினால் ஊதப்பட்ட உடல். மதுவினால் சிவந்திருந்த கண்களும், புகையினால் கறுத்திருந்த உதடுகளும், சண்டைகளில் வாங்கிய நகக்கீறல்களும் அவன் முகத்தைக் கரடுமுரடாக்கின. அவனைச் சுற்றியிருந்த படை பலமும், அவனது பெரியப்பாவுக்கு இருந்த அரசியல் பலமும் அவனுக்கான தனித் தகுதியைக் கொடுத்திருந்தது. அவனின் பெரியப்பா, துறைமுகம் தெற்கு பகுதிச் செயலாளராக இருந்தார். அவரது அரசியல் பின்புலத்தை பயன்படுத்தி லோகு செய்யாத ரௌடித்தனங்கள் இல்லை.

லோகுவுக்கு ஆரம்பத்திலிருந்தே தாஸ் - பிரதாப் குழு மீது ஒரு வெறுப்பு. அந்தக் குழுவின் செயல்பாடுகளில் வேகம் தெரிய ஆரம்பித்த காலத்திலிருந்து கல்லூரியில் எல்லோரது பார்வையும் தாஸ் மீது திரும்பியது. லோகு இதைப்பற்றியெல்லாம் அக்கறை கொள்ளவில்லை. சரக்கு, கஞ்சா என திளைத்தபடி இருந்தான்.

அவனுக்கு ஒருத்தி தேவைப்பட்டால் வெல்ல முற்பட மாட்டான்; எடுத்துக்கொள்வான். முதலாம் ஆண்டு பெண் ஒருத்தி மீது அவனுக்கு மோகம் ஏற்பட்டது. அப்பெண் பார்க்க அவ்வளவு சிகப்பாக இருப்பாள். சுண்டி விட்டால் சிவந்துவிடும் அழகு. புதிதாக மலர்ந்த செம்பருத்திப் பூ போலானவள். இதுபோன்ற அழகிகளைக் கல்லூரியின் பின் வாசலுக்கு அருகிலுள்ள புதர்களுக்கு ஏமாற்றி அழைத்து வருவான். இதற்காகவே யாருக்கும் தெரியாமல் லோகுவுக்கு ஒருத்தி வேலை செய்தாள். பெண்களை ஏமாற்றி லோகுவுக்குக் கூட்டிக் கொடுப்பதுதான் அவளது பணி. கல்லூரியின் அனைத்துப் பெண்களிடமும் சிரித்துக் கொண்டே நட்புடன் பழகும் சூனியக்காரி. ஒவ்வொரு பெண்ணை அழைத்து வரும்போதும், அந்த சூனியக்காரிக்கு உண்டான ஊதியம் சரியாகப் போய்ச் சேர்ந்துவிடும். லோகு ஆசைப்பட்ட அந்த இளஞ்சிட்டை இவள் எப்படியோ ஏமாற்றி கல்லூரியின் பின்வாசலுக்கு அழைத்து வந்துவிட்டாள். லோகு வலுக்கட்டாயமாக அந்த

அழகியின் வாயில் கஞ்சாவை வைத்து புகைக்கச் செய்தான். அந்த இளம்பெண் நிலை தடுமாறவில்லையெனினும், போதை அவள் உடல் மீது சுமத்தப்பட்டிருந்த புனிதத்தன்மையை உடைத்தெறிந்து பாரத்திலிருந்து விடுவிக்கப்பட்டதுபோல் உணரச் செய்தது. அதைப் பயன்படுத்திக்கொண்டு லோகு அவளைப் புணரத் தொடங்கினான். "அப்படித்தான் தாஸ், இன்னும் நல்லா…" என்று அவள் இன்பத்தில் சொக்கிப்போய் முனகினாள். திடுக்கிட்ட லோகு உடனடியாகத் தனது இயக்கத்தை நிறுத்திவிட்டு அதிர்ந்து போனான். தாஸ் மீதான வெறுப்பில் ஒரு பாட்டில் முழுவதும் மதுவை குடித்துத் தீர்த்தான்.

அப்போதிலிருந்து ஆரோக்கிய தாஸைப் பழிவாங்க வேண்டுமென்ற வெறி வேட்கை லோகுவுக்கு ஆரம்பித்தது. அதற்கான சந்தர்ப்பத்திற்குக் காத்திருந்தே ஓராண்டு ஓடிவிட்டது.

ஒருநாள் எதேச்சையாக 'தாஸுக்கும் லட்சுமிக்கும் லவ்ஸு' என எழுதப்பட்டிருந்த சுவரைக் கண்டான் லோகு. லட்சுமியைக் காதலின் பெயரில் அடைய வேண்டுமென்ற துடிப்பு அப்போது அவனுக்கு ஏற்பட்டது. இதன்மூலம் தாஸின் அகங்காரத்தைச் சுக்குநூறாக்க வேண்டுமென்பது அவனது இலக்கு. லட்சுமிக்கும் தனக்கும் கல்யாணம் வரை செல்லவில்லை என்றாலும், அவளை எப்படியாவது தன்னைக் காதலிக்க வைத்துவிட பகலிரவும் துடியாய் துடித்தான். லட்சுமியின் வாயிலிருந்து தன் மீதான ஆத்மார்த்தமான காதல் வெளிப்பட்டதும், அவளை நிராகரித்து, "உனக்கெல்லாம் தாஸ்தான் சரி" என்று சொல்ல வேண்டும். அப்படிச் சொல்வதன்மூலம் தாஸை அவளது பார்வையில் துச்சமாக்க வேண்டும். விரும்பிய காரணங்களுக்காக அவள் தாஸிடமே செல்வாள். அவனையே காதலித்து திருமணம் செய்வாள். தன்னை மீறி லட்சுமியை வென்றுவிட்ட பெருமிதம் தாஸுக்கு இருக்கலாம்; ஆனால் காலம் முழுவதும் கணவன் தன் காதலனால் ஒரு குப்பைத் தொட்டியைப் போல் பார்க்கப்பட்டது லட்சுமியின் மனதில் அழியாதிருக்கும். அவனுடன் படுக்கும்போது அவள் நிச்சயம் தன்னை நினைத்துக்கொள்வாள் என்றெல்லாம் லோகு கணக்குப் போட்டான். லட்சுமியிடம் நிறைவேறவில்லையெனில், தாஸ் விருப்பம் கொள்ளும் ஒவ்வொரு பெண்ணையும் தன் வசம் ஆக்கிவிட வேண்டுமென்ற முனைப்பில் இருந்தான்.

ஆசைப்பட்ட பெண்களை எல்லாம் எடுத்துக்கொண்டவன் முதன்முறையாக லட்சுமியின் மனதை வெல்லத் துடித்தான். பூனைகளை மனிதன் பின்தொடர்வது போல அவன் லட்சுமியைப் பின்தொடர்ந்தான். அவள் நினைவால் அலைக்கழிந்தான் லோகு. பேருந்தில் தினந்தோறும் லோகுவின் கானா அரங்கேறியது.

'கண்ணு ரெண்டும் உன்னத் தேடும்...
கானா பாட தூண்டும்
கன்னி பெண்ணே நீ இல்லாட்டா
எந்தன் மூஞ்சி வாடும்...
மைமா மைமா வாடீ மைமா...'

மாணவர்களின் கவனம் லோகு மீது திரும்பத் தொடங்கியது. லட்சுமிக்கு அன்றிலிருந்து இரு ஆண்களின் பாதுகாப்பு கிடைத்தது.

"அடியேய், எவ்ளோ நாள்தான் ரெண்டு பேரையும் முட்டிக்க விட்டு ரசிச்சிட்டு இருக்க போற? யாரையாவது தேர்ந்தெடுத்துத்தானே ஆகணும். நாளைப்பின்ன யாராவது தப்பா பேச மாட்டாங்களா?" என லட்சுமியின் நெருங்கிய தோழி லாவண்யா கேட்டாள்.

"எந்த ரெண்டு பேரு?" என்றாள் லட்சுமி.

"நடிக்காதே. தாஸூம் லோகுவும் உனக்காகத்தான் போட்டிப் போட்டுட்டு இருக்காங்கன்னு காலேஜ் மொத்தமும் தெரியும்" என்றாள் லாவண்யா.

"நீ என்ன நினைக்கிற? யாரைத் தேர்ந்தெடுக்கலாம்" என வெட்கப்பட்டுக்கொண்டே கேட்டாள் லட்சுமி.

"லவ் பண்ணப்போறது நான் இல்ல. நீதான்."

"எலெக்‌ஷன் முடியட்டும். தாஸ், லோகு... ரெண்டு பேர்ல யார் சேர்மேன் ஆகுறாங்களோ அவங்களையே லவ் பண்றேன். சேர்மேனோட ஆளுன்னு சொன்னா ஒரு கெத்து இருக்கில்லையா!" என லட்சுமி சொன்னபோது அவளின் புருவம் உயர்ந்தது.

“சரி நீ சொல்லு. என் இடத்துல நீ இருந்திருந்தா என்ன செஞ்சிருப்ப? தாஸா லோகுவா?” என லாவண்யாவை கேட்டாள் லட்சுமி.

“யோசிக்கவே வேண்டாம். தாஸ்தான்.”

“ஏன் அப்படி சொல்ற?”

“லோகு உன் பின்னாடி நாய் மாதிரி சுத்துறான். ஆனா தாஸைப் பாரு. அவனோட கெத்துக்கு யாரோட அங்கீகாரமும் தேவையில்லை” என்றாள் லாவண்யா.

“அது என்ன லோகு நாய் மாதிரி அலைறான்? ஏன் அப்படி அலைஞ்சா ரசிக்க மாட்டீயாக்கும்?”

“ரசிப்பேன். அதோட நிப்பாட்டிக்குவேன்.”

“எனக்கு லோகுகிட்ட ஒரு விஷயம் பிடிக்கும். சரியான மிருகம் அவன்” என்றாள் லட்சுமி.

“அதேமாதிரி எனக்கு தாஸ்கிட்ட பிடிக்காத விஷயம் ஒன்னு இருக்கு. பிடிச்ச விஷயம் என்னவோ அதுதான் பிடிக்காத விஷயமும். அவன்கிட்ட ஒரு நக்கல் இருக்கு. நமக்கு அவன் வேணும்னா அழகையும் உடலையும் தாண்டி வேற ஏதோவொன்னை கொடுத்தாக வேண்டிய நிர்ப்பந்தம் இருக்கு. லோகுகிட்ட அது இருக்காது.”

“ஆமா ஆமா!”

“லட்சுமி, உன் பின்னாடி எத்தனை பேர் சுத்துறாங்க! ஏன் இவனுங்க ரெண்டு பேருக்குள்ள மட்டும் போட்டியை உண்டு பண்ணுற?”

“ஏன்னா இவனுங்க மட்டும்தான் எனக்காக சண்டை போட்டிருக்கானுங்க. வைஷ்ணவ் காலேஜ் பசங்க என்னை சீண்டும்போது எனக்காக நின்னவன் லோகு. ப்ரெசிடென்சி பசங்க என் பக்கமே அண்டாம பார்த்துக்கிட்டவன் தாஸ். உனக்குத் தெரியுமா? அவங்க ஏரியாவுக்கே போய் அவனுங்களை அடிச்சிருக்கானாம். ரௌடிப்பய.”

“அதுவும் சரிதான். நமக்காக சண்டை போடுறவனுங்கதான் நம்மளை நல்லா பார்த்துப்பாங்க” என்றாள் லாவண்யா.

கல்லூரியில் அவளது புகழ் ஒரு நடிகைக்கு இணையான புகழாக ஆனது. தனது புகழையும், கல்லூரி வாழ்க்கையின் சுவாரசியத்தையும் இரு மடங்காக்கிய லோகு மீது அவளது பார்வை ஆழமாகத் திரும்பத் தொடங்கியது. லட்சுமியிடமிருந்து தாஸுக்கு எப்படிப்பட்ட மிகச்சிறியதான வெட்கப் புன்னகை கிடைத்ததோ அதேபோன்ற நாணம் லோகுவின் கானாவுக்கும் கிடைத்தது. அந்த அரிய நாணப்புன்னகையை அக்குழுவில் பிரதாப் மட்டுமே கண்டிருந்தான். தனது உயிர்த்தோழனான தாஸின் பேராண்மைக்கு சற்றும் பங்கம் ஏற்பட்டுவிடக்கூடாது என்பதில் பிடிவாதமாக இருந்தான் பிரதாப்.

3

தாங்க முடியாத சலிப்பை ஏற்படுத்தும் மத்தியான பொழுதிலிருந்து தப்பிப்பதற்கு வழி பிறக்குமா என்று காத்துக்கொண்டிருந்தேன். விக்கியைப் பள்ளியிலிருந்து அழைத்து வரச் சொன்னாள் சித்தி. பைக் சாவியை எடுத்துக்கொண்டு வெளியே வந்து பார்த்தேன். மூன்று மணி வெயில் சுட்டெரித்துக்கொண்டிருந்தது. மதிய சலிப்பைக் காட்டிலும் வெயிலில் வெந்து தணிவதே மேல். விக்கியின் வகுப்பாசிரியை படு பயங்கரமான அழகி. அவளையாவது சைட்டடிக்கலாம். அலைச்சலுக்குப் பிறகு சென்றால் அவள் முன் வியர்த்துத்தான் நிற்க வேண்டும். அதொன்றும் கவலையில்லை, சுய இன்பக் கற்பனையில் என்னை நானே கேஸனோவா ஆக்கிக்கொள்வேன்.

வண்டியை ஸ்டார்ட் செய்து, ஹெட்போனில் பாடல்களை ஒலிக்கவிட்டு ஓட்டத் தொடங்கினேன். சலிப்புணர்விலிருந்து மீளும்பொருட்டு எழுந்த யோசனைகள் சில கிளைகளாய்ப் பிரிந்தன. ஒன்று, சிறில் என்னிடம் ஏற்கெனவே சொல்லியிருந்தது 'மதியப் பொழுதில் எவன் சலிப்பை உணர்கிறானோ அவன் சரியாக வாழவில்லை என்று பொருள். பெரும்பாலும் உறக்கமும் காமமும் இரவுடன் சேர்த்துப் பார்க்கப்படுகிறது. செய்ய வேண்டிய வேலைகளை ஒத்திப்போடுவது எப்படி ஒரு நோயோ, ஓய்வையும் இன்பத்தையும் முன்கூட்டியே எடுத்துக்கொள்வதும் ஒரு நோய்தான். உறக்கம், காமம் போன்றவற்றிற்காகக் காத்திராமல், அதற்காக போதுமான அளவு உழைக்காமல் முன்கூட்டியே எடுத்துக்கொள்பவர்கள் தங்களது மரணத்தின் தேதியையும் கொஞ்சம் கொஞ்சமாகக் குறைத்துக்கொண்டே வருகிறார்கள்.'

'மனிதனின் அடிப்படைத் தேவைகளான உறக்கத்தையும் காமத்தையும் ஒருவன் தனக்கு வேண்டிய பொழுதில் எடுத்துக்கொள்வதை எப்படி நீ மரணத்துடன் ஒப்பிடுவாய்?' என்று கேட்டேன். அவன் சொன்னான் 'உறக்கமும் காமமுமே கிட்டத்தட்ட மரணத்தின் நிலைதான். வாழும்போதே நீ சாவை உணர வேண்டுமானால் இவ்விரண்டில் ஈடுபட வேண்டும். மெய்மறந்த நிலை! பலரும் இதனை மெய்யுணர்வுடனும், தன்னுணர்வுடனும், ஏதோ ஒரு விழிப்புடனுமே செய்கின்றனர்'

என் மதியப்பொழுது சலிப்புற்றதற்குக் காரணம் இதுவே. இதுவரை எத்தனையோ முறை சலிப்படைந்திருந்தாலும் காமத்தைக் கொண்டோ ஓய்வைக் கொண்டோ விரட்டியிருக்கிறேன். அதிலிருந்து சிறு கணம் ஒதுங்கியிருப்பது அவ்வளவு எளிதல்ல. நல்லவேளையாகச் சித்தி என்னைக் காப்பாற்றினாள். இந்த தற்காலிக விடுபடல் நீண்ட காலத்திற்குப் பயனளிக்காது. செய்வதற்கு எதுவுமில்லாததால் ஏற்படும் சலிப்பை எதையும் செய்யாமல்தான் விரட்ட வேண்டும். நாளை மீண்டும் செய்வதற்கு எதுவும் இல்லாத சூழ்நிலை ஏற்பட்டபின் மீண்டும் சலிப்பில் மாட்டிக்கொள்ளும் நிலை நேரலாம்.

பள்ளிக்கூட வாசலுக்குச் சென்றதும் வாட்ச்மேன் என்னைத் தடுத்தார்.

"என்ன வேணும்?" என்றார் ஏளனத் தொனியில்.

"செகண்ட் ஸ்டாண்டர்ட் விட்டாச்சுல்ல?" என்றேன்.

"விட்டாச்சு. ஸ்கூலுக்கு இந்த மாதிரி வீட்ல போடுற ட்ராக்ஸ் போட்டுட்டு வரக்கூடாது. இந்த ஒருதடவ உள்ள போங்க. நெஸ்ட் டைம் பேன்ட் போட்டுட்டு வாங்க."

எல்லோரும் என்னை வினோதமாகப் பார்ப்பதுபோல் இருந்தது. 'II C' என எழுதப்பட்டிருந்த பலகையைப் பார்த்து அந்த வகுப்பறைக்குச் சென்றேன். விக்கியின் வகுப்பாசிரியை ஒவ்வொரு மாணவர்களையும், பத்திரமாக அவர்களது பெற்றோரின் கையில் ஒப்படைத்தாள். அவ்வளவு எடுப்பான மார்பகங்களை உடைய எந்த ஆசிரியையும் அப்பள்ளியில் காண முடியவில்லை. வகுப்பறை முன் கூட்டமாக இருந்தது. விக்கியின் வகுப்பில் அறுபதுக்கும் மேற்பட்ட மாணவர்கள் இருப்பார்கள். ஜன்னல் வழியிலிருந்து விக்கி எனக்கு கை

காட்டினான். அவனை அழைத்துச் செல்ல வகுப்பின் வெளியே பெற்றோருக்கு மத்தியில் காத்திருக்க வேண்டியிருந்தது. இப்போது கற்பனையில் அந்த ஆசிரியையுடன் படுக்கையைப் பகிர்ந்தேன்.

கூட்டம் கலைந்ததும், "விக்னேஷ்..." என்று அவளிடம் சொன்னேன்.

"நீங்க?" என்றாள்.

"அண்ணன்."

"விக்னேஷ்..." என்று அழைத்தாள். அவன் வந்ததும், "இது யாரு?" என்று கேட்டாள். அதற்கு அவன், "ருத்ராண்ணா" என்றான். அதன்பிறகே அவனை என்னிடம் ஒப்படைத்தாள். அவள் வேலையை சரியாகத்தான் செய்கிறாள் எனினும், அது என்னை எரிச்சலூட்டியது. வீட்டிற்குச் சென்றதும், நான் மிகப்பெரிய சினிமா பிரபலமாகி அவளை என் புகழின் மூலம் அடைவது போலக் கற்பனை செய்து சுய இன்பம் செய்ய வேண்டும்.

விக்கியை வண்டியிலேற்றி மீண்டும் பாடல்களை ஒலிக்கவிட்டேன். அன்றைய நாளில் பள்ளியில் நடந்த சுவாரசியங்களை விக்கி சொல்லிக்கொண்டிருந்தான். நான் அதைப் பொருட்படுத்தாமல் பாடல்களைக் கேட்டேன். அவன் சொல்வதைக் கேட்கவில்லை எனினும், 'ஹ்ம்ம்...' கொட்டியபடி வண்டியை மெதுவாக ஓட்டிச் சென்றேன்.

யோசனையின் இரண்டாவது கிளை : விக்கியைப் பள்ளியிலிருந்து சித்திதான் அழைத்து வருவாள். எப்போதாவது என்னை அனுப்புவாள். நான் முதன்முதலில் அப்பாவின் புல்லட் வண்டி ஓட்டப்பழகியபோது விக்கி என்னுடன் வண்டியில் வர வேண்டுமென அடம்பிடித்ததால் நானும் அழைத்துச் சென்றேன். ஒரு பள்ளத்தில் இறக்கி ஏற்றுவதில் சிரமப்பட்டு வண்டியைக் கீழே போட்டேன். அப்போது வண்டியின் உடல் பாகம், விக்கியின் கை மேல் விழுந்தது. உடனடியாக வண்டியைத் தூக்க முற்பட்டேன். என்னால் அப்போது அப்பாவின் புல்லட் வண்டியைத் தூக்க முடியவில்லை. சாலையில் நடந்துகொண்டிருந்த ஒரு அங்கிள்தான் உதவினார். அவர் விக்கியின் கைகளை மடக்கச் சொன்னார். அவன்

மடக்க முடியாமல் சிரமப்பட்டதைக் கண்டதும் எனக்கு அழுகையே வந்துவிட்டது. அன்றிலிருந்து விக்கியை என்னுடன் வண்டியில் அனுப்புவதற்கு சித்தி ஜாக்கிரதை உணர்வைக் கடைப்பிடித்தாள்.

எனது பதினெட்டாவது பிறந்தநாளின்போது சித்தி எனக்கு 'டிஸ்கவர்' பைக் பரிசளித்தாள். வண்டியின் முன்பு கொட்டை எழுத்தில் 'L' போர்ட் ஸ்டிக்கர் ஒட்டப்பட்டிருந்தது. கோயிலில் பூஜை போட வண்டியை எடுத்துச் சென்றபோது மொத்த ஊரே என்னைக் கேவலமாகப் பார்த்து நையாண்டி செய்தது. லைசன்ஸ் வாங்கிய பிறகே அந்த 'L' போர்ட் ஸ்டிக்கரை நீக்க அனுமதிக்கப்பட்டேன். தெரு நண்பர்கள் மத்தியில் நான் 'L' போர்ட் என்றே அழைக்கப்பட்டேன்.

வீட்டிற்கு வந்ததும் வெயிலின் தாக்கம் உடலுக்கு சோர்வை ஏற்படுத்தியது. படுக்கையில் சாய்ந்தாலும் தூங்கக்கூடாதென தீர்மானித்தேன்.

யோசனையின் மூன்றாம் கிளை: சலிப்பை நேருக்கு நேர் நோக்கி கண் விழித்துப் பார்க்கும்போது அது குற்றவுணர்வையும், தாழ்வுமனப்பான்மையையும் பரிசளிக்கிறது. முடிந்தவரையில் அதிலிருந்து தப்பித்துக்கொண்டிருக்கிறேன். மானசியின் முன் என் காமம் எழாமல் போனதிலிருந்துதான் மனச்சிக்கலுக்கு உள்ளாகியிருக்கிறேன். எவ்வளவு திறமையாளனாக இருந்தாலும், அழகாக, பணக்காரனாக இருந்தாலும் படுக்கையில் கெட்டிக்காரனாக இல்லையெனில் என்ன பயன்? ஆயிரம் ஆறுதல்களை சொல்லிக்கொண்டாலும் ஆணின் கர்வத்தை அதுதான் மேலெழுப்புகிறது. மானசியுடனான அன்னியோன்ய சிதைவிலிருந்து என் அகங்காரம், கர்வம், தன்னம்பிக்கை, சந்தோஷம், நிம்மதி அனைத்தும் சுக்குநூறாக உடைந்திருக்கின்றன.

இருபதுகளில் நான் அனுபவிக்க நேர்ந்த முதல் சிக்கலே காமம்தான். ஒன்று மட்டும் புரியவில்லை. என் அகங்காரமும் கர்வமும் சுக்குநூறாக்கபட்ட அந்நிகழ்விலிருந்து சுய காமத்தின் மீதிருக்கும் ஆர்வம் குறையத்தானே வேண்டும்? ஆனால் அது ஐந்து தலை பாம்பைப் போல மேலெழுந்து தலைவிரி கோலத்துடன் ஆட்டிப்படைக்கிறது. மானசியுடனான அந்த கசப்பான நிகழ்வுக்குப் பிறகு வீட்டிற்கு வந்து ஆறு முறை சுய இன்பம் செய்தேன். எதுவுமே அரை விறைப்புத்தன்மையிலோ

அல்லது நானாகத் தூண்டிவிட்டோ செய்யப்பட்டதில்லை. அந்நாளில் எனக்கு ஏற்பட்ட முழு விறைப்பைக் காண வேண்டுமே! மரத்தடி வேர் போல குறியில் நரம்புகள் புடைத்திருந்தன. இந்த இழவு ஏன் அங்கு வேலை செய்யவில்லை என்று புலம்பினேன். அன்றிரவு அழாத அழுகையில்லை. அதன்பிறகுதான் எப்போதுமில்லாத அளவுக்குக் காமத் தூண்டல் கொழுந்துவிட்டு எரிகிறது. நிகழா காமத்திலிருந்து நாட்கள் கடக்கக் கடக்க, அதன்மீது ஒரு கட்டாய உணர்வு ஏற்படுகிறது. உடனடியாக யாரையாவது புணர்ந்துவிட வேண்டுமென்ற வெறி அதிகரிக்கிறது. இந்த 'வெறி'யும் கட்டாய உணர்வும் என் ஒவ்வொரு விந்து வெளியேற்றத்திற்குப் பிறகும் நடக்கின்றன. மனிதனுக்கு மட்டும்தான் காமத்தில் அதீதத்தை எட்டிய பிறகும் மதம் பிடிக்கிறது.

நீலப்படம் பார்க்கத் தொடங்கிய ஆரம்ப காலத்தில் இது காமத்திற்கான பயிற்சி என்று நினைத்திருக்கிறேன். நடிகர்களின் அசைவுகளையும், செயல்களையும் உற்று நோக்கியிருக்கிறேன். பிற்காலத்தில் அது ஒன்றுக்கும் பலனளிக்காமல் நம்மை மூழ்கடித்துப் பணம் சம்பாதிப்பதைத் தவிர வேறு எதையும் செய்வதில்லை. ஆபாசங்களைக் கண்டு சுய இன்பம் செய்தல் ஒருபோதும் காமத்துக்கான பயிற்சி ஆகாது. யாரோ இருவர் புணர்வதை திரையில் பார்க்கும்போதே நாம் அவ்விடத்தில் இருக்கும் மூன்றாம் நபர் ஆகிவிடும் வோயர் தன்மை இதில் வந்துவிடுகிறது. காமத்துக்குப் பிரத்யேக பயிற்சி இருக்க முடியுமா? விளையாட்டு வீரன் தொடர்ந்து செயல்பட்டால் மட்டுமே மைதானத்தில் சிறந்து விளங்குவான். ஆனால் காமத் தேவையிருக்கும் சராசரி மனிதன், எவ்வளவுக்கு எவ்வளவு அதைப் பயிற்சி செய்யாமல் அதிலிருந்து ஒதுங்கியிருக்கிறானோ அந்த அளவுக்கு மைதுனத்தில் சிறந்து விளங்குவான். பயிற்சி செய்யாதிருத்தலே காமத்துக்கான சிறந்த பயிற்சியாகும்.

என் பிரச்சனைக்கான தீர்வு, சிந்தையின்மூலம் மிக எளிதாகப் பிறந்துவிடுகிறது. அதைச் செயல்படுத்துவதற்கான விவேகம் என்னிடத்தில் இல்லையோ! நான் நீலப்படத்துக்கு அடிமையாகியிருக்கிறேன். கிடைப்பது அதீதமாயினும் போதாமையின் சிக்கலுக்கு உள்ளாவதே அடிமைத்தனத்தின் முதன்மைப் பண்பு.

*

“சிறில், ருத்ரா... ரெண்டு பேர்ல ஒருத்தர்தான் லீட் வாசிக்க போறீங்க. சீக்கிரம் முடிவு பண்ணனும். நாளைல இருந்து ஷார்ப் 5.30க்கு க்ளாஸ்ல இருக்கணும். இன்னும் ரெண்டு மாசம்தான் இருக்கு. கான்ஷியஸ்னஸ் மறந்து போற அளவுக்கு ‘லக்ஸ் ஏடர்னா’ உள்ள இருக்கணும். கார் ஓட்டத் தெரிஞ்சவன் அடுத்து என்ன பண்ணனும்னு யோசிச்சு பண்ண மாட்டான். அவனோட மூளை அதுக்கு பழகிருக்கும். உங்க மூளைக்கு இந்த இசை பழகியிருக்கணும். ‘லக்ஸ் ஏடர்னா’ தவிர வேற இசையும் நீங்க கேட்கக்கூடாது” என்றார் வில்வா மாஸ்டர்.

வகுப்பு முடிந்ததும் நோட்ஷீட்ஸ் எடுத்துக்கொண்டு வெளியேறினோம். ஞாயிற்றுக்கிழமை என்பதால் சாலையில் நெரிசலும் இரைச்சலும் குறைவாக இருந்தது. கோடை அதன் கோபத்தைக் குறைத்துக்கொண்டது. கருகருத்த மேகங்கள் உணர்ச்சிக் கொந்தளிப்பை ஏற்படுத்தின.

செயலாக்கத்தின் மையத்தில் தான் இருக்க வேண்டுமென்று இந்நேரம் சிறில் கனவு கண்டிருப்பான். அது கோரும் உழைப்பைக் கொடுப்பதற்கான திட்டத்தை வகுத்திருப்பான். போட்டியின்றி வீழ்த்துவதே அவனது திட்டமாக இருக்கும். சமீபத்தில் நான் இசையில் செய்த பிழைகளை அவன் தனக்கு சாதகமாகப் பயன்படுத்தி வெல்லக்கூடும். இப்போது நான் செய்ய வேண்டியது ஒன்றே ஒன்றுதான். தன்னைப் பிரம்மாண்டமாக வளர்த்துக்கொள்ளத் தவிக்கும் மிருகமான அச்சத்தை வெல்ல வேண்டும். அதை வீழ்த்துவது எதிரியை வீழ்த்தியதற்கு சமம். நான் சிறிலை எதிரியாகவே பார்க்கத் தொடங்கிவிட்டேன்.

“ருத்ரா, நாளைக்கு 4.30 மணிக்கே வந்துருவோமா? ப்ராக்டிஸ் பண்ணலாம். மாஸ்டர் ஒரு மாசம் கொடுத்திருக்காரு. நமக்கு ஒரு வாரம் போதும். பழைய டச்சைக் கொண்டு வந்திடலாம். கொஞ்சம் கூடுதலா உழைக்கணும். யாரு லீட் வாசிக்க போறாங்கன்னு தெரில. அதைத் தேர்ந்தெடுக்க மாஸ்டர் குழம்பணும். அவரை ஈஸியா ச்சூஸ் பண்ண விட்டுடக்கூடாது.”

அவன் என்னை ஏற்கெனவே வீழ்த்திவிட்டான். உண்மையில் அக்கணத்தில் என்னுள் வளர்ந்த மிருகத்தின் பெயர் அச்சம் அல்ல; பொறாமை.

*

மானசியுடன் அந்தரங்கத்தைப் பகிர முற்பட்ட நாளுக்குப் பிறகு, ஆண் தன்னை எவ்வாறெல்லாம் சந்தேகிக்கக்கூடாதோ அப்படியெல்லாம் என்னை சந்தேகித்தேன். மனச்சிறையிலிருந்து விடுதலையாகும் முனைப்பில் ஹார்மோன் சோதனை எடுக்க வேண்டுமென சிறிலிடம் சொல்லியிருந்தேன். அவன் சிறுநீரகவியல் துறையில் பயின்றுகொண்டிருக்கிறான்.

"என்ன திடீர்னு? கல்யாணம் பண்ணப் போறியா?" என்றான்.

"நிறைய எஜாகுலேஷன்ஸ்" என்று தயங்கிய குரலில் சொன்னேன்.

"இந்த டெஸ்டெல்லாம் தேவையே இல்ல ருத்ரா."

"ரிசல்ட் பார்த்துட்டா ஒரு ஐடியா கிடைக்கும்ல."

"உன் இஷ்டம். எட்டு மணிக்கு ஹாஸ்பிடல் வந்திடு. BP செக் பண்ணிட்டு கால் பண்ணு."

மருத்துவமனைக்கு வந்ததும் நானாகவே சிறுநீரகவியல் அறைக்குச் சென்று வரவேற்பறையிலிருந்த ஓர் அம்மாவிடம் ஃபார்மைக் கொடுத்தேன்.

"இன்னாப்பா உனக்கு?" என்று அந்த அம்மா கத்தினாள்.

"ஹார்மோன்..."

நான் சொல்லி முடிப்பதற்குள் "இன்னாது" என்று அதே சத்தத்துடன் கேட்டாள். அவளுக்குக் காது சரியாகக் கேட்காது போலும்.

"ஹார்மோனல் டெஸ்ட் எடுக்கணும்" என்று நானும் கத்தி சொன்னேன். வரவேற்பறையின் எதிரில் பல பேர் டாக்டரைப் பார்ப்பதற்காகக் காத்திருந்தனர். அங்கு அமரச் சொன்னாள்.

"உனுக்கின்னா...?" என்று அந்த அம்மா ஒரு கிழவனிடம் கத்தினாள். "இன்னாது...? குஞ்சுல...? ஓ, இன்னைக்கு முடியாது. வியாழக்கெழம வந்து அட்மிட் ஆவு."

அங்கிருந்த ஒரு மாணவனிடம், "சிறில் இங்கதானே படிக்கிறான்? இருக்கானா இங்க?" என்று கேட்டேன். "ஒரு எமர்ஜன்சி கேஸ். ஆக்சிடென்ட். சில ஸ்டூடென்ட்ஸை பக்கத்து ப்ளாக்குக்கு

வர சொல்லிருந்தாங்க. சிறில் இங்க இல்லைன்னா அங்க போயிருக்கணும்" என்றான்.

டாக்டர் இளம் ஆளாக இருந்தார். நான் ஏன் இந்தச் சோதனையை இவ்வளவு சிறு வயதில் மேற்கொள்ள வந்திருக்கிறேன் என்ற உண்மைக் காரணத்தை அவரிடம் சொன்னேன். அவர் இதற்கான சோதனைகளைச் செய்துவிட்டு, முடிவை மாலையில் மின்னஞ்சலாக அனுப்புவதாகத் தெரிவித்தார்.

"இன்கேஸ் ரிசல்ட்ல உங்க ஹார்மோன் நார்மலா இருக்கிறதா வந்திருச்சுன்னா ப்ராப்ளம் உங்க ப்ரெயின்லதான். ஒன்னு நீங்க அதிகமா யோசிக்கிறீங்க இல்லைன்னா உங்க மூளைக்குத் தேவையில்லாத ஏதோ ஒன்னைக் குடுத்துக்குறீங்க. ஸ்ட்ரெஸ் இருந்தா குறைச்சுக்கோங்க. தேவைப்பட்டா செக்ஷுவல் கௌன்சிலிங் அட்டெண்ட் பண்ணுங்க. இது அன்கியூரபல் கிடையாது. இம்போடென்சின்னு ஒன்னு கெடையவே கெடையாது" என்று சொல்லி அனுப்பினார். அவரது வார்த்தைகள் ஆறுதல் அளித்தன.

"பி ப்ளாக், 4வது மாடி வா" - சிறில் அனுப்பிய குறுஞ்செய்தி. அங்கு சென்றபோது அவன் மருத்துவ ஆடைகளைக் களைந்துக்கொண்டிருந்தான்.

"முடிஞ்சுதா?" என்றேன்.

"ஹ்ம்ம்.. உனக்கு?"

"முடிஞ்சுது. ஏன் டல்லா இருக்க?" - அந்த வெராண்டாவில் அழுகுரல்கள் ஒலித்தன.

"பேஷன்ட் இறந்துட்டாங்க. லேடி."

"ஓ!" - கூட்டத்தைக் கண்டேன். பிணத்தின் அருகில் இருந்த ஒருவர் அழாமல் எதையோ யோசித்துக் கொண்டிருந்தார்.

"யார் அவரு?" என்று அவரைச் சுட்டிக்காட்டி சிறிலைக் கேட்டேன். தன் கையிலிருந்த ஃபார்மைப் பார்த்து "தன்ராஜ்" என்றான்.

"என்ன?"

"அந்த லேடியோட ஹஸ்பண்ட்."

"ஹஸ்பண்டா? அழாம இருக்காரு?"

"தெரில. வெட்டியானா வேலை செய்றாரு. அதுனாலயா இருக்கும்."

"வெட்டியானா இருந்தா?"

"சாவப் பார்த்து பழகிருப்பாருல்ல."

தன்ராஜை மீண்டுமொருமுறை பார்த்தேன். என் பிரச்சனைக்கு டாக்டராலும் கொடுக்க முடியாத தீர்வை அந்த வெட்டியான் கொடுத்தார். மனைவியின் மறைவுக்கு கண்ணீர் சிந்த முடியாத - சாவுக்குப் பழகிய வெட்டியானான தன்ராஜின் ஆன்மாவில், காதலியின் எழிலுடலுக்கு எழுச்சி பெற முடியாத - நிர்வாணத்திற்குப் பழகிய ஆபாச அடிமையான என்னை உணர்ந்தேன்.

இ

கல்லூரி சேர்மேன் தேர்தல் விரைவில் அறிவிக்கப்பட இருப்பதாக அதிகாரப்பூர்வ வட்டாரத்திலிருந்து தகவல் கசிந்திருந்தது. லோகு கிறுக்குத்தனங்களை தற்காலிகமாக மூட்டை கட்டினான். லட்சுமி அவனைக் கண்ணுற்று வரும்போது அவளது விழிகளில் காணப்படும் அதிர்வு நாளுக்கு நாள் கூடிக்கொண்டே போனது.

லட்சுமி இரு ஆண்களை மோதவிட்டு வேடிக்கை பார்ப்பதில் தூய இன்பத்தைக் கண்டாள். ஆரோக்கிய தாஸின் இருப்பைவிடவும் இந்த வேடிக்கை அவளது பெண்மையைப் பன்மடங்கு உயர்த்தியது. அவளை வெல்ல இரு மிருகங்கள் வேட்டையாடுவதை ராணியின் நாற்காலியில் அமர்ந்து ரசித்துப் பார்த்தாள். சக மாணவர்களுக்கு லட்சுமி அழகாக, அபாயகரமாக, யட்சியாக, வேசியாக, சூனியக்காரியாக எனப் பல ரூபங்களில் தெரிந்தாள். எதையும் பொருட்படுத்தாமல் இருந்ததால் அவளது தகுதி மேம்பட்டதே தவிர கீழிறங்கவில்லை.

ஒருமுறை கல்லூரி முடிந்து லட்சுமியும் லாவண்யாவும் வீடு திரும்ப பேருந்து ஏறினர். பேருந்தில் இருந்த ஒரு முதலாமாண்டு மாணவி லட்சுமியைப் பார்த்ததுமே, "என்னக்கா எங்கேயும் சீட் இல்லையா? சரி இங்கே உட்காருங்க" எனச் சொல்லித் தன் இடத்தை விட்டுக்கொடுத்தாள். "நீ உக்காருடீ பரவால்ல" என்று லட்சுமி மறுத்தும் அவள் கேட்கவில்லை. விடாப்பிடியாக லட்சுமியை உட்கார வைத்தாள். லட்சுமியும் லாவண்யாவும் பேருந்தில் அமர்ந்தபடி கதைக்க ஆரம்பித்தனர்.

"லாவண்யா, நீ இதை யோசிச்சிருக்கியா?"

"எதை?"

“எனக்கு மரியாத கூடிட்டே வருது. தாஸுக்கும் லோகுவுக்கும் நான் ஒரு பரிசுப்பொருள். இந்த கௌரவம்லாம் அந்த ரெண்டு ஆம்பளைங்களோட முரட்டுத்தனத்தாலதான்” என்றாள் லட்சுமி.

“ஆமால்ல. ரெண்டு பேர்ல ஒருத்தன் ஜெயிக்கிற வரைக்கும்தான் நீ ராணி. அதுக்கு அப்புறம் ஒருத்தனுக்கு அடிபணிஞ்சுதானே ஆகணும்.”

“இருக்கட்டும். அடிபணியுறதுல்ல அழகு இருக்கத்தானே செய்யுது!” என்றாள் லட்சுமி.

“விஷயம் தெரியுமாடீ. எலெக்ஷன் தேதி சொல்லிட்டாங்க. உன் ஆட்டம் கொஞ்ச நாள்தான் பார்த்துக்க” என்றாள் லாவண்யா.

பச்சையப்பன் கல்லூரி சேர்மேன் தேர்தல் என்றால் லேசுப்பட்ட விஷயமல்ல; உள்ளாட்சித் தேர்தலுக்கு இணையான கொண்டாட்டத்தைக் கொண்டது. ஷெனாய் நகர், என்.எஸ். கே.நகர், அமைந்தகரை, அண்ணா நகர், அரும்பாக்கம், வடபழனி, கோயம்பேடு என சுற்றுவட்டாரப் பகுதிகள் அனைத்திலும் அடுத்த இரண்டு மாதங்களுக்கு தேர்தல் களைகட்டும். கல்லூரி வாசலில் தோரணம் கட்டி வாழை மரம் நடப்பட்டிருக்கும். வேட்பாளர்களின் ஓவியத்துடன் கூடிய நான்கு அடி ஸ்டார் ஆங்காங்கே வைக்கப்பட்டிருக்கும். கல்லூரியின் ஒரு சில சுவற்றில் மட்டும் ஓவியம் வரைவதற்கு அனுமதி உண்டு. தலைமை ஆசிரியரிடம் கடிதத்துடன் கூடிய அனுமதி பெற்று இதற்கான பணிகளையும் வேட்பாளர்கள் ஆரம்பிப்பார்கள். ஆயிரக்கணக்கிலான நோட்டிஸ் பத்திரிகையில் வாக்களிக்க வேண்டுகோள் விடுத்து மாணவர்களுக்கு வழங்குவார்கள். தேர்தல் வாரத்தில் எந்த வகுப்புகளும் நடக்காது. முழுக்க முழுக்க பிரச்சாரகோலமாய் இருக்கும்.

அறிவிப்பு பலகையில் தேர்தலில் போட்டியிடும் மாணவர்கள் மனு தாக்கல் செய்வதற்கான கடைசித் தேதி அறிவிக்கப்பட்டிருந்தது. ஒன்றிரண்டு அல்லு சில்லுகள் உடனடியாக மனு தாக்கல் செய்திருந்தனர். ஆரோக்கிய தாஸ், லோகு, சம்பத் ஆகியோர் போட்டியிடுவதில் உறுதியாக இருந்தாலும் மனு தாக்கல் செய்வதில் பொறுமை காத்தனர்.

"லோகு, சம்பத் தாக்கல் பண்ணிட்டான். சைன்ஸுக்ரூப் பசங்க துள்ள ஆரம்பிச்சுட்டானுங்க. நம்ம எப்போ எறங்கலாம்?" என லோகுவின் நண்பன் ஒருவன் கேட்டான்.

"தாஸு பண்ணிட்டானா?" என்றான் லோகு.

"இன்னும் இல்ல."

"அவன் பண்ண அடுத்த செகண்டு நம்ம பண்றோம். தாஸ் கேங்க் கொண்டாட்டத்தைவிட நம்ம கொண்டாட்டம் ஜோரா இருக்கணும். அவனுக்குப் போட்டி நான்தான்ங்கிறது அவனுக்கு ஒறைக்கணும்" என்றான் லோகு. ஆனால் ஆரோக்கிய தாஸ் சம்பத்தையே தன் போட்டியாளனாகக் கருதினான்.

கல்லூரியில் சேர்மேன் - செகரட்ரி என இரு வேட்பாளர்களுக்கான தேர்தல் நடைபெறும். இளங்கலை மாணவர்களில் ஒருவர் செகரட்ரி பதவிக்காகவும், முதுகலை மாணவர் சேர்மேன் பதவிக்காகவும் போட்டியிட வேண்டும். அதிக அதிகாரம் கொண்டவர் சேர்மேன்தான். ஆனாலும் இளங்கலை பயிலும் இறுதியாண்டு மாணவர்கள் செகரட்ரி பதவிக்காகத் தீவிரமாக உழைத்தனர். அதன்மூலம் ஒன்றிரண்டு ஆண்டுகளில் சேர்மேன் பதவியையும் எட்டும் வாய்ப்புள்ளது. முதுகலை படிக்கும் ஆர்வமும் திட்டமும் இல்லாத மாணவர்களேகூட செகரட்ரி பதவியை வென்றபிறகு முதுகலைப்படிப்பை மேற்கொண்டிருக்கின்றனர். இளம் வயதில் ஆயிரக்கணக்கான மாணவர்களின் அங்கீகாரத்தைப் பெற்ற மாணவர்களுக்கே இதன் அருமை தெரியும். பதவி ஒரு போதை; அதை அடையப் பல தகராறுகள் நடைபெறும்.

ஒருமுறை ஹாஸ்டலில் தங்கிப் படிக்கும் மாணவன் ஒருவன் தேர்தலில் போட்டியிட மனு தாக்கல் செய்துவிட்டான். பெரும்பாலும் பச்சையப்பன் ஹாஸ்டல் மாணவர்கள் பலர் ஆந்திரா, கேரளாவைச் சேர்ந்தவர்களாகத்தான் இருப்பார்கள். இவர்கள் நம்மூரில் வந்து செகரட்ரி தேர்தலுக்காக போட்டியிடும்போது சக வேட்பாளர்களின் அகங்காரம் சீண்டப்படும். இதனால் கடும் கோபமடைந்த யுவராஜ், மனு தாக்கல் செய்த ஆந்திர மாணவனை பட்டாக்கத்தியால் ஓட ஓட அடித்தான். உடலில் பல வெட்டுக்காயங்களுடன் மருத்துவமனையில் அனுமதிக்கப்பட்ட அந்த ஆந்திர மாணவன்,

அத்துடன் கல்லூரி பக்கமே வரவில்லை. அடுத்த வாரமே அவன் ஹாஸ்டலை காலி செய்துவிட்டு சொந்த ஊருக்கே திரும்பிவிட்டான். பச்சையப்பன் கல்லூரியில் முதன்முதலில் பட்டாக்கத்தி வலம் வந்ததற்கான காரணமே இச்சம்பவம்தான். அதன்பிறகு ஹாஸ்டல் மாணவர்கள் எல்லோரும், குறிப்பாக வெளியூர் மாணவர்கள் தேர்தலில் போட்டியிடுவதற்கே அஞ்சி நடுங்கினர்.

நகரத் தலைவர், ஊர்த்தலைவர், கவுன்சிலர், பகுதிச் செயலாளர் ஆகியோரின் மகன்கள் பச்சையப்பன் கல்லூரியில் படித்தால் தேர்தலில் நின்று வென்றே ஆக வேண்டும். அவர்களது அரசியல் வாழ்க்கையின் தொடக்கமாக கல்லூரி தேர்தல் இருந்தது. அந்த பதவி அந்தஸ்தாகப் பார்க்கப்பட்டது.

கல்லூரி முடித்துவிட்டு இன்னொருத்தனிடம் கைகட்டி வேலை செய்வதை லோகுவின் அகங்காரம் அனுமதிக்காது. அவன் அரசியலில் பணம் சம்பாதிக்கப்போவதாக எப்போதோ முடிவெடுத்திருந்தான். அப்பயணத்தை தொடங்குவதற்கான அடிப்படைத் தகுதியாக சேர்மேன் தேர்தல் இருந்தது.

சம்பத் ஏற்கனவே செகரட்ரியாக போட்டியிட்டு வென்றிருக்கிறான். அந்த தேர்தலில் ஆரோக்கிய தாஸ் சொற்ப வாக்குகள் வித்தியாசத்தில் தோல்வியடைந்தான்.

பச்சையப்பன் கல்லூரியில் கலை துறைக்கும் அறிவியல் துறைக்கும் வெவ்வேறு வளாகங்கள் அமைக்கப்பட்டிருக்கும். இரு துறை மாணவர்களும் எதிரி நாட்டவரைப் பார்ப்பதுபோல் பார்த்துக்கொள்வார்கள். தேர்தலில் பிரதாப்பின் மிகப்பெரிய சவாலே ஆரோக்கிய தாஸுக்கு அறிவியல் மாணவர்களின் வாக்குகளைப் பெற்றுத் தர வேண்டும் என்பதுதான். செகரட்ரி தேர்தலில் தாஸ் தோல்வியடைந்ததற்கான முக்கிய காரணமே அறிவியல் துறையிலிருந்த கூடுதல் மாணவத்தொகைதான். ஆரோக்கிய தாஸின் வெற்றிக்காக பிரதாப் கூடுதல் கவனத்தையும் உழைப்பையும் செலுத்துவதற்கு இன்னொரு காரணம் இருந்தது. லோகுவின் இந்த திடீர் வளர்ச்சியால் வாக்குகள் பிரிவதற்கான வாய்ப்புள்ளது. கடந்த இரு ஆண்டுகளில் முதுகலையில் கலை மாணவர்களின் மாணவத்தொகை அதிகரிக்கத் தொடங்கியிருந்தது. எனவே தாஸ் அல்லது லோகுவுக்கே அதிக வாய்ப்புள்ளதாக மூத்த ஆசிரியர்கள் கணித்தனர்.

ஆரோக்கிய தாஸ் ஓவியத்துடன் கூடிய ஸ்டாரை கேன்டூன் பக்கத்தில் வைக்கும் பணியை பிரதாப் நிர்வகித்துக்கொண்டிருந்தான். அப்போது லாவண்யா அந்தப் பக்கம் வந்ததும் பிரதாப்பிடம் பேச்சு கொடுத்தாள்.

"என்னடா, எப்டி போகுது பிரச்சாரம்லாம். ஜெய்ச்சிருவீங்களா?"

"நம்பிக்கை இருக்கு. பார்ப்போம். நீ என்ன தனியா வந்திருக்க? எங்கே உன் ஆருயிர் தோழி."

"உன் ஆருயிர் தோழனை சைட் அடிக்கிறதுக்காக போயிருக்கா" என லாவண்யா சொன்னதும் பிரதாப் சிரித்தான்.

"அவனை சைட் அடிக்கிறதுக்காக மட்டும்தான் போயிருக்காளா?" என பதிலுக்கு அவன் கேட்டதும் லாவண்யாவுக்கு சங்கடமாய் போய்விட்டது.

"நான் எவ்வளவோ சொல்லிட்டேன். அவ கேக்குற மாதிரி தெரியல. எப்படியாவது எலெக்ஷன்ல ஜெய்ச்சுருங்கடா. இல்லாட்டி அவ தப்பானவன்கிட்ட போய் மாட்டிக்குவா" என்று வருத்தத்துடன் சொல்லிவிட்டு அங்கிருந்து கிளம்பினாள்.

4

இன்பத்தின் பொருட்டு சரணடைவதே உண்மையான அடிமைத்தனம். எவ்வளவு நுகர்ந்தாலும் போதாமையை உணர்வதே அதன் ஊற்று. அந்தப் போதாமை நமக்கு மீண்டும் அதனையே புகலிடமாக்கித் தருவதே அடிமைத்தன்மையின் முதன்மைப் பண்பு. இன்பத்தின் அளவு குறைந்துகொண்டே போய்க்கொண்டிருப்பினும் தேவை அதிகரிப்பதே அது செய்யும் சூனியம். இவை எல்லாமும் காமம் சார்ந்த விஷயத்தில் என்னிடம் காணப்பட்டன.

குழப்ப மனநிலையிலிருந்தாலே மனம் காமத்தை நாடும். சலிப்பிலும் நாடலாம். ஆனால் அந்த இன்பத்தையும் போதையையும் பெற்ற பின் குழப்பமும் சலிப்புணர்வும் காணாமல் போய்விடும். எவ்வளவு முயன்றும் என் சிக்கல்கள் மட்டும் தீர்ந்தபாடிருக்காது. தீர்வை எட்டும் முன்பே, அதற்கான வழியைத் தேடும் முன்பே காமத்தை வடிகாலாக்கிக்கொள்வேன்.

இப்போது எதையேனும் உட்கொண்டு சமநிலைக்கு வரவேண்டும் போல் இருக்கிறது. மது அதற்கொரு தீர்வாக இருக்கலாம். ஆனால் எனக்கு அந்த தற்காலிகத் தீர்வு தேவையில்லை. ஒரு படுகுழியிலிருந்து மீண்டெழுந்து இன்னொரு குழியில் விழுந்த கதை ஆகிவிடக்கூடாது. நான் எளிதில் அடிமையாகிவிடக்கூடியவன். இவ்வுறவு டாக்ஸிக் நிலைக்குச் சென்ற பிறகு மானசி என்னை விட்டு விலகாததற்குக் காரணம் அன்பு; நான் அவளை விட்டு விலகாததற்குக் காரணம் அடிமைத்தனம். எவ்வளவு அபத்தம்!

'நான் உனக்கு அடிமையாகியிருக்கிறேன்' என்று வேறு பெண்ணிடம் சொன்னால் அவள் காதலின் பெயரில் சிலிர்க்கக்கூடும். ஒவ்வொரு கணமும் எண்ணிப் பார்த்து

நாணக்கூடும். சக தோழிகளிடம் சொல்லித் தன் காதலைத் தூய வடிவில் காட்டிக்கொள்வாள். அவள் பெண்மைக்கு நானளித்திருக்கும் அற்புதமான பரிசாகக் கருதியிருப்பாள். அதே வார்த்தைகளை - அந்த உண்மையை மானசியிடம் தெரியப்படுத்தினால் லேசாக புன்னகைத்துவிட்டு இவ்வுறவின் போக்கை தீவிரமாக பரிசீலிப்பாள். அடிமைத்தனம் ஆபத்தானது என்று தெரிந்திருக்கும் தெளிவான பெண் அவள். ஒருவன் எதன் ஒன்றுக்காக அடிமையாகியிருக்கிறானோ பிற்காலத்தில் அதிலிருந்து தப்புவதற்கான வழிகளைத் தேடத் தொடங்கிவிடுவான். அப் பாதையில் பாதுகாப்பாகவும் பொறுமையாகவும் சென்று தங்கப் புதையலைக் கண்டடைவான். பிறகு அவனே புதையலாக மாறியிருப்பான். தன்னை மீட்டுக்கொண்டதற்காக தேவனிடம் நன்றி சொல்லும் கணத்தில், அவனை ஆட்டிப்படைத்த ஒன்று சைத்தானாக மாறியிருக்கும். தன் வாழ்க்கை பாழானதற்கு சைத்தானே காரணம் என்று திடமாக நம்புவான். எவ்வளவு தூய்மையாகப் புத்துயிர் பெற்றாலும் இந்த எண்ணத்தில் அவன் வெறும் மனிதனாகவே சிந்திப்பான். சைத்தானின் பற்களைச் சீண்டிப் பார்க்கக்கூடாது என்ற ஜாக்கிரதை உணர்வு மேலோங்கும். தன்னால் பிறர் அதற்கு ஆளாகிவிடக்கூடாது என்பதால் தனக்கு அடிமையாக இருப்பதை மானசி வெறுக்கவே செய்வாள்.

நாம் எதற்கு அடிமையாகியிருக்கிறோமோ அது மகிழ்ச்சியைச் சிதைக்கும். அழுத்தத்தை துறக்க எதை தேர்ந்தெடுக்கிறோமோ அதுவே மேலும் அழுத்தத்தை உண்டாக்கும். இன்பமும் மகிழ்ச்சியும் வெவ்வேறு பொருள் கொண்ட சொற்கள். அவளுக்கு அடிமையாகியிருப்பதால் என் மகிழ்ச்சி கொஞ்சம் கொஞ்சமாகச் சிதைந்தது. மானசியை என்னுடன் வைத்துக்கொண்டே அவளிடமிருந்து மீள வேண்டும். இது என்னை கவலைகொள்ளச் செய்கிறது!

எங்கள் காதலில் கசப்பை உண்டாக்கியது நீலப்படங்கள்தான். அதனால் எனது சுய மதிப்பு கீழ்மையை எட்டியிருக்கிறது! இணையத்தில் காணக்கிடைக்கும் ஆபாசப்படங்கள் அனைத்தும் இலவசமானவை அல்ல; அவை நம் ஆன்மாவை விலையாகக் கோருபவை. கூடலிழையின் எழிலை சிதைப்பதே நீலப்படங்களின் தலையாய பண்பு.

என் பாட்டன் காலத்து ஆட்கள் மிஞ்சிப்போனால் எத்தனை பெண்ணுடலைப் பார்த்திருப்பார்கள்? அதிகபட்சமாகவே ஒன்றிரண்டு. வெறும் இருபத்து இரண்டே வயதான நான் இதுவரையில் ஆயிரத்திற்கும் மேற்பட்ட பெண்ணுடலைப் பார்த்துவிட்டேன். ஐநூறுக்கும் மேற்பட்ட பெண்களை கற்பனையில் புணர்ந்திருக்கிறேன்.

இதிலிருந்து நான் வெளிவர வேண்டும். முழுமையாக மீள வேண்டும். காமத்திலிருந்து என்னை திசைதிருப்பிக்கொள்ளும் செயல்களில் ஈடுபட முடிவெடுத்தேன். அதன் விளைவு எப்படியாகவிருந்தாலும் பரவாயில்லை. அதனால் நான் எட்டப்போகும் நிலை, இதைவிட ஒன்றும் மோசமானதாய் இருந்துவிடாது.

அப்படித்தான் கஞ்சா அடிக்கத் தொடங்கினேன். எது ஒன்று இயற்கையாக தயாரிக்கப்படுகிறதோ அது இயற்கைக்கு மீறியதே இல்லை என்று நண்பன் ஒருவன் கூறினான். அவனுக்கு டாஸ்மாக் மது பிடிக்காது. உயர்தர மது வாங்கும் அளவுக்குப் பண வசதியும் இல்லையென்பதால் கஞ்சாவே அவன் தேர்வாக இருந்தது. கஞ்சா மன அழுத்தத்தைக் குறைப்பதாகவும், தூக்க நேரத்தை அதிகரிப்பதாகவும் இணையத்தில் குறிப்பிடப்பட்டிருந்தது. தூக்க நேரத்தை அதிகரிப்பதன்மூலம் ஆபாச உலகிலிருந்து எளிதில் வெளிவந்துவிட முடியுமல்லவா! முதன்முறையாக கஞ்சா வாங்கியபோது அவன் சொன்னான், "ஸ்டஃப் எடுக்கும்போது ரொம்ப முக்கியமான விஷயம், நல்ல மூட்ல இருக்கணும். கடுப்பா இருக்கும்போது எடுத்தா பேட் ட்ரிப் ஆய்டும். காஜில இருக்கும்போது எடுத்தா ம்மால தம்பி தெறிக்க விடுவான். நீதான் ம்யூசிஷியன் ஆச்சே, பொயட்டிக்கான மூட்ல எடுத்து ஹார்மோனியப் பெட்டில கை வெச்சேன்னு வை, அனிருத்தையே மிஞ்சிருவ. நீ எப்படி இருக்கியோ அந்த மனநிலை ஓவர்டோஸ் ஆகும். இது ஒன்னும் சரக்கு மாதிரி ஒடம்பை வீக் ஆக்காது. ப்ரெயின் மட்டும் பேரலல் யூனிவர்ஸ்ல ட்ராவல் பண்ணும்."

இதில் இவ்வளவு நன்மைகள் இருக்கிறதா! ஒரேயொரு பிரச்சனைதான். நானோ ஓர் அதீத சிந்தனையாளன். இப்படியான ஆளுமைப் பண்புடையவன் கஞ்சாவை உட்கொள்ளுதல் என்பது அந்தரத்தில் தொங்கவிடப்பட்டிருக்கும் கயிற்றில்

நடப்பது போன்ற ஆபத்தான செயல். ஆனால் சரியாக கடந்துவிட்டால் கைதட்டல் கிடைக்கும். ஒருமுறை இசைப் பள்ளியிலிருந்து வீடு திரும்பும் வழியில் கஞ்சா அடித்தேன். வீட்டிற்குச் சென்றதும் பேய் போல வாசித்தேன்.

“டேய் ருத்ரா, நைட் நீ வாசிச்சது கொஞ்சம் பக்கத்து ரூம்ல கேட்டுதுடா. நல்லாருந்துதுடா. உன் சித்தியும் நல்லாருந்ததா சொன்னா” என்றார் அப்பா.

கஞ்சா உட்கொள்ளத் தொடங்கியதிலிருந்து சந்தோஷமாக இருப்பதாக உணர்ந்தேன். அந்த சந்தோஷத்தை நினைவுகூர முடியாததே ஏமாற்றமாய் இருந்தது. சுமார் பத்து நாட்கள் ஆபாச தளங்களிலிருந்து தப்பிக்க முடிந்தது. எல்லாமே புதிதாக இருந்தது.

சமூக வலைதளங்களில் நிறையப் பேருடன் உரையாடினேன், கேலி செய்தேன், சண்டை போட்டேன், பெண்களிடம் வழிந்தேன். இன்ஸ்டாகிராம் போயிருந்தபோது மானசி புகைப்படத்தைப் பதிவிட்டிருந்தாள். அவள் கழுத்தில் அணிந்திருந்த நெக்லஸும், காதுகளில் அணிந்திருந்த நீண்ட கம்மலும் நிலா வெளிச்சத்தில் மின்னின. அந்தக் கம்மல் முக்கோண வடிவில் இருந்தது. அதற்கு மேல் அணிந்திருந்த ஸ்டட், கதிர் வெளிச்சத்தில் மின்னாமல் இருந்தது. அவளது அழகினை அந்த தூய பொன் கூட்டிக்காட்டியது. கழுத்தில் அவள் அணிந்திருந்த நெக்லஸின் கீழே மெய்யான நிலவினைக் கண்டேன். மின்னிக்கொண்டிருந்த பீச் நிற ஆடை மேகம் போல அதை மறைத்திருந்தது. மனம் உடனடியாகக் கஞ்சாவை நாடியது. தேவைக்கு மீறியே அதனைப் புகைத்தேன்.

உன்னை இக்கோலத்தில் இயேசு கண்டிருந்தால்கூட ஆசீர்வதிக்கும்போது அவரது கைகள் நடுங்கியிருக்கும், என் தேவியே! இன்ஸ்டா புகைப்படத்திலிருந்து அவள் வெளியே வருவது போல் இருந்தது. உனக்கும் கஞ்சா சுருட்டவா என் கண்ணே! அல்லது உன்னையே என் கஞ்சாவாகச் சுருட்டிக்கொள்ளவா? உன்னை எங்கிருந்து இழுத்தால் போதை கூடும்? கேட்டுக்கொண்டிருந்தபோதே கைப்பேசியிலிருந்து உயிர் பெற்று வந்த மானசியை கஞ்சாவாக சுருட்ட ஆரம்பித்தேன். தலைப் பகுதியையும் கால் பகுதியையும் மாறி மாறி பார்த்ததிலேயே நேரம் போனது. சட்டென்று,

மையத்திலிருந்து இழுக்கத் தொடங்கினேன். அதுவரையில் ஏறாத போதை, அவள் சொன்ன அவ்வார்த்தைகளுக்குப் பிறகு ஏறியது: "ப்ளெஷர் இஸ் மைன், ருத்ரா பேபி." நான் மீண்டும் இழுத்தேன். "ஆஹ்ஹ், யெஸ்ஸ்ஸ், டேய், கஞ்சா அடிக்கச் சொன்னா ஃப்ளூட் வாசிக்கிற! ம்யூசிஷியன் புத்தி போகுதா பாரு" என்றாள். அவளை ப்யானோவாக மாற்றினேன். அடம்பிடித்தாள்.

"ஏண்டி இப்டி பண்ற."

"நீ சொன்ன பேச்சத்தாண்டா கேட்டேன். வேணும்னா வாசிச்சுப்பாரு."

நான் அவளது வலது மார்பகத்தைக் கசக்கினேன். அது *'F'* நோட்டாக ஒலித்தது.

"மத்த நோட்லாம் எங்க."

"கன்னத்துல இருந்து ஆரம்பி" - நான் கையைக் கொண்டு அவளது வலது கன்னத்தை நோக்கிச் சென்றேன். அப்போது அவள் சொன்னாள், "ருத்ரா, நீ என்னைக்காவது உதட்டுல ப்யானோ வாசிச்சிருக்கியா?." நான் இல்லை என்று தலையசைத்தேன். "இப்போ வாசி" என்றாள்.

நான் அவளது வலது கன்னத்திலிருந்து தொடங்கி, உதட்டுக்குச் சென்று இரு மார்பகங்களின் வழியே தொப்புளுக்குச் சென்றேன். சரிகமபத...

'த' *(A)*. ஏழு ஸ்வரங்களில் இது எனக்கு மிகவும் பிடித்தமானது. தொப்புளை முத்தமிடுவதின் மூலம் ஆணாக எனக்கு எந்த சுகமும் இல்லையெனினும், இசைக்கலைஞனாக மெய் சிலிர்த்து அவளது தொப்புளையே முத்தமிட்டேன். "என்னடா அங்கேயே நின்னுட்ட? கடைசி ஸ்வரம் வா. காத்துட்டு இருக்கேன்" என்றாள். என் அன்புக்குரிய ஸ்வரத்தைப் பிரிய மனமில்லாமல் வேதனையில் கண்ணீர் சிந்தியபடி கீழே வந்தேன். என் கண்ணீர் வேறொரு நீருடன் கலக்க முடிந்ததை இரண்டு கண்களால் பார்த்தேன். பிரமித்துப் போய் அச்சமுத்திரத்தின் உப்பு நீரைச் சுவைத்தேன். என் செவிக்குப் பெரிதும் இன்பமூட்டாத 'நி' *(B)* ஸ்வரம் ஒலித்தது. நான் அதை விளிம்புநிலை ஸ்வரம் என்பேன். அதை தொட்டதும் மானசி உச்சத்தில் துடிதுடித்துப்

போவதை உணர்ந்தேன். தொடர்ந்து அதையே வாசித்தேன். அவள் முனகிக்கொண்டே சொன்னாள், "அப்படிதான் ருத்ரா, B நோட்டையே வாசி. தொடர்ந்து அந்த கீய மட்டுமே ப்ரெஸ் பண்ணு. அப்படிதான், ஃபாஸ்டா, ஆஹ்ன் ஆஹ்ன்."

கைகள் ஈரமாயின. தினமும் காலை நான் உண்ணும் ஓட்ஸ் கஞ்சி தெரிந்தது. ஹாலிலிருந்து சித்தியின் சத்தம் கேட்டது, "விக்கி, இந்தப் பழைய கஞ்சியைக் கொண்டு போய் மாட்டுக்கு வெய்." ஹா ஹா ஹா! அவள் மாடு என்று குறிப்பிடுவது என்னைத்தான். "டேய் பாடு" என்று என் எதிரில் நின்றுகொண்டு சொன்னாள் சித்தி. ஐய்யோ!

"என்ன சித்தி?"

"ஏதாவது பாடு" என்றாள். நான் குழம்பிப்போய் கீழே பார்த்தேன். என் முன்னே ப்யானோ இருந்தது. பழைய பாடலைப் பாடுவதற்காக Am ஸ்ருதியை வாசித்தேன். பிறகு வெட்கப்பட்டுக்கொண்டே B ஸ்ருதியை வாசித்தேன். அதை மட்டுமே தொடர்ந்து அழுத்தி ரொம்ப நேரம் வாசித்தேன்.

"டேய் முண்டம், பாடு. பாடச் சொன்னா ஒரே கீய அடிச்சுட்டு இருக்க?" என்று கோபமானாள் சித்தி. அவளுக்கு மட்டும்தான் கோபம் வருமா? எனக்கு வராதா? அவளை அப்படியே தூக்கி கட்டிலில் படுக்க வைத்தேன். பேன்டைக் கழட்டி தயாராவதற்குள் சித்தி மானசியாக மாறியிருந்தாள். தப்பித்தாயடி வேசி மகளே, இன்னொரு நாள் மாட்டுவாய்! மானசியைப் புணர்ந்தபடி இன்பத்தில், மேலிருந்த சுவரைக் கண்டேன். இன்ஸ்டாகிராம் இலச்சினை நைட்லாம்பாக எரிந்துகொண்டிருந்தது. என் விந்து வெளியேறும் கணத்தில் அந்த இலச்சினை லாலிபாப்பாக மாறியது. அதை சாப்பிட்டபோது சுவையே மாறியிருந்தது. ஓட்ஸ் கஞ்சி! வயிறு முழுவதும், கை முழுவதும், அறை முழுவதும் ஓட்ஸ் கஞ்சி. மானசி சொன்னாள், உலகம் முழுவதும் ஓட்ஸ் கஞ்சி என்று. அவளது நிலாக்களில் தலை வைத்து எப்போது உறங்கினேன் என்றே தெரியவில்லை. உறங்கினேனா என்றும் தெரியவில்லை.

*

அன்றைய நாளினைத் தொடங்குவதற்கு எந்த உந்துதலும் இல்லை. தூக்கம் கலைந்திருந்தாலும் வெறுமனே படுக்கையில்

படுத்துக்கொண்டிருந்தேன். வில்வா மாஸ்டர் 'இசைப் பள்ளி விடுமுறை' என அறிவித்து வாட்ஸ்அப் குழுவில் குறுஞ்செய்தி அனுப்பியிருந்தார். இன்ஸ்டாகிராமைத் திறந்தபோது முந்தைய இரவு மானசி பதிவிட்டிருந்த புகைப்படம் மீண்டும் காட்டியது. இரவு போதையில் சுய இன்பம் செய்தது நினைவுக்கு வந்தது. பிறகு ஒவ்வொன்றாக ஞாபகத்திற்கு வந்தன.

'இன்னைக்கு என்ன ப்ளான்?' என்று சிறில் குறுஞ்செய்தியில் வினவினான்.

'ஒரு ப்ளானும் இல்ல' என்றேன்.

'டர்ஃப் புக் பண்ணவா? கிரிக்கெட் ஆடலாம். அப்பாவையும் கூப்பிட்டுப் பாரு'

'எனக்கு டயர்டா இருக்குடா. அப்பாவும் இன்னைக்கு வீட்டுக்கு வர லேட் ஆகும்னு சொல்லியிருந்தாரு'

'சரி அப்படின்னா ஆவடி லேக் பார்க் போலாமா? ஈவ்னிங் அஞ்சு மணிக்கு'

'ஒகே'

எனக்கு முன்பே சிறில் ஏரி பூங்காவிற்கு வந்திருந்தான்.

"போட்டிங் போலாமா?" எனக் கேட்டான்.

"போலாம். இரு டிக்கெட் வாங்கிட்டு வரேன்" எனச் சொல்லி பயணச்சீட்டு பெற்றேன்.

காத்திருப்பு இருக்கையில் சென்று அமர்ந்திருந்தோம். எங்களுக்கு முன்பு பத்து பேர் படகுக்காகக் காத்திருந்தனர். அந்நேரத்தில் எங்கள் இசை செயலாக்கத்தைப் பற்றிப் பேசினோம். ரஷ்ய கலாச்சார மையத்தின் பிரம்மாண்ட மேடையைப் பற்றிய கனவு இருவரது கண்களிலுமே இருந்தது. ஆபாசங்களிலிருந்து விலகி நிற்பதன் மூலம் கொல்ல முடிந்த முதல் மிருகம் பொறாமை. அதை வளரவிட்டால் எதிரில் இருப்பவரைக் கொல்வது போல பாவனை செய்து ஏமாற்றி தன்னையே கொன்றுவிடும். வீழ்த்த நினைப்பவர்மீது பொறாமை கொள்ளுதல் என்பது கால்பந்து வீரன் சேம் சைட் கோல் அடிப்பதற்குச் சமம். எங்களுக்கான படகு அதோ வந்துவிட்டது!

படகில் ஏறிய பிறகு நீண்ட உரையாடலுக்கான தொடக்கத்தை தெரியப்படுத்தும் விதமாக சிறில் பெருமூச்சுவிட்டான். அதை உறுதி செய்யும் விதமாக ஆங்கிலத்தில் பேச்சைத் துவக்கினான். நாங்கள் பெரும்பாலும் ஆழமான உரையாடலை ஆங்கிலத்தில்தான் மேற்கொள்வோம். பல உண்மைகளை வெளிப்படையாகப் பேச அம்மொழி உகந்ததாக இருந்தது. ஒருவரையொருவர் முரண்பட்டுக்கொள்ளும்போது நட்பு முறிந்துவிடாமலிருக்க ஆங்கிலம் உதவியது.

'சமீபமாக உன்னிடம் ஏதோவொன்று சரியில்லை ருத்ரா. உன் மீதுள்ள அக்கறையாலும், நம் இசை செயலாக்கத்தின் பொருட்டும் அது குறித்து அறிந்துகொள்ள விரும்புகிறேன்' என்றான் சிறில்.

'நானும் நீண்ட நாட்களாக இதுகுறித்து யாரிடமாவது பேச வேண்டுமென்று நினைத்திருந்தேன் சிறில். உன்னைவிட நம்பத்தகுந்த நபர் வேறு யாரும் இருக்க முடியாது. உடலையும், மனதையும் போலப் பிறரது ரகசியங்களையும் பேணிக்காப்பவன் நீ. நானும் இந்தப் பண்பை வளர்த்துக்கொள்ள வேண்டும்.

"நான் கடந்த ஒன்றரை ஆண்டுகளாக நீலப்படங்களுக்கு அடிமையாகியிருக்கிறேன். உடல் சோர்வுற்றிருப்பதாகவும், மனம் உந்துதலற்று இருப்பதாகவும் உணர்ந்திருக்கிறேன். சந்தேகம், பொறாமை, சலிப்பு என எதிர்மறையாக உணரத் தொடங்கினேன். ஸ்ருதியுடன் இசை சேரவில்லை; பிழைதான் சேர்ந்தது. இசைக் கலைஞன் என்பதுதான் என் ஒரே அடையாளம். அதுவே என்னைவிட்டுப் போய்க்கொண்டிருக்கிறது. நான் உன்னைப் போல தியானம் செய்பவன் அல்லன்; பளு தூக்குபவனோ விளையாட்டு வீரனோ அல்லன். வெறும் இசைக் கலைஞன். இப்போது ஆபாச அடிமை என்ற அடையாளத்தை தூக்கிச் சுமக்கிறேன். நீ ஒருமுறை சொன்னாய் நினைவிருக்கிறதா? நம்மில் யாரைத் தேர்வு செய்ய வேண்டுமென்ற முடிவை வில்வா மாஸ்டர் எளிதாக எடுத்துவிட நாம் அனுமதிக்கக்கூடாது என்று. என் பழக்கவழக்கங்கள் இப்படியே போனால் மிக எளிதாக மாஸ்டர் உன்னைத் தேர்வு செய்துவிடுவார்.

மானசியுடன் பேசி பல நாட்கள் ஆகின்றன. அவளிடத்தில் முன்பிருந்த கொண்டாட்ட உணர்வு இப்போதில்லை. இது உறவுகளில் வழக்கமாக ஏற்படும் சலிப்பு அல்ல; நிச்சயம்

நீலப்படங்களால் வந்தது. மானசியின் ஆன்மாவையும், அதைச் சுமக்கும் அழகிய உடலையும் மகத்தானதாக உயர்த்திப் போற்றுவதற்கு மனம் வரமாட்டேன் என்கிறது. ஒரு காதலனாக அழகைப் போற்றுவதுதானே முதல் கடமை. அழகின்மீது சலிப்பு ஏற்பட்டுவிட்டால் வாழ்க்கையின் இன்பமும் அர்த்தமும் வேறு என்னவாகத்தான் இருக்க முடியும்? அதனாலேயே ஆபாசத்திலிருந்து தூரம் வர விழைந்தேன். ஒன்றிலிருந்து வெளி வர தீர்மானமாக முடிவெடுக்கும்போது அது நம் மனதை மேலும் ஆட்கொள்கிறது. பல மடங்கு அதற்கு நம்மை அடிபணியத் தூண்டுகிறது.

இதை விட்டொழிக்கும் ஒரு பகுதியாக கஞ்சா உட்கொள்ளத் தொடங்கியிருக்கிறேன். அது ஒருவித மிதப்பில் வைத்திருக்கிறது. நேற்று பல மாதங்களுக்குப் பிறகு நீலப்படம் பார்க்காமல் சுய இன்பம் செய்தேன். இந்தக் கணத்தில் கஞ்சா எனக்குத் தேவையாக இருக்கிறது. ஆபாசத்திலிருந்து முழுமையாக வெளிவந்த பிறகு கஞ்சாவிலிருந்தும் கொஞ்சம் கொஞ்சமாக என்னை துண்டித்துக்கொள்வேன்.'

பேசத் தொடங்குவதற்கு முன் சிறில் தனது பேன்ட் பாக்கெட்டில் எதையோ தேடிக்கொண்டிருந்தான். பிறகு எடுத்து என்னிடம் நீட்டினான்.

கஞ்சா!

'எனக்கா?' என்றேன்.

'ஆம்'

'உனக்கு எப்படித் தெரியும்?'

'தெரியும். உனக்கு கஞ்சா கொடுப்பவன் எனது நண்பனின் நண்பன்' என்றான்.

'நீ கஞ்சா அடிப்பியா?' என்று கேட்டதற்கு 'இல்லை' என்று மறுத்தான். கஞ்சாவை எடுத்துக்கொண்ட பிறகு பேச்சைத் தொடர்ந்தோம். சிறில் சொன்னான்:

'போர்னிலிருந்து மீள கஞ்சா நல்ல மாற்றாக இருக்குமென்று நீ நம்புகிறாய். போர்னை முழுதாக விட்டொழித்ததும் கஞ்சாவையும் விட்டுவிடப் போவதாக நம்பிக்கையுடன்

சொல்கிறாய். கஞ்சா போன்ற போதை வஸ்துவிலிருந்து வெளியேறுவது அவ்வளவு சுலபமெனில் சாதாரண போர்னிலிருந்தும் வெளியேறியிருக்கலாம்தானே. உன்னால் முடியவில்லை! ஏன் தெரியுமா? கஞ்சாவும் சாதாரணமானதல்ல, போர்னும் சாதாரணமானதல்ல. இரண்டும் வெவ்வேறு என்று நீ நினைத்துக்கொண்டிருக்கிறாய். ஒருவேளை கஞ்சாவின் துணையுடன் ஆபாசத்தை விட்டொழிவது சாத்தியமாகிவிட்டாலுமே கூட, கஞ்சாவிலிருந்து வெளிவர விழையும்போது வேறொரு வஸ்து தேவையாக இருக்கும். ஆபாசத்தை விட்டொழிக்க அதிலிருந்து தப்பிக்கக்கூடாது ருத்ரா. நாய்களின் மீதிருக்கும் பயத்தைப் போக்கிக்கொள்ள முதலில் அதன் தலைகளை தடவிக்கொடுக்க வேண்டும். தப்பிக்க முற்பட்டால் அது உன்னை வெறியுடன் விரட்டும்'

'என்னை ஆபாசம் பார்க்கச் சொல்கிறாயா?'

'அப்படியில்லை. அதைப் பார்ப்பதையோ விட்டொழிவதையோ வாழ்வின் குறிக்கோளாக வைக்க வேண்டாம். நாம் கலைஞர்கள்; நமக்குப் பெரும்பணிகள் உள்ளன. இதுபோன்ற அற்ப விஷயங்கள் மூளையை ஆட்கொள்ள அனுமதிக்கக்கூடாது. உண்மையில் கஞ்சாவை நீ ஆபாசத்திலிருந்து மீள்வதற்காக மட்டும்தான் நுகர்கிறாயா?'

'இல்லை'

'பிறகு?'

'போதை'

'கஞ்சா உன்னை போர்னிலிருந்து மீட்கும் என நம்புகிறாய். ஆனால் நீ கஞ்சா உட்கொள்வதற்கான ஆதி காரணமே நீலப்படங்கள்தான். அதை அதீதமாக நுகர்ந்து தீர்த்ததாலேயே உனக்கு மாற்று இன்பம் தேவைப்பட்டிருக்கிறது' என்றான்.

கொஞ்சம் கொஞ்சமாகப் போதை ஏறிக்கொண்டிருந்தது. இது நேற்று உட்கொண்டது போன்ற வீரியமான ஸ்டஃப் அல்ல என்பதால் சிறில் பேசிய ஒவ்வொரு சொற்களும் என் மூளையில் பதிந்தன. அந்த வார்த்தைகள் அனைத்தும் இணைந்து புதிய சிந்தனையாக உருப்பெற்றது. அவன் கடைசியாக சொன்ன விஷயத்தை மட்டும் என்னால்

புரிந்துகொள்ள முடியவில்லை. அதற்கு காரணம் கஞ்சா அல்ல; அதை உட்கொள்ளாமல் இருந்திருந்தாலுமே எனக்கு அது புரிந்திருக்காது என்பதில் தெளிவாக இருந்தேன். எனது தெளிவின்மையைக் கண்களின்மூலம் அறிந்துகொண்ட சிறில் மேலும் தொடர்ந்தான்:

'இசை, காதல், காமம் இவையெல்லாம் இன்பமாகப் பார்க்கப்படுவதற்குக் காரணம் அவை விடுபடலின் பொருட்டு கிடைப்பதால்தான். உலகில் அமைதியும் இரைச்சலும் இருப்பதால்தான் இசை மகத்தானதாக மாறுகிறது. மனிதர்களிடையே சலிப்பும், வெறுப்பும் எஞ்சியிருப்பதால்தான் காதல் புனிதமானதாகப் பார்க்கப்படுகிறது. மிக நேர்த்தியான ஒருவன் இசையும், காதலும் தன்னை பலவீனமாக்குமோ எனக் கருதி அவற்றிலிருந்து தள்ளியே இருப்பான். நீ எந்நேரமும் இசை கேட்டுக்கொண்டிருந்தாலோ, காமத்தை நுகர்ந்துகொண்டிருந்தாலோ அல்லது மகிழ்விக்கும் செயல்களில் ஈடுபட்டுக்கொண்டிருந்தாலோ அதிலிருந்து எது உனக்கு விடுதலை அளிக்கிறதோ அதை மகத்தானதாக எண்ணத் துணிந்துவிடுவாய். உன்னை இன்பத்தில் ஆழ்த்தியவற்றில் மூழ்கித் திளைத்ததால்தான் இருத்தலியல் சிக்கலுக்கு ஆளானாய். மனிதன் சிக்கலின்மூலம் தன்னை அடையாளப்படுத்திக்கொள்வதைவிட அபத்தம் எதுவும் இருக்கிறதா?'

'கஞ்சா எனக்கு சந்தோஷத்தை அளிக்கிறது.'

'சல்லித்தனமான விஷயங்களை செய்வதன்மூலம் மக்களால் சந்தோஷத்தை அடைய முடியும். போதை, சுய இன்பம், நீலப்படங்கள், துரித உணவுகள், தொலைக்காட்சி, சமூக வலைதளங்கள், இனிப்பு, இணையத் தொடர்கள் போன்ற பல கேளிக்கையான விஷயங்கள் மனிதர்களை சந்தோஷப்படுத்தும். அதற்காக நீயும் அதைச் செய்வாயா? பலரும் செய்துகொண்டிருப்பதையே நீயும் செய்தால் பலரில் ஒருவனாக மட்டுமே எஞ்சிவிடுவாய். நீ ஒரு லட்சியவாதி ருத்ரா. இசையின் ஆழங்களையும் உச்சத்தையும் பார்க்க வேண்டாமா? நாம் சராசரியல்ல. கலைஞர்கள். மகத்தானவர்கள். போற்றுவதற்குரியவர்கள்'

'ஒருவன் சந்தோஷமாக இருப்பது தவறா?'

'கஞ்சா உன்னை எவ்வளவு நேரம் இன்பத்தில் வைத்திருக்கிறது?'

'அதிகபட்சம் ஐந்து மணி நேரம்'

'ஐந்து நிமிடங்களில் விந்து வெளியேறிவிட்டால் அதற்கு மேல் எப்பேர்ப்பட்ட நீலப்பட நடிகர்களுக்கும் மதிப்பில்லை. அதன் இன்ப அளவு சிறியது. ஒரு மாத்திரையைப் போன்றது. ஒரு மாத்திரைகூட அல்ல; அரை மாத்திரை. ஒரு மணி நேரம் உடற்பயிற்சி செய்தால் குறைந்தபட்சம் ஐம்பது மணி நேரமாவது மகிழ்ச்சியுடன் இருக்கலாம் என்கிறது அறிவியல். நீ உள்ளுணர்வை நம்புபவன்; நான் அறிவியலை. உனக்கு சுரக்கும் அதே டோபமீன், எண்டார்ஃபின்தான் எனக்கும். நாம் மேற்கொள்ளும் வழிமுறைகள் வேறு. மகிழ்ச்சியாக இருக்க வேண்டுமென்பதுதான் அடிப்படை. இலக்கியத்திலும், தத்துவத்திலும் நான் ஆசான்களாகக் கருதும் பலரும் மகிழ்ச்சியைத்தான் மேன்மைப்படுத்தியுள்ளனர். வருங்காலத்தில் உன்னை மகிழ்விக்கும் தருணம் என்னவாக இருக்க முடியும்?'

'ரஷ்யக் கலாச்சார மையத்தில் ப்யானோ லீட் வாசிக்க வேண்டும். அதற்குப் பிறகான கைதட்டல்'

'அதற்கு ஒன்றரை மாதம் இருக்கிறது. அதுவரையில் உன் மெய் மகிழ்ச்சி உணர்வைக் கேள்விக்குறி நிலையில் வைத்திருப்பாயா? மிகப்பெரிய தருணங்களே சந்தோஷம் என்று கருதும்போது அது மட்டுமே சந்தோஷம் என ஆகிப்போய், ஒருவனின் வாழ்க்கை புதைகுழிக்குள் தள்ளப்படுகிறது. உதாரணமாக, செக்ஸ் மட்டுமே வாழ்வின் சந்தோஷம் என்று கருதும் ஒருவனுக்கு, வாழ்வில் அதிகபட்சம் ஆயிரக்கணக்கான செக்ஸ் கிடைக்கிறது என்றாலும்கூட மீதமுள்ள லட்சக்கணக்கான, கோடிக்கணக்கான தருணங்கள் வெறுமையுடன் கிடக்கின்றன. எனவேதான் சந்தோஷங்களை நாடக்கூடாது. நாம் நாடும் மகிழ்ச்சியின் அளவு அதிகரிக்கும்போது அதிலிருந்து கிடைக்கக்கூடிய துயரமும் அதிகரிக்கும்'

'ஆனால் சிறில்... வாழ்க்கை ஒருமுறைதானே வாழக் கிடைக்கிறது!'

'அதற்காக இன்பங்களை திகட்டும் அளவுக்கு அனுபவிப்பதா? இருபதுகளில் பார்ட்டிகளிலும் கேளிக்கைகளிலும் பொழுதுகளைக் கழித்த பலர் பிற்காலத்தில் பருமனாக

மாறியிருக்கின்றனர். நீ உயர்வாக வைத்திருக்கும் ஒரு விளையாட்டு வீரனைப் பார். மனம் போகும் போக்கில் போகாமல் இருந்ததால்தான் அவன் வெற்றியாளனாக இருக்கிறான்'

'நீ சொல்வதை எடுத்துக்கொள்ளவே எனக்கு சற்று கடினமாக இருக்கிறது'

'ஹாஹா. வேறு என்ன மாதிரியான அறிவுரையை என்னிடமிருந்து எதிர்பார்த்தாய்!'

'அப்படிக் குறிப்பிடும்படியாக எதையும் நான் எதிர்பார்க்கவில்லை. ஒரு வெற்றுக் காகிதமாகத்தான் உன்னைச் சந்திக்க வந்திருக்கிறேன்' என்றேன்.

'சரி நான் என்ன சொன்னால் அது உன்னை ஆசுவாசப்படுத்தியிருக்கும்?'

'உனக்கு என்ன பிடித்திருக்கிறதோ அதை செய் என்று சொல்லியிருந்தால்...' என்று சொல்லி லேசாக சிரித்தேன்.

'உன் மீது எனக்கு அக்கறை இல்லாமல் இருந்திருந்தால் அதைத்தான் சொல்லியிருப்பேன். ஒரு நண்பனாக நீ சிறந்து விளங்க வேண்டும் என்று விரும்புகிறேன். ஒரு கலைஞனாக இச்சமூகம் சிறந்து விளங்க வேண்டும் என நினைக்கிறேன். ஆகவே அப்படியான ஒரு ஷுகர்கோட் செய்யப்பட்ட அறிவுரையை நான் யாருக்கும் வழங்க மாட்டேன்'

'ஏன் அப்படி?'

'எப்படிச் சொல்லது...! தற்கால மனிதர்களுக்கு அப்படி என்ன பிடித்திருக்கிறது? தங்களை வதைத்துக்கொள்ளவும், தொழில்நுட்பத்தில் நேரத்தைச் செலவிடவும், காமத்தின் தேவைகளை சுயமாகவே தீர்த்துக்கொள்ளுதலைப் பல் துலக்குவது போல தினசரி பழக்கமாக்கிக்கொள்ளவும், உறவுகளில் நிபந்தனைகளை வெறுக்கவும், அதில் ஏற்படும் சொற்ப வலிகளுக்கு கலைத்துவ உருவகம் கொடுத்துக்கொள்வதிலும்தான் நவீன மனிதர்கள் விருப்பம் கொள்கின்றனர். ஒட்டுமொத்த இளம் சமூகமும் நோய்க்கூறாக இருக்கும்போது அதிகம் பாதிக்கப்படுவது தெளிவான ஆள்தான்

'இவ்வளவு நாட்களாக, உனக்குப் பிடித்ததை செய்துகொண்டுதான் நீ சந்தோஷமாக இருப்பதாக நினைத்தேன்' என்றேன். சிறில் சிரித்தான்.

'என்ன செய்வது ருத்ரா! நமக்கான மதிப்பை சுயமாகத்தான் உருவாக்கிக்கொள்ள வேண்டும் எனும்பட்சத்தில் நான் எப்படி எனக்கு என்ன பிடிக்கிறதோ அதைச் செய்துகொண்டிருக்க முடியும்?'

'சரி சொல், அப்படியானால் நீ எப்படித்தான் சந்தோஷமாக இருக்கிறாய்? சந்தோஷத்தைப் புறக்கணிக்கும் ஒருவன் சந்தோஷமாக இருப்பதை முதன்முறையாகக் காண்கிறேன்.'

'ஆற்றலை ஈட்டிக்கொள்வதன்மூலம் மகிழ்ச்சியடைகிறேன். ஆற்றலை உருவாக்கலாம் அல்லது திசை திருப்பலாம். அதைப் பயன்படுத்தாமல் இருப்பதிலும், தக்க வைக்காமல் இருப்பதிலும் ஒரு பயனும் இல்லை'

'புரியவில்லை'

'உடற்பயிற்சி என்பது ஆற்றலைப் பயன்படுத்துவது எனில், உண்ணுதல் ஆற்றலைத் தக்க வைப்பதாகும். கழிநுகர்வது ஆற்றலைப் பயன்படுத்துவது எனில், கட்டுப்பாடு அதை தக்க வைக்கும். செலவிடும்போது என் ஆற்றல் முழுமையாக செலுத்தப்பட்டிருக்கிறதா என்பதைப் பார்ப்பேன். அதுவே என் நிறைவு.

உண்மையில், சந்தோஷம் என்பது வெறும் கணம். அது நீளக்கூடிய அல்லது நித்தியத்துவமடையக்கூடிய உணர்வு அல்ல. எனது அவதானிப்பில் துயரங்கள் நித்தியத்துவமடையக்கூடியவை அல்ல என்றாலும், நீளக்கூடியவை. எனக்குத் தெரிந்த பலர் தற்போது சந்தோஷமாக இல்லை. மெய் மகிழ்ச்சியை நீட்டித்து நிலையாக்க விரும்பினால் வாழ்விலிருந்து துன்பங்களை வெட்டியெடுத்தாலே போதும். அவற்றை முழுமையாக சரி செய்வதற்கான வழிகளை ஒருவர் கண்டடைந்துவிட்டால் உயிர்த்தெழுதலை நோக்கி நகர்ந்துவிடலாம். மனிதர்கள் அவற்றைக் கண்டடைவதற்கான முயற்சிகளை மேற்கொள்ளாமல் சந்தோஷங்களிலும், அதனால் ஏற்படும் மன அழுத்தத்திலும் நேரத்தை வீணடித்துக்கொண்டிருக்கின்றனர். 'சந்தோஷம்', 'மன அழுத்தம்' ஆகிய இரண்டும் வெவ்வேறு அல்ல;

இரண்டின் புகலிடமும் ஒன்றே. பிறரை வதை செய்வது சட்டப்படி குற்றமெனில், தன்னையே வதைத்துக்கொள்வது தன்னறத்தின்படி தவறு. தனக்கான ஒழுக்கங்களை வகுத்துக்கொள்ளத் தெரியாதவரையும், தனது எண்ணங்கள் மற்றும் செயல்களை உற்றுநோக்கத் தெரியாதவரையும் நினைத்தால் பரிதாபமாக உள்ளது.

நீ உன்னையே தொட்டுக்கொள்ளும்போதுதான் தொடுபவனாகவும், உணர்பவனாகவும் ஆகிறாய்; உன்னையே அணைத்துக்கொள்ளும்போது அணைப்பவனாகவும், அணைக்கப்படுபவனாகவும் ஆகிறாய். நீ உன்னையே மகிழ்ச்சியாக வைத்துக்கொள்ள ஆசைப்படும்போது அழிப்பவனாகவும், அழிபவனாகவும் ஆகிறாய்.'

ஏ

“எனக்கின்னா அரசியல் தொழில்னு நெனச்சீங்களா? துட்டு சம்பாதிக்க ஆயிரம் வழி இருக்கு. பேர புள்ளைங்க அனுபவிக்கிற அளவுக்கு சொத்து சேர்த்து வெச்சிருக்கேன். பொறந்ததுல இருந்து கழகத்தோட ரத்தம்தான் ஓடுது. சாகுற வரைக்கும் தலைவருக்கு விசுவாசமா இருப்பேன். எங்கைல பத்து காசு இல்லன்னாலும் தலைவர் பேர கூவி நூறோ எரநூறோ அல்ப காசை வாங்கிட்டுப் போறேன். தியாகே, எங்கிட்ட ஒன்னும் இல்லாத காலத்துலகூட கழகத்துக்காக உழச்சிருக்கேன். இந்த அம்பாஸடர், வீடெல்லாம் அப்போ இருந்துதா என்ன? விசுவாசத்தாலயும் உழைப்பாலயும் வளர்ந்தவன் நான். உங்க பணம் ஒன்னும் பிஸ்கோத்தும் இல்ல, அதைப் பார்த்துட்டு வாலாட்டிக்கிட்டு வரத்துக்கு நான் ஒன்னும் நாயும் இல்ல” என்று லோகுவின் பெரியப்பா அலைபேசியில் பேசிக்கொண்டிருந்தார்.

பெரியப்பாவின் பேச்சால் லோகு குன்றினான். தன்னை தீவிர அரசியல் பார்வை உடையவனாகவும், கழகத்தின் சகோதரராகவும், உண்மையான விசுவாசியாகவும் காட்டிக்கொள்ள முயன்றான். அன்றிரவு அவர் மிதமான போதையில் இருந்த சமயத்தில் கல்லூரி சேர்மேன் தேர்தலில் போட்டியிடும் விஷயத்தை தயக்கத்துடன் தெரியப்படுத்தினான்.

“நல்லா பண்ணு. குடும்ப மானத்தைக் காப்பாத்தணும். காலேஜ் எலெக்‌ஷன்லாம் முதல் படி. ஆனா விட்றக்கூடாது. அஸ்திவாரம் பலமா இருக்கணும். ஜெய்க்கிறோம், பதவி வருது, அதிகாரம் கிடைக்கிது... இதெல்லாம் முக்கியமில்ல. ஜனங்களை வசீகரிக்கக்கூடிய திறமை இருக்கணும். அதான் அரசியல். பெரியப்பாவைப் பாரு, எவ்ளோ லேண்டை

வளைச்சுப் போட்டிருப்போம். தேர்தல்னு வந்தா ஜனங்க ஓட்டுப் போடுதுல. அரசியலுக்கு அதான் தேவை.”

“கண்டிப்பா பெரிப்பா.”

“ஆப்பனன்ட் யார் ஸ்ட்ராங்?”

“ரெண்டு பேரு. சம்பத் - முன்னாள் செகரட்ரி. ஆரோக்கிய தாஸ் - செக்ரட்ரி எலக்ஷன்ல ஜெய்ச்சிருக்க வேண்டியவன்.”

பெரியப்பா யோசித்தார்.

“பெரிப்பா, பசங்ககிட்ட வேணா சொல்லி...”

“தே ச்சி, தப்பு. சின்ன பசங்க. காலேஜ்லயே இதெல்லாம் பண்ணக்கூடாது. அப்புறம் பழகிரும். நாளைக்கு மதியம் பதினொன்ர மணி போல நல்ல நேரம், வீட்டுக்கு வா. காசு குடுத்துட்டு போறேன். பெரிம்மா கையால வாங்கிக்க. பசங்களுக்கு எதுனா செய்” என்றார்.

பணத்தைப் பெற்றுக்கொண்டு லோகு தேர்தல் பணிகளைத் தொடங்கினான். தேர்தல் நாள் நெருங்கிக்கொண்டே இருப்பதால் வேட்பாளர்கள் களப்பணிகளில் ஈடுபடத் தொடங்கினர். செகரட்ரி பதவிக்காகப் போட்டியிடும் வேட்பாளர்கள் மாணவர்களுக்குப் பேனா, ஸ்கேல் கொடுத்து வாக்கு சேகரிப்பார்கள். சேர்மேன் பதவிக்காகப் போட்டியிடுவோர், ஒரு நாளைத் தேர்ந்தெடுத்து கேன்டீனில் இலவச உணவு அறிவிப்பார்கள்.

பெரியப்பாவிடமிருந்து வாங்கிய பணத்தின் மூலம் கல்லூரி வரலாற்றில் இதுவரை யாரும் அறிவித்திடாத புதிய அறிவிப்பை லோகு வெளியிட்டான். கலை மாணவர்களுக்கு தேவையான ப்ராக்டிகல்ஸ் செலவு முழுவதையும் தானே ஏற்றுக்கொள்வதாகக் கூறினான். இது மாணவர்களிடையே பெரும் வரவேற்பைப் பெற்றது. இச்செய்தி பெரியப்பாவுக்கு எட்டியது; லோகு எட்ட வைத்தான். அவர் லோகுவை நினைத்து மிகவும் பெருமைப்பட்டார்.

சம்பத் வழக்கம் போல செகரட்ரி தேர்தல் உத்தியைப் பயன்படுத்தினான். இளங்கலையில் செகரட்ரி தேர்தலில் போட்டியிட்டபோது மனுத் தாக்கல் செய்த மறு கையுடன்

தேர்தல் பணியினைத் தொடங்குவதற்காகக் கடன் வாங்கினான். அந்தப் பணத்திலிருந்து ஒரு கணிசமான அளவு, கல்லூரி மாணவர்களுக்குப் போய்ச் சேர்ந்தது. மாணவர்கள் வாக்களித்து வெற்றி பெறச் செய்தனர். கல்லூரி நிர்வாகத்தால் செகரட்ரி, சேர்மேன் பரிந்துரைக்காக தலா பத்து சீட்டுகள் ஒதுக்கப்படும். பச்சையப்பன் கல்லூரியில் சேர விரும்பும் சிலர் குடும்பத்துடன் செகரட்ரி/சேர்மனை கல்லூரியில் அல்லது வீடு தேடி போய் சந்திப்பார்கள். கல்யாணத்தை தவிர ஓர் இளைஞன் தாம்பூலத்தட்டுடன் கூடிய மரியாதையைப் பெறும் இடம் இது. அப்படி வருபவர்களுக்கு கல்லூரியில் சீட்டு வாங்கித் தருவதன் மூலம் பதவியிலிருப்பவர்களுக்கு ஆயிரக்கணக்கில் மறைமுக கமிஷன் கிடைக்கும். இந்தப் பணத்தை வைத்துத்தான் சம்பத் வாங்கிய கடனை அடைத்தான். மீதமிருந்த கொஞ்சப் பணத்தை சேர்மேன் தேர்தலில் செலவு செய்வதற்காக முதலீடு செய்தான். அது ஒன்றரை மடங்கு பெருகியிருந்தது. சம்பத்தின் இந்த வெற்றி உத்தியை வீழ்த்தியே ஆக வேண்டும் என்று ஆரோக்கிய தாஸ் திட்டம் தீட்டிக்கொண்டிருந்தான்.

5

சிறில் புத்திசாலி. தான் வெளிப்படுத்தும் சொற்களின் மதிப்பை அறிந்திருப்பவன். தேவைக்கு மீறி ஒரு சொல்லைக்கூட உச்சரிக்காதவன். தனது வாதங்கள் அனைத்தும் எதிரிலிருப்பவரின் செவிகளுக்கு முழுஅளவில் எட்டிவிட வேண்டும் என்ற விழிப்பு கொண்டவன். போதை வஸ்துக்களை உட்கொள்பவனிடம்கூட அதற்கு எதிராகப் பேசி அவனால் வெல்ல முடியும். அதற்கான உத்திகளைத் தேடுவதிலேயே அவனுடைய முழுகவனமும் குவியும். அவனுடைய வாதங்களை நான் முழுவதுமாகப் பரிசீலிக்க வேண்டும் என்ற நோக்கத்தில்தான் அவன் எனக்கு கஞ்சாவையே கொடுத்திருக்கிறான். அவன் பேசிய அனைத்து சொற்களும் மூளைக்குள் ஒரு போரையே நிகழ்த்தின.

இசைக்கு நான் தகுதியற்றவன். எந்த இசைக்கலைஞனுக்கும் வரக்கூடாத ஓர் எண்ணம் இது. நீலப்பட உலகிற்குள் நுழையத் தொடங்கிய புதிதில் உலகமே காலுக்கடியில் இருப்பது போன்ற ஆணவம் இருந்தது. இப்போது உலகமே என்னை ஒதுக்குவது போன்ற கீழ்மையே மிஞ்சுகிறது.

என்னுள் நிகழ்வது ஆபாசத்துக்கும் கஞ்சாவுக்கும் இடையிலான போர். இப்போரில் இருவரையுமே தோல்வியடைய வைப்பது என் சாமர்த்தியம். இருவரையும் வீழ்த்திவிட்டு போட்டியில் பங்கேற்காத 'ஒழுக்கத்தை' வெற்றி பெற வைப்பதில்தான் என் ஆண்மை அடங்கியுள்ளது. மூளைக்குள் நிகழும் போட்டிக்கு விதிமுறைகள் கிடையாது. வெற்றியைத் தாமதமாகவே அறிய முடியும் என்பதால் வென்றுவிட்டு மீண்டும் உழைத்தாலொழிய போட்டியின் முடிவை அறிந்துகொள்ள இயலும்.

என்னைப் பாழாக்கும் அவ்விரண்டிலிருந்து தள்ளி நின்றேன். சில நாட்களில் தாங்க முடியாத சலிப்பை உணர்ந்தேன்.

அதைப் போக்கிக்கொள்ள முனையாமல் சும்மா இருந்து சலிப்பை அனுபவிக்கும்போது மன அழுத்தமும் பதட்டமும் ஓரளவு குறைந்தது. நீலப்படங்களும் போதை வஸ்துக்களும் ஆளுமையை சிதைக்கக்கூடியவை. இருப்பினும், எப்பேர்ப்பட்ட மகா கலைஞனும் அடிமையாகும் முதற்புள்ளி சலிப்புணர்விலிருந்துதான் தொடங்குகிறது.

என் சுய இன்பக் கற்பனையில் பெண்ணை வெல்வது போன்ற சித்திரங்கள் தோன்றியதில்லை. கற்பனைக்கே இடம் கொடுக்காமல் ஆபாசத்தை நுகர்ந்து காமத்தை வடிகாலாக்கியுள்ளதால் வேறு ஆண், பெண்ணை வெல்வதைப் பார்த்தே சுய இன்பம் செய்து வருகிறேன். ஆபாசக் குப்பையின் மூலம் தோல்விக்குக்கூடப் பழகியிருக்கிறேன். ஆனால் சலிப்புக்குப் பழகியிருக்கவில்லை. அதற்கு எத்தனிக்கும்போதுதான் தோல்வியிலிருந்து மீண்டு வெற்றிப் பாதையை எட்ட முடியும். எனவே சலிப்பைத் தழுவிக்கொள்ள ஆரம்பித்தேன். இதனால் செயலாக்கத்திற்குத் தயாராக முடிந்தது. இசைக்கலைஞனுக்கு சலிப்பைப் பழகும் தன்மை இன்றியமையாதது. ஒரே இசையை அனுதினமும் வாசித்துக்கொண்டே இருக்க விழைபவனால் மட்டுமே அற்புதமான சங்கீதத்தை மேடையில் அரங்கேற்ற முடியும்.

*

சித்தியின் பிறந்தநாளுக்கு அப்பா மெனக்கெட்டு பல இன்ப அதிர்ச்சிகளை அவளுக்குக் கொடுத்தார். பத்தாயிரம் ரூபாய் மதிப்புள்ள கைக்கடிகாரத்தையும் பதினைந்தாயிரம் மதிப்புள்ள கூலிங் க்ளாஸையும் பரிசளித்தார். விக்கி ஒரு சிறிய பார்பி பொம்மையைப் பரிசளித்தான். சித்தியுடன் கல்லூரியில் படித்த தோழிகளை ஃபேஸ்புக் மூலம் தேடிப் பிடித்து அவள் முன் நிறுத்தினார் அப்பா. சித்திக்கு கண்ணீரே வந்துவிட்டது. அப்பா கொடுத்த விலை மதிப்புள்ள பொருட்களைவிட சித்திக்கு இது காலத்துக்கும் மறக்காது.

நான் ப்யானோவில் அவளுக்காக 'ஹாப்பி பர்த்டே' இசையை வாசித்தேன். அதன்பிறகு சித்திக்குப் பிடித்த பாடல்களை வாசித்தேன். சித்தி நிறைவாகவும் மகிழ்ச்சியாகவும் இருந்தாள். அவ்வளவு அழகாக இருந்தாள். அங்கிருந்த அனைத்துப் பெண்களின் அழகையும் சித்தி தூக்கிச் சாப்பிட்டாள்.

கஞ்சா நண்பனிடமிருந்து அழைப்பு. "இன்னா மாமே, கிஸா பக்கமே வரதில்ல இப்போலாம்?" என்று நலம் விசாரித்தான். "இன்னைக்குக் கெடைக்குமா?" என்றேன். "எங்க வரணும்னு சொல்லு" என்றான். நான் அவனை மொட்டைமாடிக்கு அழைத்து கஞ்சாவை வாங்கினேன். வழக்கத்தைவிட கொஞ்சம் கூடுதலாகவே வாங்கி வைத்துக்கொண்டேன். கீழே எல்லோரும் உயர்தர மதுவினை அருந்திக்கொண்டிருந்தனர்.

அவர்கள் இரவுணவுக்காக மொட்டைமாடிக்கு வருவதற்கு முன்பாகவே நான் நன்றாகப் புகைத்திருந்தேன். மாடியில் கொஞ்ச நேரம் நடந்துவிட்டு நிலாவைப் பார்த்தேன். அதில் சித்தியின் அழகிய முகம் தெரிந்திருந்தது. ஒட்டுமொத்த வானமும் அவளது உடலாகியது. நிலவின் கீழ் தோன்றிய இரு நட்சத்திரங்கள் மட்டும் அவளது முலைகளாயின. அதை எட்டிப் பிடிக்கக் கைகளை உயர்த்தினேன். கீழிருந்து என்னை யாரோ அழைத்தனர். நிலவுக்கு முத்தமளித்துவிட்டு கீழே சென்றேன்.

சித்திதான்! தோழிகளுக்கு என்னை அறிமுகம் செய்ய அழைத்தாள். 'எங்கள் குடும்பத்தின் முதல் கலைஞன்' என்று பெருமிதத்துடன் அறிமுகம் செய்தாள். ஒவ்வொருவரிடம் இதைச் சொல்லும்போதும் அவளது பார்வை அடைமழைக்கு முன்பான சூறைக்காற்றைப் போல என்னுள் வீசியது. எல்லோருக்கும் அறிமுகப்படுத்திய பிறகு என்னைப் பார்த்துக் கூடுதலாகப் புன்னகைத்தாள். அப்பாவை நினைத்துப் பொறாமையாக இருந்தது.

உணவு நேரம் வந்தது; பசிக்கவில்லை. என் பசி வயிற்றில் இல்லை. கஞ்சாவின் மிதப்பே நிறைவளித்தது. பெயர் தெரியாத எதன் மீதோ வர்ணிக்க முடியாத அளவுக்கு காதல் ஏற்பட்டது. வீட்டில் அடுக்கி வைக்கப்பட்ட மெழுகுவர்த்தியைப் போல நானும் போதையின் சுடரால் மெல்ல மெல்ல உருகினேன். ஒவ்வொரு முறை கஞ்சா எடுக்கும்போதும் வெளிநாட்டில் வாழ்வது போன்ற உணர்வு. நண்பனிடமிருந்து வாங்கியிருந்த அனைத்து கஞ்சாவையும் புகைத்துத் தீர்த்தேன். யாருமில்லாத வீட்டைச் சுற்றி உலாவியபடி ஸ்பீக்கரில் ஒலித்துக்கொண்டிருந்த அயல் நாட்டு இசைக்கு நடனமாடினேன். போதையில் நடனமாடும் பெருஞ்சுகத்தை என்னவென்று சொல்வது!

மனதுடன் சேர்ந்து உடலும் விண்ணுக்குப் பறக்கிறது! உன்னையும் கூட்டிச் செல்லவா சித்தி?

மன்னித்துக்கொள்ளுங்கள் மகாபுருஷர்களே. இச்சம்பவத்தை துல்லியமாக எழுதும் திராணியற்று இன்பத்தில் நீந்திக்கொண்டிருக்கிறேன். நிதானத்திலிருக்கும் நீங்கள், நிலைகொள்ளாத சுகத்தில் தவிக்கும் இந்த தெய்வத்தின் கதையினைக் கேட்க எரிச்சல் படலாம். முடிந்தவரையில் என் நினைவிலிருப்பவற்றை தொகுத்து சொல்கிறேன். வாசித்து அருள் பெறுவீராக!

எனது நடன அசைவுகளின்போது ஏற்பட்ட விழிகளின் ஒத்திசைவால் அரை பாட்டில் மீதமிருந்த மதுவைக் கண்டேன். அது சித்தி பருகியது. அந்தப் பெரிய பாட்டிலை சித்தியின் உடலைத் தூக்குவது போலக் கற்பனை செய்து எடுத்தேன். சித்தி உணரும் கிறக்கத்தை நானும் பகிர்ந்துகொள்ளும் பொருட்டு மதுவருந்தினேன். எனக்கும் சித்திக்குமான முதல் முத்தம்.

கஞ்சா - மது - சித்தி. உலகில் என்னளவு அதீத போதையை யாராலும் நுகர்ந்திருக்க முடியாது. சித்தியும் தோழிகளும் சாப்பிட்டு முடித்து கீழே வந்தனர். நான் மீண்டும் மாடிக்குச் சென்று நிலவில் சித்தியைத் தேடினேன். கீழே எல்லோரும் மது அருந்தி அரட்டையடித்தனர். சிலர் அளவோடு மது அருந்திவிட்டுப் புறப்படத் தயாரானார்கள்.

முதல் நபர் கிளம்பத் தொடங்கியதுமே முடிவுரையின் வாசம் வீசியது. ஒவ்வொருவராகக் கிளம்பினார்கள். மாடியிலிருந்த என்னை நோக்கி விடைபெறுதலைத் தெரியப்படுத்திவிட்டுச் சென்றனர். அவர்களை வழியனுப்ப அப்பா வெளியே வந்தார். சித்தி தோள்களில் கை போட்டுக்கொண்டார். இத்தனை ஆண்டுகளாகப் பார்த்து வளர்ந்த காட்சிதான் எனினும், பொய்க்கோபம் ஒன்றை சித்திக்குத் தெரியப்படுத்தினேன். இரவில் தோன்றிய சிறு வெளிச்சத்தில் எனது எரிச்சலைக் கண்டு அவள் வெட்கப்பட்டதுபோல் தெரிந்தது.

எல்லோருமே கிளம்பியிருந்தனர். விக்கி தனியறையில் தூங்கிக்கொண்டிருந்தான். அப்பா குடி போதையில் தொலைக்காட்சி பார்த்தார். தண்ணீர் குடிக்க எழுந்தபோது சிரமப்பட்டார். அவர் நிலையற்று தடுமாறியதைக் கண்ட

சித்தி, அவரை உள்ளே கூட்டிப்போய் உறங்க வைக்குமாறு என்னிடம் கேட்டுக்கொண்டாள். அப்பாவின் ஒரு கையை என் தோள்மீது போட்டு அழைத்துச் சென்று படுக்க வைத்தேன். அவர் ஆழ்ந்து உறங்க ஆரம்பித்து நீண்ட நேரம் ஆகியிருந்தது. சித்தி கைப்பேசியை நோண்டியபடி மது அருந்தினாள். நான் தொலைக்காட்சி பார்த்துக்கொண்டிருந்தேன். அவள் தோழிகள் என்னைப் பற்றிச் சொல்லியதாக சிலவற்றை உளறினாள். நானும் ஆர்வமாகக் கவனிப்பது போலப் பாவனை செய்தேன். கொஞ்ச நேரம் கழித்து அப்படியே சோஃபாவில் உறங்கிப்போயிருந்தாள்.

அந்த வீட்டில் நான் மட்டுமே விழித்துக்கொண்டிருந்தேன். ஃபேன் காற்றில் சித்தியின் ஆடைகள் விலகிக் கிளர்ச்சியூட்டின. ஒருபுறம் என் ஒட்டுமொத்த உடலே நடுங்க, போதை அசட்டு தைரியத்தைக் கொடுத்தது. ஒழுக்க விதிகளைத் தகர்த்தபின் எழும் தைரியம் போல அது என்னை எந்த ஆழத்திற்கும் இட்டுச் செல்லும் வல்லமையைப் பெற்றிருந்தது.

தூக்கத்திலும் சித்தி லேசாகப் புன்னகைத்தாள். கனவில் மூழ்கியிருப்பாள். "ம்ம்ம்.. இங்க" என்று முனகினாள். விழித்துக்கொள்ள முடியாத சூர போதையில் இருந்தாள். அவளை முத்தமிட ஏங்கினேன். ஆனால் சிறிய தன்னுணர்வு தடுத்தது. என் பதட்டத்தையும் அதிகரித்தது. உடனடியாக கழிநுகர உடலும் உள்ளமும் கூப்பாடு போட்டது. மையத்தைக் கொண்டு சித்தியின் மையத்தில் புக எத்தனித்தேன்.

"வாட் தி ஃபக்! டேய் தம்பி, என்னாச்சுடா உனக்கு? இவ்ளோ நேரம் நல்லாத்தானே இருந்த? வாத்தா வேலை செய்டா பாடு."

குறியை முன்னும் பின்னும் மீட்டினேன். கிளியோபட்ரா எழிலுக்கு நிகரானவள் சித்தி. ஆனாலும் ஆக வேண்டிய காரியங்களைப் பார்க்க முடியாத படுமோச நிலையிலிருக்கிறேன். சோஃபாவை விட்டுக் கொஞ்சம் நகர்ந்து வந்து குறியை வீணையைப் போல மீட்ட முயன்றேன். இன்பத்தைத்தான் உணர முடிந்ததே தவிர முழுமையை எட்டவே இல்லை. பாதி விறைப்புத்தன்மை இருந்தது. காமத்தின் மெய்த்தருணங்களுக்கு பாதி போதாது. கழிநுகர்வதற்கான பேரின்ப ஆசை போய், மீண்டும் சுய இன்பத்துக்கான சிற்றின்ப ஆசை முளைத்தது. நான் சித்தியைப் பார்த்துக்கொண்டே சுய இன்பம் செய்தேன். ஒரு கட்டத்திற்கு மேல் என்னால் அவளைப் பார்க்க

முடியவில்லை. போதையின் குழப்பநிலை என் கண்களை மூடச் செய்தது. தொடர்ந்து ஈடுபடும்போது வெவ்வேறு சித்திரங்கள் கண்முன் வந்து சென்றன. சித்தி, அவளது தோழிகள், அந்த தோழிகளின் மகள்கள், என் நண்பனின் தங்கை, மானசி, வில்வா மாஸ்டரின் மனைவி என யார் யாரோ தோன்றினர். ஆனால் வெளியேற்றத்தின்போது தோன்றிய உருவம் எனது மொத்த போதையையும் காந்தம் போல இழுத்து தூரம் போட்டது. அந்த முகம், அனைத்துப் போதைகளிலிருந்தும் என்னைத் தெளிவடைய வைத்தது. இரு புருவங்களுக்கு நடுவே மிகப்பெரிய சிகப்பு நிற பொட்டு உள்ள முகம். அந்தக் காலத்து நடிகைகளைப் போல. எவ்வளவு பரிவு அம்முகத்தில். எனக்கு மிகவும் பரிச்சயமான முகம். இப்படியான ஒரு அற்ப தருணத்தில் அவளது முகம் என் நினைவுக்கு வந்திருக்கவே கூடாது. அவள்தானா என மீண்டும் உறுதிப்படுத்திக்கொண்டேன். ஆம், அவளேதான். அம்மா!

நான் கைமீறிச் செல்கிறேன். எப்போது தூங்கினேன் என்றுகூடத் தெரியாமல் அதிகாலை விழித்துக்கொண்டேன். தாங்க முடியாத தலைவலியுடன் ஹாலுக்குச் சென்றேன். அழுகை பீறிட்டு வந்தது. சித்தி விழித்துக்கொள்ளக்கூடாது என்பதற்காக முடிந்தவரையில் சத்தமில்லாமல் அழுதேன். என் கண்ணீர்த் துளி தரையில் சிந்தப்பட்டுக் காய்ந்திருந்த என் விந்தணுவில் விழுந்து கலந்தது. அதை ஈரத்துணியால் துடைத்தேன்... அங்கிருந்து தப்பித்து பூஜை அறைக்குச் சென்றேன். அம்மாவின் புகைப்படத்திற்கு மாலை போட்டு பொட்டு வைக்கப்பட்டிருந்தது. மிகப்பெரிய பொட்டு. அதைப் பார்த்ததும் அழுகை அதிகமானது. அம்மாவின் புகைப்படத்திற்கு முன்பு மண்டியிட்டுக் கைகளை உயர்த்திச் சொன்னேன்.

"நல்லவேளை நீ உயிரோட இல்லம்மா."

6

கற்றதை உதறித்தள்ளிக் கைவிடுவதும் கற்றலின் ஒரு பகுதியே. சலிப்படையும்போது செயலற்று இருப்பதும் செயல்படுதலின் ஒரு பகுதியே. கைவிடுதலின் கலையைப் பயிலக் கண்ணீரே பிள்ளையார் சுழி. அம்மா என்னை நிச்சயம் மன்னிப்பாள். முதலில் நான் என்னை மன்னிக்க வேண்டும். அதற்கான பிராயச்சித்தமாக சலிப்படையும்போது செயலற்றிருக்கும் மாபெரும் செயலைச் செய்ய வேண்டும். புதைகுழிக்குள் இருந்து ஓணானைப் போல ஊர்ந்து மேலெழ வேண்டும். அதன்பிறகு ஒநாயைப் போல ஓட வேண்டும். சாக்குப்போக்குகளே சொல்லாமல் மிகச்சிறந்தவற்றை மட்டுமே செய்ய வேண்டும். கண் மூடியதும் ஆழ உறங்குமளவுக்கு உழைத்திட வேண்டும். சுய கருணையை அகற்ற வேண்டும். மகிழ்ச்சியை மட்டமாகப் பார்க்க வேண்டும்.

கைப்பேசி மணி ஒலித்தது. ‘லக்ஸ் ஏடர்னா’ ரிங்டோன். நான் அதை எடுக்காமல் என் தலையணையைக் கட்டிப்பிடித்து திரும்பிப் படுத்தேன். அணைத்துக்கொண்டிருந்த தலையணையில் ஈரம் கண்ணீராலா வியர்வையினாலா என்பதை அறிய முடியாத பகலுறக்கத்திற்குச் சென்றேன். இதுவே என் கடைசி பகலுறக்கமாக இருக்க வேண்டும்.

மாலை நான்கு மணிக்கு கண்விழித்தேன். தூய மாலை நேர வெயில் என்னை எல்லாவற்றிற்காகவும் மன்னித்துவிடுவதாகச் சொன்னதுபோல் இருந்தது. கலைஞர்கள் மனதளவில் வீழ்வதற்குக் காரணமே நான்கு சுவர்கள்தான். அதன் இடையிலிருக்கும் நிலமே எங்களது களமாக இருந்தாலும், அதுவே பொது வாழ்க்கையில் படுகுழியாகவும் இருக்கின்றன.

பால்கனியிலிருந்து வேடிக்கை பார்த்தேன். சிறுவர்கள் திண்ணையில் அமர்ந்து கைப்பேசியில் கேம்ஸ் விளையாடினர். கண்களுக்கு மிக அருகில் வைத்து கைப்பேசியைப் பார்த்தனர். நான் தாமதமாகச் செய்த தவற்றை அவர்கள் சிறுவயதிலேயே செய்துவிடக்கூடுமோ என்று அஞ்சினேன்.

கைப்பேசி மணி ஒலித்தது. "கிளம்பிட்டியா?" என்றான் சிறில்.

"எங்கே?"

"எங்கேயா? மாஸ்டருக்கு ட்வென்டி ஃபிஃப்த் ஆனிவெர்செரி. மறந்திருச்சா?"

"ஓ ஷிட்! தோ கிளம்பிட்டேன். உன் பைக்கா என் பைக்கா?"

"நீ லேட் பண்ணுவ. நானே வரேன்."

என்னை மிகவும் அலைக்கழித்த மானசியின் கண்களை இன்று நேருக்குநேர் எதிர்கொள்ள வேண்டியிருக்கும். அவளது எத்தனையோ அழைப்புகளை அச்சத்தில் நிராகரித்திருக்கிறேன். அதற்கான அனைத்துக் கேள்விகளையும் அவள் என் சட்டையைப் பிடித்து முன்வைக்கக்கூடும். சங்கடமான சூழ்நிலையில் மாட்டிக்கொண்டதாக வருத்தப்பட்டேன். பேசாமல் வீட்டிலேயே இருந்துவிடலாமா? மாஸ்டர் இருபத்து ஐந்தாண்டு காதல், பொறுமை, சகிப்புத்தன்மை, புரிதலுக்குப் பிறகு இந்நாளினை அடைந்துள்ளார். அவரது முக்கியமான நாளில் நான் இல்லாமல் போவதில் யாருக்கும் எந்த இழப்புமில்லைதான். ஆனால் சென்றால் சந்தோஷப்படுவார். அதுமட்டுமின்றி இப்போது எனக்கு சூனியமாக இருக்கும் நான்கு சுவரிலிருந்து வெளியேற இதுபோன்ற வாய்ப்புகளைப் பயன்படுத்திக்கொள்ள வேண்டும். சிறில் அழைத்துச் சென்றான்.

"என்ன பெர்ஃப்யூம் யூஸ் பண்ற நீ?" என்று சிறிலிடம் கேட்டேன்.

"டென்வர். ஏன் கேட்ட?" என்றான்.

"நல்லாருக்கு."

"ஹ்ம்ம்."

"டைம் என்ன?" என்றேன்.

“6.30.”

“சீக்கிரம் போற மாதிரி இல்ல?”

“அவர்தான் வாட்ஸ்அப் இன்விடேஷன்ல ஏழு மணினு மென்ஷன் பண்ணிருந்தாரு.”

“ஏழு மணின்னா எட்டு மணின்னு அர்த்தம். அவங்களே ரெடியாகியிருக்க மாட்டாங்க.”

“சரி என்ன பண்ணலாம்.”

“டீ சாப்பிடலாம்.”

அண்ணா நகரிலுள்ள சாய்வாலே கடைக்குச் சென்றோம். தரைத்தளத்திற்குப் பத்து அடி கீழ் இருந்தது அந்தக் கடை. எல்லாமே நானிருக்கும் படுகுழியை நினைவுபடுத்துவது போல் இருந்தது. ஆனால் அக்கடையின் உள்ளே ஒரு துள்ளல் இருந்தது. அங்கிருந்த எல்லோரும் என் வயதொத்த இளைஞர்கள். பாதிக்கும் மேற்பட்டோர் அழகான பெண்கள்.

பில் கவுண்ட்டர் சென்று ஒரு தேநீர் சொன்னேன். சிறில் பனீர் சேண்ட்விச் சொன்னான். அங்கிருந்த காதலர்கள் உரையாடலின் பெருவெளியில் தொலைந்திருந்தனர். தனியாக அமர்ந்து லேப்டாப்பில் வேலைசெய்துகொண்டே மில்க்ஷேக் அருந்திக்கொண்டிருந்த ஒரு பெண், என்னைப் பார்ப்பது போல் இருந்தது.

“சார், டீ” என்ற பணியாளரின் குரல் கேட்டதும் அதைப் பெறுவதற்காக எழுந்து சென்றேன். தேநீரை வாங்கிக்கொண்டு வரும்போது அப்பெண்ணை ஓரக்கண்ணால் பார்த்தேன். அவள் சிறிலைப் பார்த்தாள். தேநீரில் கூடுதல் சர்க்கரை கலந்து குடித்தாலும் ஏனோ கசப்பாக இருந்தது. சிறில் இறுக்கமாக கைப்பேசியில் எதையோ தேடிக்கொண்டிருந்தான். நான் என்னவென்று கேட்டபோது என் கைப்பேசியைக் கேட்டான்.

“என்னாச்சு?” என்று கேட்டபடி அன்லாக் செய்து கொடுத்தேன்.

“மேப் பார்க்கணும். எனக்கு நெட் சரியா கிடைக்க மாட்டிங்குது” என்றான்.

“மாஸ்டர் வீடுதானே? எனக்குத் தெரியும்.”

“எனக்கும் தெரியும், எந்த வழியா போனா ட்ராஃபிக் அவாய்ட் பண்ணலாம்னு பார்க்கிறேன்.”

என் கைப்பேசியைப் பார்த்தபோது சிறிலின் கண்களில் எதையோ கண்டுபிடித்துவிட்ட பரவசம் இருந்தது. ஆபாசத் தளமா என்ற ஐயமும் அச்சமும் படபடப்பும் ஏற்பட்டது. நான் ஆபாசங்கள் பார்ப்பது சிறிலுக்குத் தெரிந்த விஷயம்தான் எனினும், நான் பார்க்கும் வகைகளை அவன் அறிந்துவிடக்கூடாது என்பதே என் பயம். சிறில் என்னிடம் கேட்டான்:

“டிண்டர்லாம் யூஸ் பண்ற போல” - நல்லவேளை என நினைத்துக்கொண்டேன்.

“அது சும்மா...” என்று என்ன சொல்வதென்று தெரியாமல் தயங்கிக்கொண்டே சிரித்தேன்.

“மானசியோட...?”

“பெருசா டச்ல இல்ல. என்னாகும்னு தெரியல. உனக்குத் தெரியும்ல நான் என்ன கோ-த்ரூ பண்றேன்னு. கொஞ்சம் டெஸ்பரேஷன். பசி காமம் சார்ந்து இருக்கிற பட்சத்துல காமம்தானே அதுக்குத் தீர்வாக முடியும். அதான் டிண்டர்...”

“ஏதாவது மேட்ச் வந்துச்சா?” என்று கேட்டான்.

“இன்னும் இல்ல” என்று சொல்லும்போது என் மொத்த உடலும் கூசிப்போனது. “இன்ஸ்டால் பண்ணி ரெண்டு நாள்தான் ஆகுது. பார்ப்போம்” என்று பொய் சொன்னேன்.

“ரிலேஷன்ஷிப் தேடுறியா?”

“ச்ச ச்ச, கேஷுவல் செக்ஸ்.”

“ஓ!” - சிறிலின் புருவங்கள் உயர்ந்தன. அது அவனுக்கு ஓர் அதிர்ச்சியைக் கொடுத்தது.

“ஏன் அப்படி ஒரு ரியாக்ஷன்? ஜஸ்ட் ஏ கேஷுவல் செக்ஸ்! நான் பொனாக்ரஃபி அடிக்ட்னு சொன்னப்போகூட நீ இவ்ளோ ஆச்சரியப்படடதில்ல!”

“அப்படின்னா நீ புரிஞ்சிக்கணும். எது ரொம்ப ஆபத்தானதுன்னு.”

“டேய் நீ ஒரு ஸ்டேண்ட் எடுக்கிறன்னா அது எல்லாம் சரின்னு ஆகிடாது” என்று நான் குரலை உயர்த்திப் பேசினேன்.

“சரி எதுவும் பேசல. உனக்கு எது சரியா இருக்கோ அதையே சரின்னு வெச்சுகிடலாம்.”

“பனீர் சேண்ட்விச்” என்ற குரல் ஒலித்தது. சிறில் அதைப் பெற்றுக்கொள்வதற்காக எழுந்தான். அப்போது அப்பெண்ணின் கண்கள் அவனது அசைவுகளைப் பின்தொடர்ந்தன. கேளிக்கையின் பொருட்டு வந்திருப்பதால் அங்கிருந்தவர்கள் அனைவரது முகத்திலும் சிறிதளவேனும் புன்னகை இருந்தது. நான் மட்டுமே இறுக்கமாக யோசனைகளில் ஆழ்ந்திருந்தேன். சிறில் சேண்ட்விச்சை எடுத்து வந்து பொறுமையாகச் சாப்பிடத் தொடங்கினான். நான் தேநீரைக் குடித்து முடித்தேன்.

“சிறில், எதனால உனக்கு அப்படித் தோனுது?” என்றேன்.

“எது?”

“அதான் பொனாக்ரஃபியைவிட கேஷுவல் செக்ஸ் ஆபத்தானதுன்னு” - அவன் பதில் சொல்லாமல் மெல்லச் சிரித்தான். டம்ளரை எடுத்துக் கொஞ்சம் தண்ணீர் குடித்தான். இந்நேரம் அப்பெண் இவனது தசைகளைப் பார்த்து வியந்திருப்பாள். சிறில் சாப்பிட்டுக்கொண்டே அரைச் சொற்களை உதிர்த்தான்.

“போர்ன் பார்க்கும்போது பாதிப்பு உனக்கு மட்டும்தான். கேஷுவல் செக்ஸ்ல ரெண்டு பேருமா சேர்ந்துல்ல நாசமா போறீங்க. அன்போ காதலோ இல்லாத செக்ஸ்ல ஈடுபடுறவங்க வெறும் சதைதான்.”

“காமம்ங்கிறது உடல் சார்ந்த பசிதானே. அங்க நம்ம வெறும் உடலா இருந்திருக்கிறதுல என்ன தப்பு?”

“காமம் நிகழும்போது அது வெறும் உடல் சார்ந்த விளையாட்டுதான். ஆனால் காமத்திற்கு முன் பின் அப்டீன்னு ரெண்டு விஷயங்கள் இருக்கு. அதுதான் காமத்தைச் சிறப்பான அனுபவமா மாத்தும்” என்றான். அவன் சொன்னதை என் அனுபவங்களுடன் ஒப்பிட்டுப் பார்த்தேன். குழப்பங்களே எஞ்சின.

"இதுக்காகவா கேஷுவல் செக்ஸைக் கேன்சல் பண்ற?"

"ருத்ரா... ஆதிகாலத்துல இனப்பெருக்கமும் பசியும்தான் முக்கியக் குறிக்கோள். இன்னைக்குமேகூட அதான். ஆனால் மனுஷனோட எமோஷன்ஸ் பரிணாமம் அடைஞ்சிருக்கு. உடல் நல்லா இருக்கிறதைவிட மனம் நல்லா இருக்கிறது முக்கியம்னு யோசிக்க ஆரம்பிச்சுட்டோம். காமத்தை வெறும் உடல் சார்ந்த விஷயம்னு சொல்லிட முடியாதுல்ல."

"உனக்கு அனுபவம் இருக்கா?"

"எதுல?"

"கேஷுவல் செக்ஸ்ல."

"இருக்கு. நான் கேஷுவல் செக்ஸைவிட லவ் மேக்கிங்-க்குத்தான் முக்கியத்துவம் தருவேன். ரெண்டுக்கும் நிறைய வித்தியாசம்."

"ஆமா இங்க காதல் இருக்கு. அங்க காஜி மட்டும்தான் இருக்கு."

"இவ்வளவு மேலோட்டமான வித்தியாசத்தை சொல்லல. கேஷுவல் செக்ஸ்ல ஈடுபடும்போது நீ புணரக்கூடிய பெண் தன்னுடைய இச்சையை மட்டுமே மேலா நினைப்பா! நீ வெறும் கருவி. உனக்கு மிகப்பெரிய பொறுப்பு கொடுக்கப்படுது. உனக்கும் செக்ஸ் டாய்க்கும் வித்தியாசமில்ல. லவ் மேக்கிங்ல நம்ம யாரைப் புணர்கிறோமோ அவங்க உடலிச்சைதான் ஒசத்தி. அப்படி நடக்கிறதுக்குப் பேர் வெறும் செக்ஸ் இல்ல; ஒரு மகத்தான கொண்டாட்டம்."

"இந்தக் கொண்டாட்டம் பல பேர்கூட நிகழுறது கேஷுவல் செக்ஸ். எல்லாமே மைண்ட்செட்தானே! உனக்கு இதுல ஒழுக்க சிக்கல் ஏதாவது தெரியுதா?"

"எந்த மண்ணாங்கட்டியும் இல்ல. ஒரு இன்சிடென்ட் சொல்றேன். ஒரு நைட் போதைல இருந்த என் எக்ஸ்-கேஷுவல் செக்ஸ் பார்ட்னரோட செக்ஸ் வெச்சேன். அதுதான் என்னோட முதல் கேஷுவல் செக்ஸ். அது சூப்பர் டூப்பர் செக்ஸ்னு எங்க ரெண்டு பேருக்கும் தெரியும். நல்லா மோன் பண்ணா, எஞ்சாய் பண்ணா. முடிஞ்சதும் போன் நோண்ட ஆரம்பிச்சுட்டா. அந்த அவமானம் உனக்குப் புரியாது."

“அனுபவிக்கிறதெல்லாம் நல்லா அனுபவிச்சுக்கோங்கடா. அப்புறம் மத்தவனுங்களுக்கு வாய் கிழிய அட்வைஸ் பண்ணுங்க. கல்யாணமே பண்ணாத தம்பினு சொல்ற பெருசுக்கும் உனக்கும் என்ன வித்தியாசம்?”

“டேய் அதுவும் இதுவும் ஒன்னா? எல்லாத்தையும் அனுபவிச்சுட்டுத் துறவு பூண்ட புத்தன் பேச்சுக்குத்தான் மரியாதை. அனுபவிக்காம சொன்னா ஊர் ஒத்துக்காது. நீயே ஒத்துக்க மாட்ட.”

“மானசி ஒருமுறை கேஷுவல் செக்ஸ்னு ஒன்னு இல்லவே இல்லன்னு சொன்னா. ரெண்டு உயிர் சேர்ந்து மேட்டர் பண்ணும்போது மூளைல லவ் ஹார்மோன்ஸ்லாம் ரிலீஸ் ஆகும். அதுனாலயே ரெண்டு பேருக்குள்ளயும் காதல் வளர்ந்திடும்னு. உண்மையா?”

“அவ அப்படித்தான் சொல்லுவா. ஆம்பளைங்களுக்கு லவ்வும் செக்ஸும் வேற வேற. பொண்ணுங்களுக்கு ரெண்டும் ஒன்னுதான். உன்னால வேறு ஒருத்தி கூட படுத்துட்டு மானசியை முழு மனசோட லவ் பண்ண முடியும். அவளால முடியாது. உன்னைத்தாண்டி வேறு ஒருத்தனை அவ தேர்ந்தெடுத்துட்டாலே நீ அவுட்னு அர்த்தம். செக்ஸ்ல நமக்கு ரிலீஸ் ஆகாத சில அபூர்வ லவ் ஹார்மோன்ஸ் அவங்களுக்கு ரிலீஸ் ஆகும். நீ போர்ன்ஸ்டாரைக் காதலிக்கிறியா? நான்கூடத்தான் கேஷுவலா ரெண்டு மூனு பேர பண்ணிருக்கேன். லவ் வந்துடிச்சா? கேஷுவல் செக்ஸ்னு ஒன்னு இருக்கு. உன் நல்லதுக்காக நீதான் அதுல இருந்து தள்ளி இருக்கணும்.”

“ஹ்ம்ம் நானும் புத்தர் மாதிரி அனுபவிச்சு துறவு பூண்டுக்கிறேன்” என்றேன். சிறில் மீண்டும் சிரித்தான்.

“ஆமா. ரெண்டு மூனு கேஷுவல் செக்ஸ் வெச்சிருந்ததா சொன்னல்ல. முதல் கேஷுவல் செக்ஸே மோசமான அனுபவமா இருந்தும் ஏன் அதைத் தொடர்ந்து பண்ண? உனக்குப் பிடிக்காத எதையும் திரும்பப் பண்ணக்கூடிய ஆள் இல்லையே நீ!” என்றேன்.

“சொல்றேன். அதுக்கு ரெண்டு காரணங்கள் இருக்கு. முதல்ல பெண்கள் மாதிரி ஆண்களுக்கு நிறைய ஆப்ஷன்ஸ் கிடைக்கிறதில்ல. கிடைக்கிற வாய்ப்பைப்

பயன்படுத்திக்கிறதுதான் சாமர்த்தியம்" என்றான். இருவருமே சிரித்தோம்.

"ரெண்டாவது காரணம்?"

"அந்த ரெண்டு மூனு பேருமே ஏற்கெனவே ரிலேஷன்ஷிப்ல இருக்கிறவங்க. ஒரு பெண்ணை புணர்வது வெற்றின்னா, மாற்றான் காதலியை புணர்வது பெருவெற்றி" என்றான்.

"அடங்கோத்த டேய், நல்லா வாழ்ந்துட்டு... அட்வைஸ் மயிருக்கு மட்டும் கொறச்சல் இல்லடா உங்கிட்ட. அது சரி, உனக்கு ரிலேஷன்ஷிப் எப்படிப் போகுது?" என்றேன்

"கொஞ்ச நாள் விரதம் புடிச்சுட்டு அப்புறம் பார்த்துக்கலாம்னு இருக்கேன்" என்று நையாண்டியுடன் சொன்னான். நானும் சிரித்துக்கொண்டே பேச்சைத் தொடர்ந்தேன்.

"ஏண்டா? கலான்னு ஒரு பொண்ணு பேயா சுத்திட்டு இருந்தாளே உன் பின்னாடி!"

"எனக்கு இஷ்டம் இல்ல."

"டேய் டேய் ஞானசூனியம். அவளைப் பார்த்தா புத்தனுக்கே நட்டுக்கும்டா."

"அழகா இருப்பா, இல்லைன்னு சொல்லல. அவ என் பின்னாடி சுத்துறாளே. அவளை ஜெயிக்கனும்னா என்னை மேலும் தகுதிப்படுத்திக்கக்கூடிய அவசியமே இல்லாமப்போகுது. அதனாலேயே எனக்கு அவ மேல இருந்த அட்ராக்ஷன் போயிருச்சு. லீலாவுடனும், சுபிக்ஷாவுடனும் பேசிட்டு இருக்கேன். பார்ப்போம், காலம் யாரையாவது அமைச்சுக் கொடுக்கும்!"

"கலாவிடம் இல்லாத அப்படியென்ன லீலாவிடமும், சுபிக்ஷாவிடமும் இருக்கு?"

"லீலாவை எனக்குச் சின்ன வயசுல இருந்தே பிடிக்கும். அவளைத் துணையா அமைச்சிக்கணும்னா அவ மேல இருக்கிற காதலுக்காகவாவது என்னைத் தகுதிப்படுத்திப்பேன். சுபிக்ஷா ஒரு ஃபெமினைன் கேர்ல். அவ எதிர்பார்க்கிறது ஒரு அக்ரெசிவ் ஆணை. இப்போ சொல்லு, கலாவை அடையுறது சேலஞ்சிங்கா

சுபிக்ஷாவை அடையுறது சேலஞ்சிங்கா? ஆயிரம்தான் கலா அழகியா இருந்தாலும் அவ ஒரு ஃபெமினிஸ்ட்."

"நான் வேண்டிக்கிறேன். உனக்கு எந்தப் பெண்ணும் அமையாம வாழ்க்க முழுக்க நீ பிரம்மச்சாரியாத்தான் இருக்கணும்."

நாங்கள் பில் கட்டிவிட்டு அங்கிருந்து புறப்பட்டோம். அண்ணாநகரின் ரோமன் கத்தோலிக்க தேவாலயத்தில் ஏழு மணியோசைகள் ஒலித்தன. அடுத்த ஏழாவது நிமிடம் மாஸ்டரின் வீட்டை அடைந்தோம்.

அவரது சொந்தக்காரர்கள் எங்களை வரவேற்றனர். குழுவின் கோரஸ் பாடகிகள் ஏற்கெனவே வந்துவிட்டிருந்தனர். இரு கைகளையும் கூப்பி வணக்கம் வைத்து வரவேற்றனர். ப்யானோ கலைஞர்களுக்கே உரிய மரியாதை. வான் தேவதைகளைப் போல வெள்ளை நிற உடையணிந்திருந்த அவர்கள் ரொம்பவே அழகாக இருந்தனர். நெற்றியில் பொட்டு இல்லாத, அதிக நகைகள் அணியாத கிறிஸ்துவர்களுக்கே உரிய அழகு அது.

என் அகம் விழிகளின் வழியே மானசியைத் தேடியது. அவளது பார்வையிலிருந்து முடிந்தவரையில் தப்பித்துக்கொள்ளவே தேடினேன். அவளது கைகளில் அகப்படாத தவளையாய் இருக்க எண்ணினேன். நிகழ்ச்சி ஆரம்பமானது. வில்வா மாஸ்டர் கோட் சூட் அணிந்து ஸ்டைலாக இருந்தார். அவரது மனைவியும் கிறிஸ்துவ மணப்பெண் ஆடையில் இருந்தார்.

கேக் வெட்டியதும் மாஸ்டர் அவரது மனைவிக்கு ஊட்டிவிட்டார். அப்போது அவரது மனைவியின் தங்கை சொன்னார்: 'வில்வா என் அக்காவுக்குக் கணவராக வாய்த்ததை எண்ணி இத்தனை ஆண்டுகளுக்குப் பிறகும் மகிழ்ச்சியடைகிறேன். அவர் எப்படி ஒரு மிகச்சிறந்த இசைக் கலைஞரோ அதே போல ஒரு மிகச்சிறந்த கணவர், தந்தை, ஆசிரியர். எல்லாவற்றிற்கும் மேலாக விசுவாசமானர். என் அக்காவைத் தவிர்த்து ஒரு பெண்ணையும் ஏறெடுத்துப் பார்த்ததில்லை' - இதைச் சொல்லி முடிக்கும்போது எல்லோரும் புன்னகைத்து மாஸ்டரை சீண்டினர். அவரும் வெட்கப்பட்டார்.

மாஸ்டர் தன் வாழ்நாளில் பார்த்த ஒரே மங்கை உடல் அவரது மனைவியினுடையதாகத்தான் இருக்கும். இசையைப் பொறுத்தவரையில் ஏகப்பட்ட கோர்வைகளை

அமைத்திருப்பார். அவர் அமைத்த இசைக்கோர்வைகளைவிட நான் இணையத்தில் பார்த்த பெண்ணுடல்கள் அதிகமானவை. என் காலினை முதலையொன்று கவ்விப்பிடித்திருப்பது போல் உணர்ந்தேன்.

உ

தேர்தல் பிரச்சாரத்தின் தீவிரத்தை ஆரோக்கிய தாஸ் கைவிடவில்லை. பிரதாப்பின் ஆலோசனைக்கு இணங்கி அவன் தேர்தலில் பணத்தைக் கொட்டவில்லை. தாஸ் - பிரதாப் குழுவில் யாருக்கும் அரசியல் பின்புலமோ பண பலமோ இல்லை. படை பலம் இருந்தது; தேர்தலில் வெல்ல அது போதாது. உடல் பலத்தையும் மன தைரியத்தையும் கொண்டு வாக்குகளைச் சம்பாதிக்க முடியாது. தைரியமாக இருந்தவர்களைவிட தைரியமாக நடித்தவர்களுக்குத்தான் தேர்தல் களங்கள் கைகூடியிருக்கின்றன.

சக்தி வாய்ந்த ஆணுக்குத் தேர்தல், வழிநடத்தும் வாய்ப்பையும் தலைமைப் பண்பையும் ஏற்படுத்திக்கொடுக்கிறது. ஆனால் தங்களை யாரிடத்திலும் நிரூபித்துப் பழகியவர்கள் அல்ல இவர்கள். நிரூபணங்களைத் துறந்து வலிமையானவர்களாகவே வாழ்ந்த இவர்களிடம் முதன்முதலில் நிரூபணம் கோரியவள் ஒரு பெண். சிறந்த ஆணுக்கான நிரூபணம். சிறந்த ஆல்ஃபாவுக்கான நிரூபணம். சிறந்த தலைவனுக்கான நிரூபணம். இந்தப் பண்புகள் அல்லாதவர்களுக்கு நிரூபித்துவிடும் குறுக்கு வழி தெரியும். ஆரோக்கிய தாஸுக்கு அது ஒருவித அழுத்தத்தை அளித்தது.

தேர்தல் நாளுக்கு முந்தைய இரவு பிரதாப் குழுவினர் சைக்கிளில் மெரினா கடற்கரைக்குச் சென்றனர். கடல் அலையும், நிலவும் இதமளித்தன. அழுத்தங்களைத் துறந்து கதை பேசுவதற்காகவே அங்கு கூடியிருந்தனர். அணிந்திருந்த செருப்புகளைக் கழட்டி வெறுங்காலினால் கடற்கரை மண்ணில் நடந்தனர். கடலின் உப்பு மணம் அவர்களுக்கு இருந்த கொஞ்ச நஞ்ச துன்பங்களையும் மறக்கடிக்கச் செய்தது. கடல் மண்ணில் ஓட்டப்பந்தயம் விளையாடி அவர்கள் சிரித்து

மகிழ்ந்துகொண்டிருந்தனர். மூச்சிரைத்த பிறகு எல்லோரும் ஒன்றுகூடி அமர்ந்து பேச ஆரம்பித்தார்கள்.

“சிந்தாரிப்பேட்டக்காரனுங்களாம் அதிர்ஷடக்கார கோய்ந்தனுங்க! நெனச்சா வந்திருலாம்ல இங்க” என்றான் ஒருவன்.

“இன்னாடா நெனைக்கிறீங்க? நல்லா வேலை செஞ்சோமா நம்ம?” என்று தேர்தல் ஆலோசனையை தொடங்கினான் தாஸ்.

“பின்னிடல” என்று ஒருவன் சொன்னான்.

“உண்மைய சொல்லுங்கடா.”

“தாஸே, காலேஜ்லயே துறுதுறுன்னு இயங்கிட்டு இருக்கிறது நம்மதான். நமக்குன்னு ஒரு மௌசு இருக்கு” என்றான் பிரதாப்.

“ஜெய்க்கிறதுக்கு எதுனா வாய்ப்பிருக்கா?” என்று எல்லோரையும் கேட்டான் தாஸ்.

“ஆப்போசிட் பார்டிங்கதான் கொஞ்சம் ஸ்ட்ராங். அந்த சனியன் லோகு உள்ள வந்து குடியக் கெடுத்துட்டான். வோட்டு நல்லா பிரியும்.”

“அதனால யாருக்கு லாபம்?” என்று தாஸ் கேட்டதும் அமைதியே பதிலாக இருந்தது. “ஹே சொல்லுங்கப்பா! கோச்சுக்க மாட்டேன்.”

“உறுதியா சொல்ல முடியாது. வோட்டு பிரிஞ்சா சம்பத்தே மறுபடியும் அள்ளிட்டுப் போய்ருவான்” என்றான் ஒருவன். இதைக் கேட்டதும் தாஸுக்குச் சற்று வருத்தமாகவே இருந்தாலும் ஒருவகையில் ஆறுதல் அடைந்துகொண்டான்.

“சரி அடுத்த வாய்ப்பு யாருக்கு?” என்றான் தாஸ்.

“அது கண்டிப்பா உனக்குத்தான்” என்று பிரதாப் சொன்னதும், தாஸ் அவனையே உற்றுப் பார்த்தான்.

“அப்போ நான் ஜெய்க்க மாட்டேங்கிறதுல உறுதியா இருக்கல பிரதாப்பே.”

“தப்பா எடுத்துக்காத தாஸே. நம்ம ஜெய்ப்போம்னு தோனல.”

“பிரதாப்பே போய் வாயக் கழுவு. மச்சான்தான் அடிச்சுத் தூக்குறான்.”

“ஹே த்தா உன் ஜால்ராவ சாத்து கொஞ்சம் நேரம். தாஸே, இவனுங்களை நம்பிட்டு பகல் கனவு காணாத. ரிசல்ட் வந்ததும் பசங்க முன்னாடி மூஞ்சத் தொங்கப் போடுற நிலைமை வந்துரும். நிமிர்ந்து சுத்துறதுதான் நமக்கு மரியாதை.”

“ஆமா தாஸே, பிரதாப் சொல்றதும் சரிதான். நம்ம கௌரவத்தைக் கொண்டு போய் எலக்ஷன்ல வெக்க வேணாம். பணங்காசு இல்லைன்னாலும் ஊருக்கு நம்ம மேல ஒரு கண்ணு. நம்ம மத்த ஆம்பளைங்க மாதிரியா? சினிமா பார்த்துட்டு சிகிரெட், தம்மு அடிச்சிக்குட்டு இருக்க? நம்ம நோக்கத்தை விட்டுட்டு தேவையில்லாம எலக்ஷன்ல தோத்ததுக்குலாம் தல மேல கை வெச்சு உக்கார்ந்துட்டா அப்டே உக்கார வேண்டியத்தான்.” - குழுவின் ஆள் ஒருவன் இதைச் சொன்னதும் எல்லோரும் பெருமூச்செறிந்தார்கள். பிரதாப் பேசத் தொடங்கினான்:

“அவன் சொல்றது சரிதான். நம்ம ஊர் ஆம்பளைங்களுக்கு ஏதாவது லட்சியம் இருக்கா? ஊரே சினிமா பைத்தியமா சுத்திட்டு இருக்கு. சினிமால என்ன காட்றானுங்களோ அதுவாத்தான் இவனுங்களும் ஆவானுங்க. அதுல இருக்கிற ஹீரோவாவது லட்சியவாதியா இருக்கானா? கிறுக்குக் கூதியானாத்தான் இருக்கான். காலேஜ்ல பட்டாக்கத்தி கைமாற ஆரம்பிச்சுடிச்சு. அடுத்த அம்பது வருஷத்துக்குப் பச்சபாஸ்ல பட்டாக்கத்தி இருக்கும்” - இதை நினைத்து ஆரோக்கியதாஸ் ரொம்பவே வருத்தப்பட்டான். அவன் தன் மனதிலிருப்பதைப் பேசிவிடத் துணிந்தான்.

“நீங்க சொல்றது சரிதாண்டா. கௌரம், லொட்டு லொசுக்குவெல்லாம் பார்த்து நாளைக்கு நம்மளும் இவனுங்களைப் போல வேடிக்கையாய்டக்கூடாது. நேத்து ரேடியோ கேட்டுட்டு இருந்தவரை நல்லா இருந்தோம். டிவி வந்ததும் ஊரே அதுல உக்காந்துக்க ஆரம்பிச்சிடுச்சு. இதுமாதிரி நாளைக்கு வேற ஒன்னு வரும். நம்ம புள்ளைங்க இருபத்து நாலு மணி நேரமும் அதுலயே உக்காந்து கெடுத்துக்கக்கூடாது. நம்மதான் இதையெல்லாம் பார்த்த கடைசி தலைமுறையா இருக்க போறோம்னு நினைக்கிறேன்.”

“எதையெல்லாம்?”

“தோ இப்போ சைக்கிள்லயே பீச் வரைக்கும் வந்துகுறோம்ல. மூச்சு வாங்குச்சா? நிறைவா இருக்கா? இந்த நிறைவு வருங்கால கோய்ந்தனுங்களுக்கு இருக்காது. இந்த நிறைவை அனுபவிக்காம எலெக்ஷன் வெட்டுக் குத்துன்னு போய் வாழ்க்கையைத் தொலச்சிடக்கூடாது.”

“இன்னா சொல்ல வர தாஸே?” என்று கேட்டான் ஒருவன்.

“வருங்காலத்துல சோம்பேறிங்க அதிகமாய்டுவாங்களோன்னு தோனுது. ஆம்பளைங்க குடிச்சுட்டு துன்ட்டு துன்ட்டு தூங்கிறது அதிகமாகி, பொம்பளைங்க சம்பாரிச்சு குடும்பத்தைக் காப்பாத்துற நிலைமை வந்துரும் போல.”

“ஆமா இன்னொரு கொடுமை இருக்கு. நம்ம அப்பா அம்மா தலைமுறை சம்பாதிச்சதைவிட இந்தக் காலத்து ஆளுங்க கொஞ்சம் கூட காசு பாக்குறாங்க. நம்ம புள்ளைங்கலாம் தேவைக்கு மீறியே சம்பாதிக்கிற அளவுக்கு வளர்ந்திருக்கோங்க. ஆனா காசு அதிகம் பார்க்க ஆரம்பிச்சுட்டாலே ஆசை, கேளிக்கை, எதிர்பார்ப்புலாம் அதிகமாய்டும். நம்ம கெழவன் பேசுன கருத்துலாம் நடைமுறைக்கு வர ஆரம்பிச்சுருச்சு. பொண்ணுங்களும் வேலைக்குப் போக ஆரம்பிச்சிருச்சுங்க. வருங்காலத்துல பொண்ணுங்களோட எதிர்பார்ப்புலாம் எங்கேயோ எகிறிருக்கும். அப்போ இருக்கிற ஆம்பளைங்கலாம் எப்படி அத ஈடுகட்டப் போறாணுங்களோ!” என்றான் தாஸின் ஜால்ரா.

“நினைக்கிற? பொண்ணுங்க நெலமலாம் மாறாது” என்றான் ஒருவன்.

“டேய், சும்மா வாய் ஜோக்கு உட்றேன்னு நினைக்கிறீயா? நீ வேணா பாரு. மாப்ள டிகிரி படிச்சிருக்கான், மயிறு புடுங்குறான்னு சொல்லி எவ்ளோ காசு புடுங்குறோம். இன்னும் கொஞ்சம் வருஷத்துல பொண்ணுங்க கேட்க ஆரம்பிச்சிடும். எண்ணி நாப்பது வருஷம், மாப்ள லட்சக்கணக்குல கொண்டாந்து கொட்டுனாலும் துணை தேட அலையணும்.”

“எதிர்காலத்தைப் பத்தி யோசிச்சதெல்லாம் போதும். நாளை காலை க்ரௌண்டுக்கு வந்திடுங்கடா. எக்சர்சைஸ் முடிச்சுட்டு நிறைய வேலை இருக்கு” என்று கடலைப் பார்த்துக்கொண்டே ஆரோக்கிய தாஸ் சொன்னான்.

அதன்பிறகு சில வேடிக்கைப் பேச்சுகள், கிண்டல்கள். அலையின் ஒலியும், இரவின் காற்றும் பூரிப்படைய வைத்தது. அடிக்கடி கடற்கரை பக்கம் வராததையெண்ணி வருந்தினர். இனி வாரத்திற்கும் ஒருமுறையாவது இந்த தரிசனத்தைப் பெற்றுவிட வேண்டுமென்று முடிவெடுத்துக் கிளம்ப ஆயத்தமானார்கள்.

அங்கே கிழிந்த கால்பந்து ஒன்று கடற்கரை மணலில் இருந்தது. பிரதாப் முதலில் அதை எட்டி ஆரோக்கிய தாஸ் பக்கமாகத் தள்ளினான். தாஸ் அதை தன் கால்களால் உயர்த்தி அந்தப் பந்துக்கு உயிர் கொடுக்க முயன்றான். அதைக் கண்ட குழுவினர் அனைவரும் வட்டமாக இணைந்து தங்களது இடங்களைத் தேர்ந்தெடுத்தனர். ஒவ்வொருவரின் கால்களுடைய உதைகளைப் பெற்றதும் கிழிந்த பந்து ஒரு நிஜக் கால்பந்து போலவே ஆனது. காற்றற்ற பந்து என்பதாலும் கடற்கரை நிலம் என்பதாலும் ஒவ்வொருவரும் அதை மிக வேகமாக உதைத்தனர். வழக்கமான கால்பந்து ஓட்டத்திற்கு மாறாக மெல்ல ஓட வேண்டியிருந்ததால் லயத்தை எளிதில் பிடித்துக்கொள்ள முடியவில்லை. இந்தப் பிடிபடாத்தன்மை ஒவ்வொருவருக்கும் சிரிப்பை மூட்டியது. கிழிந்த கால்பந்துக்கு நீண்ட கடல்தான் கோல்.

இவர்கள் விளையாடிய இடத்திலிருந்து அரை கிலோமீட்டர் தள்ளி நான்கைந்து பேர் கஞ்சா புகைத்தனர். கரையில் நின்றுகொண்டிருந்த பழைய கப்பலுக்குள் ஒரு குடிகாரன் விபச்சாரியைப் புணர்ந்துகொண்டிருந்தான். எங்கோ ஒலித்துக்கொண்டிருந்த 'தங்கச் சங்கிலி...' பாடலை எல்லோரும் ரசித்தனர். ஆனால் சுற்றுவட்டாரத்தில் உள்ள யாருமே இவர்கள் அளவுக்கு மகிழ்ந்திருக்கவில்லை.

புறப்படும்போது கடலுக்கு ஒன்றைத் தெரிவித்துவிட்டுச் சென்றனர். 'வீழ்ச்சி முதற்கொண்டு எதுவுமே எங்களைத் துன்பமடையச் செய்யாது. கடும்பனியின்போதுகூடத் துயரத்திற்கு ஆளாகமாட்டோம். எங்கள் தேடல் மகிழ்ச்சியைச் சார்ந்தே இருக்கும். மீண்டும் வருவோம்'

*

தேர்தல் முடிவுகள் அறிவிக்கப்படும் நாளில் பச்சையப்பன் கல்லூரி திருவிழாக்கோலமாக இருந்தது. மாணவர்கள் இனிப்பு, பட்டாசுகளுடன் கல்லூரிக்குச் சென்றனர். பெண்கள்

விதவிதமாக நகைகளை அணிந்து பூ வைத்துக்கொண்டு சேலையில் வந்திருந்தனர். ஆசிரியர்கள், பணியாளர்கள், மாணவர்கள் என ஆண்கள் அனைவரும் வேஷ்டி சட்டையில் வந்திருந்தார்கள். பிரத்யேக நாட்களில் வருகைப்பதிவேடு எடுக்கப்படாது என்றபோதிலும் ஒருவர் விடாமல் எல்லோரும் கல்லூரி வந்து சேருவார்கள். வாக்களித்த மாணவர்கள் வெறுங்கை வீசிக்கொண்டு மைதானம், வெராண்டா, கேன்டீன் போன்ற இடங்களில் ஒன்றுகூடி அறிவிப்புக்காக இருக்கை நுனியில் நகங்கடித்தபடி காத்திருப்பார்கள். அதுவரை தேர்தல் குறித்து விவாதிப்பார்கள். இதில் சூதுகூட நடப்பதுண்டு. சேர்மேன் தேர்தலில் தாஸ், சம்பத், லோகு ஆகிய மூன்று முக்கிய வேட்பாளர்களின் மீதும் பணம் செலுத்த சம அளவிலான சூதாடிகள் தயாராய் இருந்தனர்.

ஆரோக்கிய தாஸ் தனது குழுவுடன் அறிவியல் துறைக்குச் சென்றான். அங்கே இருப்பவர்கள் பெரும்பாலானோர் சம்பத் ஆட்கள் என்று அறிந்தும் அதுகுறித்து அவன் தயங்கவில்லை. ஆச்சரியப்படும் வகையில் அவனுக்கு அங்கு நல்ல மரியாதை கிடைத்தது. இன்னும் சற்று நேரத்தில் தேர்தல் முடிவுகள் வெளியாக உள்ள நிலையில், அவன் அறிவியல் துறைக்கு வருகை தந்திருப்பதைக் கண்டு அங்கிருந்த பெண்கள் மெச்சும் வகையில் கிசுகிசுத்தனர். தாஸைக் கண்டு அப்பெண்கள் நாணம் கொண்டனர். தாஸும் சம்பத்தும் சந்தித்துக் கொள்ளும் தகவல் கல்லூரியில் தீயாய் பரவியது. தேர்தல் முடிவுகளைவிட இந்தச் சந்திப்பு பலரையும் அதிர்ச்சிக்குள்ளாக்கியது. ஏதேனும் சண்டையா அல்லது ஒன்றிணைந்து செயல்படுவதற்கான பேச்சுவார்த்தையா எனப் பலரும் விவாதித்தனர். இத்தகவலறிந்து வாக்கு எண்ணும் பணி சிறிது நேரம் நிறுத்தி வைக்கப்பட்டது.

சம்பத் ஆசிரியர் அறையில் இருந்தான். தாஸ் தன்னைத் தேடி வந்துகொண்டிருக்கும் தகவல் அவன் காதுக்கு எட்டியது. முக்கியமான கட்டத்தில் தன்னைத் தேடி வந்திருக்கும் தாஸை அலையவிடக்கூடாது என்பதற்காக, இருந்த வேலைகளை விட்டுவிட்டு மரியாதையின் நிமித்தம் வகுப்பறைக்கு விரைந்தான்.

இவர்கள் சந்திக்கும் தகவல் லோகுவுக்கும் எட்டியது. "பைத்தியக்காரன், இந்நேரத்துக்கு ஏன் அங்க போனான்?" என்றான். இதில் ஏதோ மர்மம் இருப்பதாக அவனுக்குத்

தோன்றியது. தனது ஆட்கள் சிலரை அறிவியல் துறைக்கு அனுப்பி கவனிக்கச் சொன்னான்.

சம்பத்தின் வகுப்பறைக்கு தாஸ் சென்றதும் பிஜி முதலாம் ஆண்டு அறிவியல் மாணவன் ஒருவன் ஓடி வந்து, “கொஞ்சம் வெயிட் பண்ணுங்கண்ணா, சம்பத்தண்ணா வந்திட்டு இருக்காரு” என்றான்.

ஆரோக்கிய தாஸ் அந்த வகுப்பறையிலிருந்த ஜன்னலுக்குச் சென்று வெளியே வேடிக்கை பார்த்தான். அங்கிருந்த மாங்காய் மரத்தில் எத்தனை காய்கள் முளைத்திருக்கின்றன என்பதை எண்ணினான். பிறகு ஒரு பச்சைக் கிளி வந்து அவனுடைய கவனத்தைத் திசை திருப்பியது. அந்தக் கிளியின் அசைவுகளை உன்னிப்பாக நோக்கினான்.

சம்பத் வரும் சத்தம் கேட்டது. ஒலியை வைத்தே சம்பத்தின் வருகையை அறிந்தான் தாஸ். அந்தச் சத்தம் வெற்றியாளர்களுக்கே உரிய மரியாதை. தன்னைத் தேடி சம்பத் வந்திருந்தாலும் அது இவ்வாறுதான் இருந்திருக்கும் என்பது தாஸுக்குத் தெரியும். நீண்ட நேரம் காக்க வைக்காததற்காகப் பார்வையிலேயே நன்றி தெரிவித்தான். தாஸ் சம்பத்தை நெருங்கினான். சுற்றியிருப்பவர்கள் அனைவரும் தன்னுடைய ஒவ்வொரு அசைவுகளையும் நோக்கிக்கொண்டிருப்பதை ஆரோக்கிய தாஸ் உணர்ந்தான். பிறகு சம்பத்திடம் கை குலுக்கி “வாழ்த்துகள்” என்று சொல்லிவிட்டு அங்கிருந்து உடனடியாகக் கிளம்பினான். அந்த ஒரு வார்த்தை யாரும் எதிர்பாராத மிகப்பெரிய அறிவிப்பாக இருந்தது. அறிவிப்பு வெளியாகாதபோதே அவ்வாறு சொல்லியிருந்தது அந்தக் கணத்திற்குப் பெரிய பேசுபொருளாய் ஆனது. அறிவியல் துறை மாணவர்கள் தங்களது முதற்கட்ட கொண்டாட்டங்களைத் தொடங்கினர். தாஸ் மீது பணம் கட்டியிருந்த சூதாடிகள் அனைவரும் சம்பத் மீது கட்டத் தொடங்கினார்கள். லோகுவின் கோஷ்டியும் சம்பத் பக்கம் பணத்தைக் கட்டியது.

“தாஸுக்கு அவன் மேலயே நம்பிக்க இல்ல. அதான் தோல்விய ஒத்துக்கிட்டான். லோகு மேல பணம் கட்ட இன்னா கொற?”

“ஏம்பா, தாஸ் இன்னா சம்பத் கிட்ட போய், ‘நான் தோக்கப்போறேன்’னா சொன்னான்? ‘நீ ஜெயிக்கப்போற’ன்னுதான

சொல்லியிருக்கான். அவன் சொன்னா சரியாத்தான் இருக்கும்" என்று சூதாடிகளே தாஸின் யூகத்தைப் பூரணமாக நம்பினார்கள்.

இது லோகு மீது ஓர் அவப்பெயரை உண்டாக்கியது. சுற்றியிருப்போருக்கு அவன் மீதுள்ள நம்பிக்கையும் மரியாதையும் அவ்வளவுதான் என்பதை வெளிச்சம் போட்டுக் காட்டியது. லோகுவின் ஆதரவாளர்கள் ஒருவகையில் சோர்ந்துவிட்டனர். அவர்களிடம் தோல்வியை ஒப்புக்கொண்டான் லோகு. "ஹே சும்மா இருப்பா, அவன் என்ன ஜோசியனா? நீதான் ஜெய்க்கப்போற" என்று அவனுக்கு ஆறுதல் வார்த்தைகள் வந்தபோதிலும், எதிர்மறை எண்ணங்கள் உடையவனுக்கு வெற்றி கிட்டாது என்பதை உணர்ந்தான்.

அறிவிப்பு: "பச்சையப்பன் கல்லூரியின் புதிய சேர்மனாக M.Tech. Biotechnology மாணவர் திரு.க.சம்பத் தேர்ந்தெடுக்கப்பட்டுள்ளார்"

அறிவியல் துறையில் கொண்டாட்டம் தொடங்கியது. கல்லூரி வாசலில் ஐநூறு அடி நீளத்திற்கு சரவெடி வெடித்து கொண்டாடியது சம்பத் குழு. ஷெனாய் நகருக்குள் போய் வரும் வாகனங்களை நிறுத்தி எல்லோருக்கும் இனிப்பு வழங்கி, இன்பத்தில் திளைத்துக்கொண்டிருந்தனர். சம்பத் அவனது வகுப்பறையிலேயே இருந்தான். ஆசிரியர்கள் அவனை சந்தித்து வாழ்த்து தெரிவித்துக்கொண்டிருந்தனர். வெற்றியின் அறிவிப்பைவிட தாஸின் வாழ்த்தை எண்ணி சம்பத் பூரிப்படைந்தான்.

லோகு தனது பணத்தையும் அந்தஸ்தையும் இழந்தான். சம்பத் தனது பதவியை தக்க வைத்துக்கொண்டான். துவண்டு போயிருந்த பிரதாப் குழுவினர், கடற்கரை உரையாடலின் மூலமும் தாஸின் வாழ்த்துச்செய்தியின் மூலமும் தங்களது சுய மரியாதையைப் பலமடங்கு உயர்த்திக்கொண்டனர்.

தேர்தல் முடிவு அறிவிக்கப்பட்டதும் முக்கால்வாசி மாணவர்கள் பின் மதியத்திற்குள் வீடு திரும்பினர். கொண்டாட்டக் கோஷ்டிகள் வெடி வெடித்தனர். பேருந்துகளை நிறுத்தி பயணிகளுக்கு இனிப்பு வழங்கி தலைகால் புரியாமல் ஆடிக்கொண்டிருந்தது சம்பத் குழு.

பிரதாப் - தாஸ் குழு வழக்கம் போல மாலை நேர விளையாட்டிற்காக கல்லூரியிலேயே நேரத்தை ஓட்டினர். மாணவர்கள் போய்விட்ட முன்மாலை நேரத்தில் வெயில் சுட்டெரித்தது. எல்லோரும் சலிப்பை உணர்ந்தனர். ஓய்வு நேரம் என்பது அவர்களுக்கு தண்டனையாகவே இருந்தது. ஏதேனும் செய்யாமல் சும்மா இருப்பதற்கு செத்துவிடலாம் போன்ற சலிப்பு.

சலிப்பிலிருந்து தப்பிக்கும் பொருட்டு விளையாடுவதற்குப் பெயர் ஆட்டம் அல்ல; அதுவும் சலிப்பின் ஒரு வடிவமே. விளையாட்டை மூச்சாய் சுவாசிப்பவர்களுக்கு மட்டுமே அது புரியும். அவர்கள் ஆட்டத்திற்காக காத்திருப்பார்கள், தயாராவார்கள். மைதானத்தில் நுழைவதற்கு காலடி எடுத்து வைக்கும்போது அதை தொட்டு வணங்குவார்கள். விளையாட்டு வெறும் விளையாட்டாக இருக்கவில்லை.

ஆரோக்கிய தாஸ் தனியாக நூலகத்திற்குச் சென்றான். கல்லூரியே வெறிச்சோடி இருந்தது. நூலகத்தின் வெளியே லட்சுமி தனியாக நின்றிருந்தாள். அதுவரை யோசனையில் மூழ்கியிருந்தவள் தாஸ் வந்ததும் பதற்றமானாள். தாஸ் சலனமின்றி அவளை நெருங்கினான்.

"நமக்கு ஒத்துவராது லட்சுமி" என்று அவளிடம் தனது முதல் வாக்கியத்தை மொழிந்தான் ஆரோக்கிய தாஸ். இதைக் கொஞ்சமும் எதிர்பார்த்திடாத அவளின் கண்களில் அதிர்ச்சியின் மின்னல் பாய்ந்தது. சொல்லப்போனால் அக்கணத்தில் அவள் தாஸை இன்னும் அதிகம் காதலித்தாள். தனக்கு என்ன வேண்டுமென்பதை தெள்ளத்தெளிவாக அறிந்திருக்கும் ஆணின் மதிப்பு எப்படிக் கூடாமல் இருக்கும்? அவனை தவறான நபருடன் போட்டியாளனாக தான் வைத்து ஒப்பிட்டதை எண்ணி குற்றவுணர்வுடன் வருந்தினாள்.

"இல்ல.. அது... என்ன திடீர்னு? என்னாச்சு?" என்று தயக்கத்துடன் வார்த்தைகளைத் தனக்குள் விழுங்கினாள்.

"நிறைய காரணம் இருக்கு. உன்னக் கஷ்டப்படுத்தாத காரணங்களை மட்டும் சொல்றேன். லட்சியம், நோக்கம், விளையாட்டு, எக்சர்சைஸ், படிப்பு, வேலை, பணம்... நான் எப்போதும் இதப்பத்திதான் யோசிச்சுட்டு இருப்பேன்.

உன்னப் பார்க்க ஆரம்பிச்சதுல இருந்து உன்னப் பத்தியேதான் நெனச்சிட்டு இருக்கேன். அதுல எந்த தப்புமில்ல, லவ்வுன்னா அப்டித்தான். ஆனா அது எதிர்மறையா மாற ஆரம்பிச்சுது. அது எனக்கு சரிப்பட்டு வராது.”

“புரில நீங்க சொல்றது.”

“காதல்... குறிப்பா உன்மேல இருந்த காதல் ரொம்ப... இன்னா சொல்றது.. ரொம்ப பெண் சார்ந்து இருந்துது. அது அப்படி இருக்கக்கூடாது. அதான், இது சரிப்பட்டு வராது.”

லட்சுமிக்கு என்ன சொல்வதென தெரியவில்லை. தாஸ் சொன்னதைப் புரிந்துகொள்வதற்கு அவளுக்கு நேரம் எடுத்தது. தாஸ் தொடர்ந்தான்,

“உனக்கு அப்படிப்பட்ட லவ்தானே வேணும்? தெரியும். உலகமே உன்ன சார்ந்து இயங்கணும். தப்பு சொல்லல, அதுக்கு நான் சரியான ஆள் இல்ல. உன்ன லவ் பண்ணா நான் எந்நேரமும் உனக்காகவே யோசிக்க வேண்டியிருக்கும். ஏன்னா நீ ஆண்களால அதிகம் விரும்பப்படும் பெண். உன்னத் தக்க வெச்சிக்கணும்ங்கிற கட்டாயம் எனக்கு இருக்கும். மனசு ஒடம்பு ஃபுல்லா காதல் மட்டுமே நெறஞ்சிருக்கும். அது எனக்கு ஒரு பெண்தன்மையைக் கொடுத்திடும். அப்புறம் உனக்கு என்னப் பிடிக்காமலே போய்டும்” என்றான்.

இப்போது அவளுக்கு ஓரளவு புரிந்தது. அப்படியும் இருக்கலாம் என்று அவள் நினைத்தாள். இவ்வுலகம் தனக்காக இயங்கக்கூடியதுதானே! லட்சுமி எதுவும் சொல்லாமல் அங்கிருந்து கிளம்பினாள். தாஸ் நூலகத்திற்குள் நுழைந்து புத்தகத்தைப் புரட்டினான். அது ஒரு ஜப்பானிய நூலின் தமிழ் மொழிபெயர்ப்பு. தாஸால் நீண்ட நாட்களுக்குப் பிறகு முழு கவனத்துடன் சில அத்தியாயங்களைப் படிக்க முடிந்தது.

7

மாஸ்டரின் திருமண நாள் நிகழ்ச்சிக்கு வந்தவர்களுக்கு இரவுணவு பரிமாறப்பட்டது. பின்னணியில் ஏக்னல் ஓபஸின் செப்டம்பர் பாடல் ஒலித்தது. விருந்தினர்களின் இரைச்சலில் அது தன் அழகைத் தற்காலிகமாக இழந்திருந்தது. பெரும்பாலானோர் ஹாலிலிருந்து வெளியேறினர்.

“மாஸ்டரோட ப்யானோவைப் பார்க்கலாமா?” என்றான் சிறில். நான் தயங்கியபடி சரி எனத் தலையாட்டினேன். உண்மையில் சிறில் கேட்டதை மறுக்கத் தோன்றியது. அந்த நீண்ட ப்யானோவை வாசித்துப் பார்க்க சிறில் ஏங்கினான். தாமதிக்காமல் உடனடியாக எழுந்து மாஸ்டரின் இசை அறைக்குச் சென்றான். நான் மெல்ல அவனைப் பின்தொடர்ந்தேன். அந்த பிரமாண்டமான அறைக்குள் சென்று கதவைச் சாத்தினேன். தலை சுற்றியது; சூனியத்திற்குள் மாட்டிக்கொண்டது போன்ற உணர்வுநிலை. மாயையா மருட்சியா எனத் தெரியாத அளவுக்கு மயக்க உணர்வு. சிறில் லக்ஸ் ஏடர்னாவை வாசித்தான். கஞ்சா அடிக்காமலே பத்துக்கும் மேற்பட்ட வாழ்க்கையை ஒரே நேரத்தில் வாழ்வது போலிருந்தது. சிறில் வாசிப்பது கண்களுக்குத் தெரிந்தது. மானசி ரெட் வைன் நிற ஆடையில் மினுங்கியது மனதுக்குத் தெரிந்தது. பிழையற்ற ‘லக்ஸ் ஏடர்னா’ இசை செவிகளுக்குத் தெரிந்தது. சிறிலுக்கு முன் ஆயிரம் பேர் அமர்ந்து பார்ப்பது போன்ற கற்பனை. அவன் மீது யார் மேடை ஒளியை அடித்தது? அவன் மேல் ஒளி பட நான் இருளுக்குள் மூழ்க வேண்டுமா? என்ன சத்தம் அது? கதவைத் தட்டுவது யார்? சிறில் வாசிப்பதை நிறுத்திவிட்டுத் திரும்பிப் பார்த்தான். அன்று அணிந்திருந்த அதே ரெட் வைன் நிற ஆடையில் மானசியும் நின்றிருந்தாள். என் நடுக்கம் தீவிரமடைந்தது.

"வீட்ல சீக்கிரம் வர சொன்னாங்க. நான் கிளம்புறேன்" என்று சிறிலிடம் சொன்னேன்.

"சாப்டாம போகக்கூடாதுடா" என்றான் சிறில்.

"வயிறு சரியில்ல. இன்னொரு நாள் பார்த்துக்கலாம்" - சிறில் மனமின்றி தலையசைத்தான். நாங்கள் மூவரும் ஒருவரையொருவர் பார்த்துக்கொண்டோம். தலை கவிழ்ந்தபடி மானசியைக் கடந்து அந்த அறையிலிருந்து வெளியேறினேன். பிறகு வாசலுக்குச் சென்று காலணிகளை அணியும்போது அவளைப் பார்த்தேன். மானசி சிறில் இருந்த அந்த அறைக்குள் சென்றாள். நான் வெளியே சென்றேன்.

*

குளிர்காலம் தொடங்கியிருந்ததால் இயல்பாகவே உடலுஷ்ணம் தணிந்திருந்தது. கட்டுப்படுத்த முடியாத இச்சை எழுந்தது. விடாப்பிடியாக அதிலிருந்து என்னை விலக்கிக்கொண்டேன். 'எப்படியாவது இன்று தப்பித்துவிட வேண்டும், வென்றுவிட வேண்டும்' என்ற தன்னம்பிக்கையற்ற வேண்டுதலுடனே ஒவ்வொரு நாளும் தொடங்குகிறது. இயலாமையின் வேண்டுதலில் நரகத்தின் வரைபடமே கண்முன் தெரிகிறது. என்னைப் பாழாக்கிய அதே இணையத்திடம் மீட்சிக்காக மன்றாடினேன். பல கட்டுரைகளைப் படித்தேன். காணொளிகளைப் பார்த்து நேரத்தை வீணடித்தேன். மனிதர்களிடம் உரையாடினேன். இணையம் எனக்கு வழிகாட்டியுள்ளது. செயல்படுத்துவதுதான் என் தலையாய பிரச்சனையே. கட்டுப்பாடு இல்லாமல் மனம் போன போக்கில் வாழ்ந்துதான் இப்படி கெட்டுக் குட்டிச்சுவராகியிருக்கிறேன்.

என் விரதம் முடிந்து ஒரு வாரம் ஆனது. சரியாக ஏழு நாட்கள். மானசி எனக்குக் குறுஞ்செய்தி அனுப்பியிருந்தாள்.

'உங்கிட்ட கொஞ்சம் பேசணும். பார்க்க முடியுமா?' என்றாள்.

'ஹ்ம்ம் எங்கே? ஏதாவது பார்க் இல்ல பீச்?' எனக் கேட்டேன்.

'முக்கியமான விஷயம். பொது இடத்துல வேண்டாம். என் வீட்டுக்கு வந்துடு'

'இப்போவேவா?'

‘எனக்கு இன்னும் சர்ச் முடியல. நீ மதியம் பன்னண்டு மணிக்கா வா’

‘எந்த சர்ச்?’

‘சாந்தோம்’

‘மழை வர மாதிரி இருக்கு. அப்பா வீட்லதான் இருக்காரு. அவரோட கார் இருக்கு. கொண்டு வரவா?’

‘இல்ல. கேப் புக் பண்ணி வந்துக்கிறேன்’ என்றாள்.

மதியம் அவள் சொன்ன நேரத்திற்கு அவளுடைய வீட்டிற்குச் சென்றிருந்தேன். மானசி ஸ்லீவ்லெஸ் ஆடையில் இருந்தாள். என்னிடம் எதுவும் சொல்லாமல் சமையலறைக்குள் சென்றாள். ஹாலில் உட்காரலாமா வேண்டாமா எனக் குழம்பினேன். மாஸ்டரின் இசை அறை திறந்தே இருந்தது. என்னை அது அழைப்பது போலிருந்தது. ஏனோ இன்று எந்த தயக்கமும் இல்லாமல் உள்ளே சென்றேன். என்னிடம் அப்போது துப்பறியும் மனநிலை இருந்தது. எப்போதும் மாஸ்டரின் அறையை கண்களாலும் உணர்வாலும்தான் அணுகியிருக்கிறேன். முதன்முறையாக அந்த அறையில் வாசனைக்கு ஒரு பங்கு இருந்தது. இதற்கு முன் அந்த வாசனையை அங்கு உணர்ந்ததே இல்லை. இல்லை... ஒரேயொரு முறை உணர்ந்திருக்கிறேன். நான் கடைசியாக இந்த அறையிலிருந்து அவசர அவசரமாக வெளியேறியபோது அந்த வாசம் இங்கு இருந்தது. மிகவும் பரிச்சயமான வாசம் இல்லையெனினும், இதனுடன் நான் பயணித்திருப்பது போன்ற உணர்வு இருந்தது. டென்வர் பெர்ஃப்யூம்!

மானசி நடந்து வரும் சத்தம் கேட்டது. உடனே அங்கிருந்து வெளியேறி ஹாலுக்குச் சென்றேன். என்னிடம் தண்ணீர் பாட்டில் கொண்டு வந்து கொடுத்தாள். எதையோ யோசித்துக்கொண்டிருந்தாள். அவளது கால்கள் லேசாகத் தடுமாறி, தயக்கத்துடன் இருப்பதை வெளிப்படுத்தின. வலது கை கட்டை விரலால் இடது தோள்பட்டையைக் கிள்ளிக்கொண்டாள். அவளுடைய கண்கள் கீழ்நோக்கியே இருந்தன. அது என்னை காணக் கூசும் கீழ்மையா? உதட்டின் உள் சதையைப் பற்களால் கவ்வினாள். பாட்டிலை திரும்பித் தந்தபோது வேறு உலகிலிருந்து விழித்துக்கொண்டவள்

போல லேசான அதிர்வுடன் பிரக்ஞை திரும்பி அதை வாங்கிக்கொண்டாள். சமையலறைக்குச் செல்வதற்கு முன்பு சோஃபாவில் உட்காரச் சொல்லிவிட்டுப் போனாள். அமர்ந்தபடி ஜன்னல் வழி வேடிக்கை பார்த்தேன். மேகங்கள் கறுத்திருந்தன. எந்நேரம் வேண்டுமானாலும் மழை கொட்டிவிடுவது போல வானம் இருண்டிருந்தது. மானசி எனக்கு எதிரே அமர்ந்தாள்.

நீண்ட நேர தயக்கத்திற்குப் பின், "நானும் சிறிலும்... இப்போ கொஞ்ச நாளாத்தான். அப்பாம்மா வெட்டிங் டேல இருந்து" என்றாள் மானசி.

"என்ன?"

"புரியாமத்தான் கேட்கிறியா இல்ல என் வாயால சொல்லணும்னு எதிர்பார்க்கிறியா?"

"உண்மையாவே புரில மானசி" என்று பொய் சொன்னேன்.

"நானும் சிறிலும் டேட் பண்றோம். எனக்கு அவனைப் பிடிச்சிருக்கு. சீக்கிரம் ரிலேஷன்ஷிப்ல போலாம்னு இருக்கேன். போதுமா?" என்று கோபத்துடன் சொன்னாள். நீண்ட அமைதிக்கும் யோசனைக்கும் பிறகு சொன்னேன்,

"இத சொல்லத்தான் கூப்டியா?"

"இது உனக்குத் தெரியணும். நான் ஒன்னும் உன்னை ஏமாத்தலைன்னு தெரியப்படுத்துறேன்."

மானசியின் மடியில் படுத்து அழுது பழக்கப்பட்ட எனக்கு அவள் முன் கண்ணீர் சிந்துவதில் எந்தக் கூச்சமுமில்லை. தூக்க முடியாத பளுவை நெஞ்சில் வைத்தது போல் இருந்தது. பொறாமை, சோகம், இயலாமை, பிரிவு, குற்றவுணர்வு, காமம் ஆகியவற்றால் உருவாக்கப்பட்ட பளு. அதில் இன்பமும் இல்லாமலில்லை. எல்லாம் சேர்ந்து ஒரே சமயத்தில் அடிக்கும்போது ஏற்படும் உணர்ச்சியை என்னவென்று விளக்குவது? என் மனநிலையை எப்படியேனும் புரிந்துகொள்ள ஒருவராவது முயல வேண்டும். கைக்குட்டையை எடுத்து முகத்தைத் துடைத்துவிட்டு மீண்டும் ஜன்னல் வழியே வேடிக்கை பார்த்தேன். வானம் தூறத் தொடங்கியது. தன் ஆன்மாவிலிருந்து முழுமையாக வெளியேற்றிய பிறகே அவளால் என்னை நிமிர்ந்து நேருக்கு நேர் பார்க்க முடிந்திருக்கிறது.

“அடுத்து?” என்றேன்.

“என்ன அடுத்து? அதான் சொன்னேனே, சிறிலோட ரிலேஷன்ஷிப்.”

“நம்ம?”

“ஐயம் லீவிங் யூ.”

“என்ன சொல்ற?”

“பைத்தியமா நீ? தெளிவாத்தானே சொல்றேன். எனக்கு நீ வேண்டாம், அவன்தான் வேண்டும். போதுமா? ச்சை, உனக்கு என்ன இப்போ? தெளிவா சொல்ல வெச்சு என்னைக் கெட்டவளாக்கிப் பார்க்கணுமா? ஏற்கெனவே நான் குற்றவுணர்வுல செத்தது போதாதா? மறுபடியும் சாகணும்னு எதிர்பார்க்கிறியா? ஒருதடவ சொன்னா புரிஞ்சிக்க மாட்டியா?” என்று சொல்லி தேம்பித் தேம்பி அழ ஆரம்பித்தாள்.

எனக்குப் படபடத்துப் போய்விட்டது. மானசியின் கண்ணீரை என்னால் எதிர்கொள்ளவே முடியவில்லை. மழை வேகமெடுக்கும் சத்தம் கேட்டது. இருக்கையிலிருந்து எழுந்து சென்று அவள் முன் மண்டியிட்டேன். அவளது கண்ணீரைத் துடைத்துவிட கைகளை உயர்த்தினேன்; ஓங்கித் தட்டிவிட்டாள். தலை கவிழ்ந்து தேம்பித் தேம்பி அழுதோம். வேறு என்ன செய்வது? வார்த்தைகளால் தேற்ற முற்பட்டேன்.

“அப்படிக் கேட்கல மானசி. நீ யார வேணாலும் லவ் பண்ணு. என்ன மட்டும் விட்டுடாத?”

“லூசா நீ? என்னைப் பழிவாங்க இதையெல்லாம் சொல்றியா?”

“அப்படியில்ல மானசி. உண்மையாதான். நீ இல்லாம என்னால இருக்க முடியாது” - மானசி அழுகையை நிறுத்தினாள்; எனவே நானும்.

“நீ சொல்றது சுத்தமா புரியல. நான் உன்னைத் தூக்கிப் போட்டுட்டு அவனை ச்சூஸ் பண்ணதுல உனக்குக் கோவமே வரலையா?” என்றாள். இல்லை எனத் தலையசைத்தேன்.

“எப்படி?” என்றாள்.

“நீ என்னவிட்டு போகாம இருந்தா மட்டும் போதும். யார்கூட வேணாலும் இரு.”

“எனக்கு சுத்தமா புரியல. என்ன எதிர்பார்க்கிற? நான் உன்கூடயும் இருக்கணும், அவன்கூடயும் இருக்கணுமா?”

“ஆமா.”

“அப்படி இருந்தா நான் யாருக்கு முக்கியத்துவம் கொடுப்பேன்னு நீ நினைக்கிற?”

“அது உன் இஷ்டம்.”

“யாருக்காவது இப்படித் தோனுமா?”

“நிராகரிப்பின் இன்பம் மானசி. துரோகம் அழகானது. துரோகத்தின் பரவசத்தை அனுபவிக்காதவங்களுக்குப் பரவசம்னா என்னன்னே தெரியாது.”

“என்னால எப்படி ரெண்டு பேரை லவ் பண்ண முடியும்?”

“வேண்டவே வேண்டாம் மானசி. நீ சிறிலை மட்டும் நேசி. நீ என்னை லவ் பண்ணனும்னு எதிர்பார்க்கவே மாட்டேன். ஒரு வார்த்தை சொன்னல, என்னைத் தூக்கிப் போட்டுட்டன்னு. அது எவ்வளவு ப்ளசென்ட்டா இருந்தது தெரியுமா? என்னை இன்னும் அதிகமா அன்லவ் பண்ணு. அதுதான் எனக்கு வேணும்.”

மானசி கண்களில் பயம் தெரிந்தது. இந்நேரம் என்னை மனநோயாளி என்று முடிவு செய்திருப்பாள். ஆனால் இதையெல்லாம் மானசியிடம் மட்டும்தான் சொல்ல முடியும்.

“ருத்ரா, எப்போல இருந்துடா இப்படி ஆன?” - கண்ணீருடன் கேட்டாள். திடீரென்று நினைவு திரும்பியது போல அக்கேள்வியை எதிர்கொண்டேன். உண்மையில் எப்போதிலிருந்து இப்படி ஆனேன்? கஞ்சா அடிக்கத் தொடங்கியதிலிருந்தா? ஆபாசப் படங்கள் பார்க்கத் தொடங்கியதிலிருந்தா? இரண்டுமே இல்லை.

“அம்மா இறந்ததுல இருந்து. அப்பா சித்தியக் கல்யாணம் பண்ணதுல இருந்து. விக்கி பிறந்ததுல இருந்து. என் குடும்பம் என்னைவிட அவனை அதிகம் நேசிக்கத் தொடங்கியதிலிருந்து. சித்தி என்னைப் பொருட்படுத்தாம போனதிலிருந்து. என்

பிரச்சனையே என்ன தெரியுமா? என் குடும்பத்துலயே எனக்கு விக்கியைத்தான் ரொம்பப் பிடிக்கும். அவன்மேல வெறுப்பு இருந்திருந்தா வீட்ல அன்புக்காக சண்டை போட்டிருப்பேன். ஆனா எனக்கு அவனைப் பிடிக்குங்கிறதால என்னை நிராகரிப்பதன் மூலமாக அவனுக்கு கிடைக்கக்கூடிய அன்பையும், சலுகையையும் அக்சப்ட் பண்ணேன். என் குடும்பத்துல எனக்குப் பிடிச்ச ஒருத்தனுக்காக இதைச் செய்யும்போது, இந்த உலகத்துலயே நான் ஒசத்தியா பார்க்கிற உன் விருப்பங்களை அக்ஸப்ட் பண்ணலேன்னாதானே ஆச்சரியம்."

"சொல்றேன்னு தப்பா எடுத்துக்காத ருத்ரா. நீ தெரபி அட்டெண்ட் பண்ணு. நீ வேண்டாம்னு நான் எடுத்த முடிவை நினைச்சு என்னைக்காவது வருத்தப்படுவேனோன்னு பயந்தேன். அதுக்கு அவசியமே இல்ல, ரொம்ப சரியான முடிவைத்தான் எடுத்திருக்கேன். இதுக்கு மேல எது பேசுனாலும் அது உன்னக் கஷ்டப்படுத்தும். நீ கிளம்பு" என்றாள் மானசி.

8

சரளமாய் ஓடிக்கொண்டிருந்த காம வெள்ளத்தில் கழிவுகள் சேர்ந்து அடைப்பு ஏற்பட்டுவிட்டது. அந்த அடைப்புகளை நீக்க சம்பந்தப்பட்ட பெண்ணையே அணுக வேண்டிய நிர்ப்பந்தம். அகங்காரத்தின் புழு மீண்டும் மனமெங்கும் பரவத் தொடங்கியது. அது அந்நாளைப் பாழாக்குமென யூகித்தேன். சொல்லப்போனால் பாழாக்கத் திட்டமிடவும் செய்தேன்.

கடந்த காலத்தின் பிழைகளும், அதனை நினைவுபடுத்தும் நபரால் ஏற்படும் குற்றவுணர்வும் வாட்டிய வண்ணமுள்ளன. மறக்க நினைக்கும் கசப்பான சம்பவங்களும், துருப்பிடித்துப் போன ஆசைகளும் விடாமல் துரத்தின. தேவையற்ற எதிர்கால யோசனை, இயலாமை, கட்டுப்படுத்த இயலா காம இச்சை என அனைத்திற்கும் இடையில் வாழ்வை உயிர்ப்புடன் வைத்திருந்தது அவளது காதல் மட்டுமே. அதையுமே முழுமையாக சுவைக்க முடியாதபடி, குறிப்பிட்ட பிற அனைத்தும் சுற்றி நின்று வெறித்துப் பார்க்கின்றன.

மானசியின் சொல்லுக்கு இணங்கி அங்கிருந்து புறப்பட்டேன். மழை நின்றிருந்தது. பாதி தூரம் சென்றிருக்கும்போது வெயிலடித்தது. மண் மணம் வீசியது. மழை பெய்து முடித்திருந்தாலும் காற்றே வீசாமல் புழுக்கமாக இருந்தது. வெயில் என்மீது பட்டபோதுதான், நான் பேசிய அனைத்து சொற்களையும் எண்ணி அவமானத்தில் தலையிலடித்துக்கொண்டேன். அவளிடம் வெளிப்படுத்திய எனது எண்ணங்கள், ஆசைகள் எதுவும் உண்மையல்ல. நான்கு சுவருக்கிடையில் உடல் குளிர்ச்சியடைந்தால் மனிதனுக்கு இதுபோல விசித்திர எண்ணங்கள் தோன்றும். அதற்காக அதுவாகவே அவனால் ஆகிவிட முடியாது. உடனடியாக அவளது வீட்டிற்குச் சென்று, விட்ட வார்த்தைகளைத் திரும்பப் பெற நினைத்தேன்.

அதைவிட முட்டாள்தனம் வேறு எதுவும் இருக்க முடியாது. அவளிடம் என்னை நியாயப்படுத்திக்கொள்வதைவிட இருவரும் அவரவர் வழியில் செல்வதே சிறந்த முடிவாகும்.

அப்போதிலிருந்து ஒன்றை மட்டும் தீவிரமாக நம்பத் தொடங்கினேன். பெண் தனது உணர்ச்சிகளை ஒளிவுமறைவின்றி முழுமையாக வெளிப்படுத்துவது போல ஆண்கள் செய்யக்கூடாது என்பதைப் புரிந்துகொண்டேன். அவள் தன் உணர்ச்சி வெள்ளத்தை நினைத்தபடி தோன்றும்போதெல்லாம் பொழியலாம். மனதால் நடனமாடும் ஒரு அற்புதப் புதிர் அவள். ஆண் அதை தள்ளியிலிருந்து ரசிக்கலாமே தவிர அவளுக்கும் தனக்கும் இடையே ஒரு போலி கண்ணாடியை வைத்து போலச் செய்தல் தகாது. உணர்ச்சிக்கு விசுவாசமாக இருப்பது பேராண்மையின் பண்பல்ல. ஏனெனில், பெண்ணுடலின் சுரப்பி ரசாயனம் அவளுக்கு தேவையானதை மட்டுமே சுரக்கும். ஆனால் நான் ஒரு புனிதத் தலத்தின் வாசலில் அமர்ந்து ஆழ்ந்த தியானத்தில் மூழ்கியிருந்தாலும் கழிநுகரத் துடித்து என் குறி வான் நோக்கி வணங்கும். அந்தக் கணத்துக்கும் எனது இச்சையுணர்ச்சிக்கும் சற்றும் தொடர்பில்லையெனினும் ஆணுக்கு அவ்வாறே நிகழும். ஆணுடலின் சுரப்பி ரசாயனம் சமயங்களில் அவனின் லட்சியங்களுக்கு எதிராகக்கூட சுரக்கலாம். மாரத்தானில் ஓடி உடலில் ஆக்சிஜன் இல்லாமல் தவிக்கும் கணத்தில்கூட ஒரு பெண்ணின் எடுப்பான புட்டம் அவனை அலைக்கழிக்கலாம். ஆகவே ஆணுக்கு இன்றியமையாதது சுய கட்டுப்பாடு. பெண் மனம் போல உணர்ச்சிகளை நடனமாடச் செய்ததால் இதுவரை நான் சந்தித்தது இழப்புகளை மட்டுமே. எனவே இனி உணர்ச்சிகளால் ஆட்கொள்ளப்படக்கூடாது. மனதை ஒரு சிற்பம் போல அசையாது வைத்திருக்க வேண்டும். குறியும் நாவும் நான் அடக்க வேண்டிய இரு முக்கிய புலன்கள் ஆகும்.

வீட்டிற்குச் சென்றபோது அப்பா ஹால் சோஃபாவில் அமர்ந்திருந்தார். என் அறை திறந்தே இருந்தது. ஆடைகளை மாற்றிவிட்டு சுத்தமானேன்; எல்லாவற்றிலிருந்தும் சுத்தமாகிவிட விரும்பினேன். இருக்கையில் அமர்ந்துகொண்டு சுவரையே வெறிக்க வெறிக்கப் பார்த்தேன். அப்பா கூப்பிட்டார். என்னிலிருந்து என்னைத் துண்டித்துக்கொண்டு ஹாலுக்குச் சென்றேன்.

"சிஸ்டம் ஃபால்ட்டா இருக்கு. கொஞ்சம் வேலை இருந்துது. உன் லேப்டாப் யூஸ் பண்ணிக்கிட்டேன்" என்றார் அப்பா.

"எடுத்துக்கோங்கப்பா. லேப்டாப் தேவைப்படாது. ரெக்கார்டிங் எதுவும் இல்ல. அடுத்த கொஞ்ச நாளுக்கு ப்ராக்டிஸ் மட்டும்தான்."

"அதுசரிடா... ருத்ரா..." என்று அப்பா தயங்கினார்.

"ஹ்ம்ம் சொல்லுங்கப்பா."

"சாரிடா. ப்ரௌசிங் டேப் யூஸ் பண்ணிட்டு இருக்கும்போது தெரியாம க்ளோஸ் பண்ணிட்டேன். மறுபடி எடுக்கிறதுக்காக ஹிஸ்டரி போயிருந்தேன்..." - நடுக்கத்துடனும் தயக்கத்துடனும் சொன்னார். எனக்கு அச்சம் மேலோங்கியது. அப்பா முன் நிர்வாணமாக நிற்பது போல் வெட்கமாக இருந்தது. அவர் மேலும் தொடர்ந்தார்.

"சொல்ல வேணாம்னுதான் இருந்தேன். வருத்தமா இருந்தது. இதைப் பத்தி நம்ம பேசணும் ருத்ரா. என்னடா ஆச்சு உனக்கு? எதைப் பத்தியெல்லாமோ படிச்சுட்டு இருக்க. பொனாக்ரஃபி வயசுப் பசங்க பார்க்கிறதுதான். ஆனா நீ பார்க்கிற கேட்டகரீஸ் சரி இல்லடா" என்று சொல்லியபோது அப்பா கண் கலங்கிவிட்டார்.

"அழாதீங்கப்பா, பொனாக்ரஃபிய க்விட் பண்ணிட்டிருக்கேன். இருந்தாலும் மைண்டைவிட்டு போக மாட்டீங்குது. அதப்பத்தி எதையாவது படிக்கணும்னு தோனுது" என்று தேம்பித் தேம்பி அழுதுகொண்டே சொன்னேன். அப்பா என் அருகில் வந்து அமர்ந்தார். தோளைப் பிடித்துக்கொண்டு உச்சி நுகர்ந்தார். இத்தனை நாட்களாக எனக்குத் தேவைப்பட்ட ஒன்று வீழ்ச்சியின் அற்புதக் கணத்தில் கிடைத்தது.

"இதுல இருந்து வெளிய வரணும். என்னைக் காப்பாத்துங்கப்பா. எக்ஸ்-கேர்ள்ஃப்ரெண்ட் கிட்டேயும் இதை சொல்லிட்டேன். அவ என்னத் தூக்கிப்போட்டுட்டுப் போயிட்டா" என்றேன்.

"இதை நீ செக்ஷுவலா ட்ரை பண்ணிருக்கியா?"

"இல்ல."

"இந்த விஷயம் என்னைத் தவிர வேற யாருக்காவது தெரியுமா?"

"இல்ல, ஆனா மானசி சிறிலோட ரிலேஷன்ஷிப்ல இருக்கா. அவங்க இதைப் பத்திப் பேசுவாங்க."

"ஹ்ம்ம். பார்த்துக்கலாம்" - துயரின் பிடியில் சிக்கிய அப்பா யோசனையில் மூழ்கினார். "சிறில் பண்ணது தப்புடா" என்றார் அப்பா.

"என்மேலயும்தானே?"

"நீ போனது தப்பான வழி. உன்னை சுத்தி நடந்ததெல்லாம் அதோட விளைவுகள். ஆனா அவன் பண்ணது துரோகம்."

"அப்பா, நான் மானசியோட பேசியே பல நாள் ஆச்சு. எங்களுக்குள்ள நடந்தது கிட்டத்தட்ட ஒரு ப்ரேக்-அப். நாங்க ஒன்னா இருக்கும்போதே அவங்க ரிலேஷன்ஷிப்ல போனாதான் துரோகம்."

"டேய் அறிவுகெட்டத்தனமா பேசாதடா. நீ காதலிச்ச பெண்ணு உன்னைவிட்டுப் பிரிஞ்சிருந்தாலுமே காலத்துக்கும் உன் ஃப்ரெண்ட் அவமேல ஆசைப்படக்கூடாது. இந்தக் காலத்துப் பசங்களுக்கு இதெல்லாம் புரியாது. மார்டனிட்டி மயிறுன்னு எங்க எங்கேயோ போறீங்க."

"இத விடுங்கப்பா, பெருசு பண்ணாதீங்க."

"அவன் பண்ணது துரோகம்ங்கிறதே உனக்குப் புரியல. எப்படிப் புரியும்? துரோகத்துல சுகம் காணுற விஷயங்கள்ல ஈடுபட்டா அப்படித்தான்."

அப்பா மீது கடுங்கோபம் ஏற்பட்டது. என்னைப் புரிந்துகொள்ளும் ஒரே ஆளும் குத்திக்காட்டிப் பேசத் தொடங்கினால் நான் என்ன செய்வது? இப்படியான சூழ்நிலையில் மாய்த்துக்கொள்ளும் எண்ணங்கள் வராமல் இருந்தால்தான் ஆச்சரியம். ஆனால் இந்த வாழ்வை ஒரு கை பார்த்துவிடலாம் என்று இருந்தேன்.

"ருத்ரா, சொல்றதைக் கேளு. என் பையன் எப்படி இதிலிருந்து மீளணும்னு ஆசைப்படுறேனோ அதேபோல சிறில் கிட்டயிருந்து அவன் தூரம் வரணும்னும் நினைக்கிறேன். இதுக்கு எதிர்வினை

காட்டலைன்னா போற வரவன்லாம் என் மகனை க்ராண்டடா எடுத்துப்பானுங்க" என்றார் அப்பா.

அப்பா என்னை மிகப்பெரிய முடிவை எடுக்கச் சொல்லிக் கேட்கிறார். அது சற்றே கடினமானது.

"சரிப்பா, சிறிலை விட்டுடலாம். ஆனா இன்னொன்னு, எனக்கு உடனடியா ஒரு ரிலேஷன்ஷிப்ல போகணும். நான் - மானசி - சிறில், எங்களை மூனு பேரையும் தெரிஞ்ச ஒரு சிலருக்கு இந்த விஷயங்கள் தெரிய வந்தா அவங்க பார்வைல நான் லூசர்" என்றேன்.

"அப்பா பேச்சைக் கேளு. இதிலிருந்து முழுமையா மீளுற வரைக்கும் இதெல்லாம் வேண்டாம். ரிலேஷன்ஷிப்பை சோஷியல் ஸ்டேட்டஸா பார்க்காதே. உங்க மூனு பேரையும் தெரிஞ்ச அந்த சிலர்தான் உலகமா? அவங்களுக்கு இது வெறும் அஞ்சு நிமிஷ காசிப். இதை முதல்ல சரி செய்யணும். என்ன பண்ணனும்னு அப்பாக்கும் தெரில. கொஞ்சம் டைம் கொடு. யோச்சிச்சு சொல்றேன்."

எல்லாம் சரியாகிவிடும் என்ற நம்பிக்கையை அப்பாவின் வார்த்தைகள் கொடுத்தன. அம்மா மடியில் படுத்துக்கிடந்தது போல் இருந்தது. இனி எனக்கு மட்டுமேயான ரகசியமென எதுவுமில்லை! தந்தையாக என்ன செய்ய வேண்டுமோ அதை அவர் சரியாகவே செய்கிறார். மகனாக நான் ஒன்றை மட்டும் செய்தால் போதும். அவர் சொல்வதைக் கண்மூடித்தனமாக நம்ப வேண்டும். அவர் காட்டும் திசை நோக்கி தைரியமாகச் செல்ல வேண்டும். அது புதையலுக்கான திசை. கண்டெடுப்பவற்றை அவரிடம் ஒப்படைக்க வேண்டும். ஒருமுறையாவது என்னை எண்ணி அவர் பெருமைகொள்ளும் மகத்தான காரியங்களைச் செய்துவிட வேண்டும். ஏனெனில் அவரை எண்ணி நான் பெருமைகொள்ளும் வகையில் இன்று அவர் நடந்துகொண்டார்.

காலை அப்பாவே என்னை எழுப்பிவிட்டுத் தயாராகச் சொன்னார். தலைக்குக் குளித்துவிட்டு டீசன்ட்டான ஆடை ஒன்றை அணிந்துகொண்டேன். காலை உணவை முடித்துக்கொண்டு அப்பாவும் நானும் காரில் சென்றோம். அவருடன் காரில் செல்வது எங்கள் எல்லோருக்குமே பிடிக்கும். ஜன்னல் வழியே சாலையை வேடிக்கை பார்த்துக்கொண்டே

வந்தேன். "உங்க ம்யூசிக் பேண்டோட பெர்ஃபார்மென்ஸ் எப்போடா?" என்றார் அப்பா.

"நான் பெர்ஃபாமன்ஸ்ல இருந்து க்விட் பண்ணிடலாம்னு இருக்கேன். ம்யூசிக்ல இருந்து கொஞ்ச நாள் ப்ரேக் எடுக்கலாம்னு இருக்கேன். நான் ஒரு நல்ல ப்யானிஸ்ட் ஆகணும். அதுக்கு இந்த ப்ரேக் தேவை" என்றேன். அப்பா ஆச்சரியப்பட்டார், யோசித்தார். ஆமோதித்தார். என் முடிவிலுள்ள நியாயத்தை எண்ணித் தலையசைத்தார்.

எந்த வழியில் செல்கிறோமெனக் கேட்டேன். அவர் சொன்ன வழியில் மேப் செய்து பார்க்கும்போது சிகப்புகளாக நிறைந்திருந்தது. மெட்ரோ பணி நடந்துகொண்டிருப்பதால் நெரிசல் அதிகமாய் இருந்தது. அதனால் வேறு வழியில் செல்லலாமெனச் சொன்னேன். நான் சொன்ன வழியில் சென்றால் பத்து நிமிடங்கள் தாமதமாகும். பரவாயில்லை! செல்லும் வழி தடங்கலற்று சீராய் இருந்தால் போதுமெனத் தோன்றியது.

அப்பாவின் கார் நேராக ஒரு வீட்டைச் சென்றடைந்தது. மிகச்சிறிய வீடாக இருந்தாலும் சுத்தமாகவும் நேர்த்தியான கட்டிடக்கலைத்தன்மை உடைய வீடாகவும் இருந்தது. அப்பா என்னை உள்ளே அழைத்தார். அது அவருக்கு நெருக்கமான வீடு போல் தெரிந்தது. நான் தயக்கத்துடனே உள்ளே சென்றேன்.

மணியோசை அடிக்க வேண்டிய அவசியம் ஏற்படவில்லை. கதவு திறந்தே இருந்தது. அப்பாவின் வருகைக்காகவே அது திறந்து வைக்கப்பட்டிருந்தது. இதுவரை சென்றிடாத ஒரு வீட்டிற்குள் நுழையும்போது இருக்கும் தயக்கம் எனக்குள்; அப்பாவுக்கு அந்த தயக்கம் இல்லை. அவர் பலமுறை இங்கு வந்திருக்கக்கூடும். மிகச்சரியாக எந்த அறைக்குச் செல்ல வேண்டுமோ அங்கு என்னை அழைத்துச் சென்றார். அந்த அறையின் கதவை அப்பா திறந்தபோது உள்ளே ஒருவர் உடற்பயிற்சி செய்துகொண்டிருந்தார்.

"3... 4... 5..." என மெல்ல முணுமுணுத்துக்கொண்டே பளுதூக்கினார். எங்கள் வருகையை சத்தத்தின்மூலம் உணர்ந்துகொண்டதும், "வாடா பிரதாப், டச் குடு" என்று

அழுத்தமான குரலில் சொன்னார். அப்பா ஓடிப்போய் அவர் தூக்கிக்கொண்டிருந்த ராடைப் பிடித்துக்கொண்டார்.

“6... 7... கமான் ஈஸி, லாஸ்ட் ஒன்... 8... சூப்பர்” என்றார் அப்பா. அவர் ராடை வைத்துவிட்டு எழுந்து எங்களை வரவேற்றார்.

“ஏண்டா முட்டாள், இன்னுமா இவ்ளோ ஹெவியா லிஃப்ட் பண்ற? அதுவும் பென்ச் ப்ரெஸ். வயசாகல? நான் வந்தேன் சரியா போச்சு. ஏதாவது ஆகியிருந்தா? வீட்ல தனியா வேற வாழ்ற” என்று அப்பா அவரை உரிமையுடன் திட்டினார். அவர் சிரித்துக்கொண்டே என்னிடம் சொன்னார்.

“உங்க அப்பன் எப்போமே இப்டித்தான்” என்றார். அவர் தனது இரண்டு கைகளால் என் இரு தோள்களையும் பிடித்தபடி தொடர்ந்தார். “என்னடா பார்க்கிற? ருத்ர பிரதாப்! என்னை யாருன்னு தெரிலயா?”

“தாஸ் அங்கிள்டா. ஆரோக்கிய தாஸ்” என்றார் அப்பா. பிறகு அவரிடம் சொன்னார், “சின்ன வயசுல பார்த்ததுல தாஸே. மறந்திருப்பான்.” மீண்டும் என்னிடம் தொடர்ந்தார். “என் க்ளோஸ் ஃப்ரெண்ட் இவன். இன்னிக்கு வர” என்றார். பொறாமையாக இருந்தது.

“ஹால்ல உட்காருங்க. நான் குளிச்சிட்டு வந்திடுறேன்” என்றார் தாஸ் அங்கிள்.

“ருத்ரா, உங்கிட்ட ரிக்வஸ்டா கேட்டுக்கிறேன். அடுத்த மூனு மாசம் நீ இங்க தாஸோட இருக்கணும். அவன் உன்னைப் பார்த்துப்பான். அவன்கிட்ட இன்னும் எதுவும் சொல்லல. ஆனா சொல்லியாகணும்.”

“அப்பா...” - நான் தயங்கினேன்.

“தாஸ் பத்தி உனக்குத் தெரியாது ருத்ரா. அப்பாவை நீ எவ்ளோ நம்புறியோ அந்த அளவுக்குத் தாஸை நம்பலாம். ட்ரஸ்ட் மீ, எல்லாம் உன் நல்லதுக்குத்தான்” என்றார். நான் மிகவும் ரசித்த இச்சிறிய வீடுதான் என் மறுவாழ்வு மையம் எனப் புரிந்துகொண்டேன். தயக்கமும் படபடப்பும் அதிகமானது. தாஸ் எப்படிப்பட்டவரெனத் தெரியாது. அப்பாவுக்காக இதை நான் செய்தே ஆக வேண்டும்; எனக்காகவும்.

தாஸ் அங்கிள் தலையைத் துவட்டிக்கொண்டே வெளியே வந்தார். மீன் தொட்டியிலிருந்த மீன்களுக்கு உணவளித்தார்.

"இன்னுமா இந்தப் பழக்கம் விட்டுப் போகல" எனக் கேட்டார் அப்பா. தாஸிடமிருந்து மெல்லிய புன்னகை மட்டுமே பதிலாக வந்திருந்தது. பிறகு அப்பாவின் அருகில் வந்து அமர்ந்து அவரது தோள்களை இறுகப் பற்றிக்கொண்டார்.

"ருத்ரா, நீ கொஞ்சம் பக்கத்து ரூம்ல வெயிட் பண்ணு" என்றார் அப்பா. நான் அங்கிருந்து எழுந்து வேறு அறைக்குச் சென்றேன். அவர்கள் இருவரும் பேசிக்கொண்டனர். ஒரு மணி நேரத்திற்கு மேல் பேச்சு நீண்டது. எல்லாம் என்னைப் பற்றிய பேச்சு மட்டுமே எனப் புரிந்துகொண்டேன். பேசி முடித்ததும் அப்பா புறப்படத் தயாரானார்.

"நாளைக்கு தாஸ்கிட்ட உன் ட்ரெஸ்லாம் கொடுத்து விட்றேன்" என்றார் அப்பா. என் கைப்பேசியை வாங்கிக்கொண்டார். "தாஸ் நாளைக்கு உனக்கு ஒரு பேசிக் செட் போன் கொண்டு வருவான். ஏதாவது எமர்ஜென்சினா மட்டும் எங்களுக்குப் போன் பண்ணு. மூனு மாசம் கழிச்சுப் பார்க்கலாம்" என்று சொல்லி அப்பா விடைபெற்றார். முதல் நாள் பள்ளியில் சேர்த்துவிடப்பட்ட எல்கேஜி குழந்தையைப் போல் அவர் கிளம்பியதை ஏக்கத்துடன் பார்த்துக்கொண்டிருந்தேன். அப்பாவின் கார் அங்கிருந்து விரைந்தது. அது கண்களை விட்டு அகலும் வரை பார்த்துக்கொண்டிருந்தேன்.

9

புது இட பதற்றத்திலேயே முதல் நாள் கழிந்துவிட்டது. முதல் நாள் மாலை வெளியில் சென்று வருவதாகச் சொல்லிக் கிளம்பினார் தாஸ். வீட்டில் நான் மட்டுமே தன்னந்தனியாக இருந்தேன். முதன்முறையாக ஒரு வீட்டில் தனியாக இருந்து அதற்கு முழுப் பொறுப்பேற்றேன். இத்தனை ஆண்டுகளாக எப்படித் தனியாக வாழ்கிறார் என தாஸை எண்ணி வியப்பிலாழ்ந்தேன். அவரது உடற்பயிற்சி அறைக்குச் சென்றேன். ஷெல்ஃபில் டம்பிள்ஸும், எடை ப்ளேட்களும் இருந்தன. நான் ஐந்து கிலோ டம்பிள்ஸைத் தூக்கினேன். கஷ்டமாக இல்லை என்றாலும் நான்கைந்து முறைக்கு மேல் சீராகத் தூக்க முடியவில்லை. எடுத்த இடத்தில் வைத்துவிட்டேன்.

அந்த வீட்டில் தொலைக்காட்சி இல்லை. கணினி இருந்தது. மேலும் ஒரு சிறிய நூலகம் இருந்தது. உடற்பயிற்சி அறையில் மட்டும் ஏசி இருந்தது; படுக்கை அறையில் இல்லை. வெயில் சுட்டெரிக்கும் பகல் நேரத்தில்கூட வீட்டின் படுக்கை அறை இருட்டாகவும், சில்லென்றும் இருந்தது. படுக்கை அறை சுவருக்குப் பூசப்பட்டிருந்த அடர் நிற பெயின்டும் அதற்கொரு காரணமாய் இருக்கலாம்.

அப்பாவின் பேச்சைக் கேட்டு எவ்வளவு பெரிய முடிவை எடுத்திருக்கிறேன்! மூன்று மாதங்கள் என்பது விளையாட்டா? அதுவும் யாரென்றே தெரியாத நபருடன்! சில சமயம் உள்ளுணர்வை மட்டுமே நம்பி எடுக்கும் முடிவு நம்மை மீட்சிக்கு இட்டுச் செல்லக்கூடும். அதிகம் யோசிக்கத் தொடங்கிவிட்டால் ஆபத்தின் வலையில் சிக்கிக்கொள்ள நேரிடும்.

வாசலுக்குச் சென்றேன். என் வயதொத்த இளைஞன் ஒருவன் வந்திருந்தான். "மாஸ்டர் இருக்காரா?" என்றான்.

“தாஸ் அங்கிளா?” என்றேன்.

“ஆமா.”

“வெளிய போயிருக்காரு.”

“ஓ! சப்ளிமென்ட் வாங்கிக்க வர சொல்லியிருந்தாரு. உங்ககிட்ட சொல்லிட்டுப் போனாரா?”

“இல்ல” என்று தயங்கிக்கொண்டே சொன்னேன்.

“சரி நான் அவருக்கு போன் பண்ணிப் பேசிக்கிறேன்” என்றான்.

தாஸ் இரவுணவின்போது வீடு திரும்பியிருந்தார். குளித்துவிட்டு உடைகளை மாற்றிக்கொண்டார். வேறு அறைக்குச் சென்று கதவைச் சாத்தினார். பத்து நிமிடங்களுக்கு அந்த அறையிலிருந்து எந்தச் சத்தமும் வரவில்லை. வீடே நிசப்தத்தால் நிறைந்திருந்தது. அமைதிக்குத் தொற்றும் தன்மை அதிகம். பத்து நிமிடங்கள் கழித்து வெளியே வந்தார். எனக்கு தோசை சுட்டுக்கொடுத்தார்; அவர் இட்லியும், முட்டையும் சாப்பிட்டார்.

“எதுக்கு ரெண்டு முட்டை தோசை? ஒன்னு போதும் அங்கிள்” என்றேன்.

“சாப்டு.”

“இல்ல, நான் ஒன்னும் கெஸ்ட் இல்லையே. அடுத்த மூனு மாசம் இங்கதானே தங்கப்போறேன்.”

“உங்கப்பன்தான் பணம் தரான். சாப்டு” என்றார்.

“இன்னைக்கு ஒருத்தன் உங்களைத் தேடி வந்தான். ஏதோ சப்ளிமென்ட்னு சொன்னான்.”

“ஹ்ம்ம் அவனைப் பார்த்துட்டேன்.”

“நீங்க என்ன பண்றீங்க?”

“நீ என்ன நினைக்கிற?”

“ஸ்மக்லிங் ஏதாவது...” என்று தயங்கியபடி சொன்னேன். பூமர் தலைமுறையைச் சேர்ந்தவரால் எனது நையாண்டியைப் புரிந்துகொள்ள முடியுமா என அஞ்சினேன்.

"ஏண்டா அப்படிச் சொன்ன?" என்று சிரித்துக்கொண்டே கேட்டார். நல்லவேளை!

"ஆள் பார்க்க பல்கா ரகடா இருக்கீங்க! ஒரே குறை, உங்களுக்குத் தொப்பை இல்ல. இல்லைன்னா அப்படியே பாப்லோ எஸ்கோபார் மாதிரியே இருந்திருப்பீங்க. உங்க கலரு, அந்த சுருட்ட முடி. வந்தவன் வேற ஏதோ சப்ளிமென்ட்னு சொல்லிட்டு போனானா! அதான்..."

"ஹாஹா! நான் ஒரு ஃபிட்னஸ் கோச்" என்றார்.

"ஓ!"

வீட்டை உள்வாங்கிக்கொள்ளவே ஒருநாள் ஆகிவிட்டது. இங்கு ஒரு குடும்பப் புகைப்படம்கூட இல்லை. தாஸ் தனியாக வாழ்வதைப் பற்றி அவரிடம் கேட்க வேண்டும் போல் இருந்தது. புதுப் பள்ளியில் சேர்ந்த தயக்கத்தில் அதைத் தவிர்த்தேன்.

"இனி தினமும் நைட் ஒரு க்ளாஸ் பால். இந்தா குடி, நல்லா தூக்கம் வரும்" என்றார். பாலைக் குடித்ததும் நூலகத்திற்குச் சென்று புத்தகம் அல்லது கேஸட் எடுக்கலாமென நினைத்தேன்.

"தூங்கலாமா?" என்றார். தூக்கி வாரிப்போட்டது. கடிகாரத்தைப் பார்த்தேன்.

"மணி பத்துதானே ஆகுது? பன்னண்டுக்கு மேல தூங்கியே பழகிட்டேன்" என்றேன். வீட்டிலிருந்த அனைத்துக் கடிகாரங்களையும் அகற்றினார்.

"பன்னண்டு ஆச்சுன்னு நெனச்சுக்கோ."

*

"ருத்ரா... ருத்ரா... எழுந்திரு நேரமாச்சு."

சூரிய ஒளி கண்களில் பட்டதால் கொஞ்சம் கொஞ்சமாகத் தூக்கம் கலைந்தது. உறக்கம் போதுமானதாக இல்லையாதலால் விழித்துக்கொள்ளவில்லை. ஃபேனின் வேகம் குறைக்கப்பட்டது. மனமோ அரைத் தூக்கக் கற்பனைகளால் அலைபாய்ந்திருந்தது. நேரம் விரயமாவதை எண்ணிக் குற்றவுணர்வு கொண்ட மறுகணமே கட்டிலிலிருந்து மெதுவாக எழுந்தேன். தூக்கக் கலக்கத்தில் கை, கட்டிலின் இடப்புறத்தை தடவியது.

பழக்கதோஷம்! மனம் போனை நாடியது. பல்துலக்கிவிட்டு உடற்பயிற்சி அறைக்குச் சென்றேன்.

“கிச்சென்ல டீ இருக்கு, சூடு பண்ணிக்க” என்றார்.

தேநீரை எடுத்துக்கொண்டு வாசலுக்குச் சென்றேன். தாஸ் டவலில் வியர்வையைத் துடைத்தபடி எனதருகில் வந்தார்.

“டீ போடக் கத்துக்க” என்றார். சரி எனத் தலையசைத்தேன்.

“நைட் படுத்ததும் தூங்கிட்டியோ?”

“பன்னண்டு ஆகியிருக்கும்” என்றேன்.

“இருக்கட்டும். ஆறு மணிக்கு எழுந்திருக்க. இன்னைக்குப் பத்து மணிக்குத் தூக்கம் வந்திடும். மதியம் தூங்கித் தொலச்சிடாத. மூனு மாசம் இங்க இருக்கப்போற. இங்க என் பேச்சை நீ கேட்டுத்தான் ஆகணும். புரிதா? முதல் பதினஞ்சு நாள் உன் இஷ்டப்படி இரு.”

பெரும்பாலான நேரம் தாஸ் வீட்டிலிருக்க மாட்டார். கிளம்புவதற்கு முன்பே மதிய உணவை சமைத்துவிட்டுக் கிளம்பிவிடுவார். சமைப்பதற்கு முன் எனக்கு என்ன வேண்டுமென்று கேட்டுவிட்டே சமைக்கத் தொடங்குவார். சித்தி ஒருநாள்கூட அவ்வாறு கேட்டதில்லை; அம்மாவே கேட்டதில்லை. இந்த வீட்டில் நான் சாப்பிடும் உணவும் அவர் சாப்பிடும் உணவும் வேறு வேறாகவே இருந்தன.

முதல் அரை மாதத்தில் செய்வதற்கு ஏதுமில்லை. ப்யானோவைப் பிரிந்ததை எண்ணி வருந்துகிறேன். இசை மட்டும் இருந்திருந்தால் நாளுக்கு ஒன்பது மணி நேரம்கூட வாசித்துக்கொண்டிருக்க முடியும். சில சமயம் சுவாத்திய நிலையைவிட்டு வெளிவருவது அவசியம். அதன் வாயிலாக ஏற்படும் சலிப்பு இருத்தலியல் விசாரணைக்கு உட்படுத்தும். எனக்கு அது நேரவில்லை. மாறாக, நான் எடுத்த முடிவுகளை சுய பரிசோதனை செய்தேன்.

அந்தியில் யோசித்துக்கொண்டே மொட்டை மாடியில் நடந்தேன். மாடியிலிருந்து கொஞ்சம் தூரம் தள்ளி ஆண்களுக்கான மேன்ஷன் இருந்தது. நள்ளிரவுப் பொழுதிலும் அங்கிருப்போர் உலாவும் சத்தம் கேட்கும். முன்னிரவு எட்டு மணியாகியும் தாஸ் வீட்டிற்கு வரவில்லை. எனக்குப் பசிக்கத்

தொடங்கியது. தோசை சுடவும் தெரியாது. ஏழு மணியளவில் தேநீர் போட்டேன். அதில் நான்கு பட்டர் பிஸ்கட்டுகளை மூழ்க விட்டேன். பிஸ்கட் ஊறியதும் டீஸ்பூன் எடுத்துக் கலக்கினேன். பிறகு அதே டீஸ்பூனால் ஒவ்வொரு வாயாக எடுத்துச் சாப்பிட்டதும் பசி அடங்கியது. இதுபோல டீ குடிப்பது எனக்கு மிகவும் பிடிக்கும்.

எட்டரை மணி இருக்கும். பனி பொழிந்துகொண்டிருந்தது. மேன்ஷனிலிருந்து கூச்சல் கேட்டுக்கொண்டே இருந்தது. ஏதாவது சண்டையாய் இருக்குமோ என எண்ணி மாடிக்குச் சென்று பார்த்தேன். மீண்டும் அதே சத்தம்; கொண்டாட்டத்தின் கூச்சல். கொஞ்சம் அமைதி நிலவியது. திடீரென மொத்த மேன்ஷனுமே அலறி அடித்துக்கொண்டது.

“ஹே... ஹே... மாதார்ச்சோத், மாதார்ச்சோத், பென்ச்சோத்... தலைவா...”

மாணவர்கள் மேன்ஷன் வெரண்டாவில் துள்ளிக்குதித்து ஓடிக்கொண்டிருப்பதைக் காண முடிந்தது. அடுத்த பத்தாவது நிமிடம் பட்டாசு சத்தம் கேட்டது. அரை மணி நேரத்தில் கேக் வாங்கி வெட்டிக் கொண்டாடினர். அப்போதுதான் தாஸ் வந்தார். மேன்ஷன் கொண்டாட்டத்தைச் சுட்டிக்காட்டி என்ன விசேஷமென விசாரித்தேன்.

“விராட் கோலி எழுபத்து ஒன்னாவது சென்சுரி அடிச்சுட்டான்ல. அதான்” என்றார் தாஸ்.

“ஓ அடிச்சுட்டானா ஒருவழியா! மூனு வருஷ தவம் போலருக்கே!” எனச் சொல்லி ஜன்னல் வழியாக மேன்ஷனை எட்டிப் பார்த்தேன்.

“போன மேட்ச் அவன் டக் அவுட் ஆனான் தெரியுமா? இவ்வளவு ப்ராக்டிஸ் பண்ணியும் ஒருமுறை சரியான ரிசெல்ட் வரலைன்னா பண்ண பயிற்சியெல்லாம் வீணாகிடாது. அடுத்த முறைக்காகக் காத்திருக்கணும்” என்றார்.

தாஸ் சொன்னதைப் பற்றித் தீவிரமாக யோசித்துக் கொண்டிருந்தேன். மணி பத்தாகிவிட்டிருந்தது. விளக்கை அணைத்துப் படுக்கைக்குச் சென்றேன். உலகின் மிகச்சிறந்த வீரனான விராட் கோலி ஒரு மாதம் கிரிக்கெட் பேட்டையே

தொடாமல் இருந்ததாக பேட்டி கொடுத்திருந்தானாம். தாஸ் சொன்னார். மூன்று மாதங்களுக்கு ப்யானோவையே தொடக்கூடாது என நான் எடுத்திருக்கும் முடிவு சரியானதுதான் என்ற தெளிவு நிம்மதியாகத் தூங்க வைத்தது.

10

புதிதாகக் கல்லூரியில் சேர்ந்த மாணவனின் ஆரம்பகால விடுதி நாட்கள் போலத்தான் தாஸ் வீட்டில் எனது நாட்களைக் கழித்தேன். பெரும்பாலும் தனிமையிலிருந்ததால் தோள்களின் இறுக்கம் தளர்ந்திருந்தன. வாழ்வில் முதன்முறையாக ஒவ்வொரு சூரிய உதயத்தையும் பார்க்க முடிந்தது. குளிர்காலத்தில் சில நாட்கள் மேகங்கள் மறைத்து கதிரவனைப் பார்க்க விடாமல் தடுக்கும். கரு மேகங்களை ரசித்துப் பார்த்த காலம் ஒன்றுண்டு. பக்குவமில்லாத பள்ளிப்பருவத்தில் இலையுதிர் காலம் வந்துவிட்டாலே மனம் பரவசமாகிவிடும். அதனால்தானோ என்னவோ கொஞ்சம் வளர்ந்த பிறகு துயரத்தை தழுவிக்கொள்ள ஆரம்பித்தேன். மீட்சியின் பாதையை தேர்ந்தெடுத்த பின் சூரியனை ஆரத்தழுவி கடவுளாய் வணங்கினேன். சிறு வயதில் நோய்வாய்ப்பட்டிருக்கும்போது மருத்துவர் சொன்னது நினைவுக்கு வருகிறது. "சூரியனை உள்வாங்கிக்கொள். அதைவிடச் சிறந்த மருந்து இவ்வுலகத்தில் இல்லை" என்றார் அவர்.

எது நம்மைக் காக்கிறதோ அதுவே தெய்வம். கோடைக்குக் காத்திருக்கிறேன். சூரிய நமஸ்காரம் செய்யும் முறை எனக்குத் தெரியாது. மிக விரைவில் கற்றுக்கொள்வேன். கடவுளின் மகிமை வழிபடுதலில் இல்லை; நம்பிக்கையில். நான் சூரியனை நம்பினேன். அது தன் இருப்பைக் காட்டிக்கொள்ளாதபோதிலும்.

குளிர்காலமாய் இருந்தாலும் சூரிய அஸ்தமனம் சரியாய் நிகழ்ந்துவிடுகிறது. மாலை என் கவனமெல்லாம் வான் மீது குவிந்துவிடும். அண்ணாந்து பார்ப்பவனது கண்களுக்குத் தெரிவது வானம் மட்டுமல்ல; கசப்பான கடந்த காலமும்தான். என்னைத் தவிர யாருமே பொருட்படுத்தாத என் கடந்த காலச் சிந்தைக்கு அடிமையாய் இருந்திருக்கிறேன். பிறர் அதனைப்

பொருட்படுத்தக்கூடுமோ என்ற முட்டாள்தனத்திலேயே எவ்வளவோ நாட்களை காற்றில் கரைய விட்டிருக்கிறேன்! ஆனால் வான் பார்க்கும்போது நினைவில் எட்டும் கடந்த காலம் வேறு. தாஸ் ஏன் முதல் சில நாட்கள் என் போக்கில் விட்டாரெனப் பன்னிரண்டாவது நாள்தான் புரிந்தது. ஒவ்வொரு நாளினைக் கடக்கும்போதும் கடந்த காலத்தின் ஆழத்திற்குச் சென்றிருக்கிறேன். எவ்வளவு ஆழம் என்றால், நான் குழந்தையாக இருந்தபோது கண்ட சில காட்சிகள் மனதில் உருவாகும் அளவிற்கு. வெறும் இரண்டு வாரங்களில் ஒட்டுமொத்த வாழ்க்கையையும் மீண்டும் வாழ்ந்ததுபோல் இருந்தது. மனம் சலனமற்று நிசப்தமாய் இருந்தது. என் மனமா இது!

யோசிப்பதற்கும் அதீதமாய் யோசிப்பதற்கும் உள்ள வேறுபாட்டினைப் புரிந்துகொண்டேன். அதீதமாய் யோசிப்பதிலிருந்து வெறுமனே யோசிக்கும் நிலைக்கு முன்னேறியிருக்கிறேன். யோசனைகளே அற்ற ஒரு வாழ்வு என்னை சிகப்பு கம்பளம் போட்டு அழைக்கிறது. அதீதமாய் யோசிக்கும்போது எதிர்மறைகள் மட்டுமே பிரதானமாய் இருக்கின்றன. யோசிக்கும்போது அனைத்தும் சம அளவில் இருக்கும். இது ஒரு வகையான பரிசோதனை. எதிர்மறைக்கு இணையாக நேர்மறையின் பட்டியலைக் காணும்போது மரணம் ஒரு தசாப்தத்திற்கு தள்ளிப்போகும்.

இந்நாட்களில் எண்ணியவற்றைவிட எண்ணத் தவறியவை அதிகம். மேம்பட்ட மனிதன் செய்ய வேண்டியவற்றைவிட செய்யக்கூடாதவற்றில் அதிகம் கவனம் செலுத்துவான். இளைஞனின் உடலும் கிழவனின் எண்ணங்களுமே ஒருவனை உயர்ந்தவனாக்கும். இளைஞன் செயலில் தெளிவாக இருப்பான். கிழவன் செய்யக்கூடாதவற்றில் தெளிவாக இருப்பான். செயலில் ஈடுபடும்போது நாம் அக்கணத்தில் மட்டுமே அதைச் செய்கிறோம். ஆனால் செய்யக்கூடாதவற்றிலும் எண்ணக்கூடாதவற்றிலும் ஈடுபடும்போது ஒவ்வொரு கணமும் நாம் அதைச் செய்யாதிருக்க, எண்ணாதிருக்க வேண்டும். அதற்கு அசாத்தியமான ஓர் ஆற்றல் தேவை. யோகிகளுக்கு இணையான கவனம் தேவை. விளிம்பிலிருப்பவனுக்கு இணையான பிடிப்பு தேவை.

தனிமை நாட்கள் உச்ச கணங்களின்றி மிகச்சாதாரணமாகக் கழிந்தன. என் இருப்பு உலகத்திற்கு கேள்விக்குறியானது. என் வீட்டிலிருந்து இங்கு வருவதற்கு முன் மாஸ்டரிடம் போனில் பேசினேன். திட்டினார்; வருத்தப்பட்டார். செயலாக்கத்திற்கு நான் முக்கியமானவனாக இருந்திருந்தால் இம்முடிவை எடுத்திருக்க மாட்டேன். வாழ்க்கை கெட்டு நாசமாய் போனாலும் இசைக்காக அர்ப்பணித்திருப்பேன். அப்படித்தான் பல கலைஞர்கள் இருந்திருக்கின்றனர். நான் அப்படியல்ல; அவர்கள் வரலாற்றில் கலைக்காகவும் தியாகத்திற்காகவும் நிலைபெற்றிருக்கலாம். எனக்கு அப்புகழ் வேண்டாம். பேனாவின் மையில் கண்ணீரைக் கலந்து எழுதப்பட்ட சிம்ஃபனிகளைவிட வியர்வை கலந்து எழுதப்பட்ட சிம்ஃபனிகளுக்கே என் செவி கிறங்கும்.

இரவு ஒன்பது மணிக்கெல்லாம் கொட்டாவி நீர் கண்களில் துளிர்த்ததும் படுக்கைக்குச் சென்றேன். ஜன்னல் திரையைக் கிழித்துப் பௌர்ணமி நிலவின் ஒளி அறையில் வந்து விழுந்தது. திரையைச் சற்று விலக்கிவிட்டேன். பௌர்ணமி வெளிச்சம் ஒருபோதும் தூக்கத்திற்குத் தொந்தரவாக இருக்காது. தாலாட்டின் ஒளி வடிவம் அது. உண்மையில் இரவு எவ்வளவு அழகான பொழுது! பகலைவிடவும், அந்தியைவிடவும் இரவு அழகானது, ஆழமானது, கூர்மையானது. பகல் சப்தங்களால் நிரம்பியது. குறைந்த அழகினை உடையது. இரவு அப்படியல்ல. அதனால்தான் நாம் உறங்குதல் எனும் அற்புதமான காரியத்தை இரவில் செய்கிறோம். மகத்தான காரியங்களை மகத்தான பொழுதில் சரியாகச் செய்தால் குறைந்த அழகினைக் கொண்ட பொழுதுகளும் கூடுதல் அழகாகிவிடும்.

*

அன்று காலை நானாகவே எழுந்துவிட்டிருந்தேன். கூர்மையான விழிப்புடனே நாளினைத் தொடங்கினேன். தூக்கக்கலக்கத்தை எழுந்ததற்குப் பிறகு உணரவில்லை. காலைக்கடனை முடித்த பிறகு ஹாலுக்கு வந்தேன். தாஸ் என்னை ஷூக்களை அணிந்துகொள்ளுமாறு சொன்னார். நாங்கள் இருவரும் நடைக்குக் கிளம்பினோம். வழியெங்கும் சுத்தமான காற்று. ஆங்காங்கே மூடுபனி.

“எப்படி இருந்தது பதினஞ்சு நாள்?” என்றார் தாஸ்.

“வித்தியாசமா இருந்தது. நிறைய விஷயங்கள் இல்லாம. போன், ப்யானோ, டிவி. என் போக்குல இருந்ததால கொஞ்சம் இண்டிபெண்டன்டா இருந்தது.”

“இனி இருக்காது” என்று நக்கலான தொனியில் சொன்னார். “*Unfreedom is freedom.* இந்த உலகம் ஒருத்தன்கிட்ட என்ன எதிர்பார்க்குதோ அப்படி நடந்துக்கிட்டாத்தான் சிறந்தவனா இருக்க முடியும். இஷ்டப்படி வாழ்ந்தா கெட்டு சீரழிய வேண்டியதுதான். இனி நான் உன்கிட்ட சிலதை எதிர்பார்ப்பேன். நீ நூறு சதவீதம் கொடுத்தே ஆகணும்.”

நாங்கள் நடந்துகொண்டே இருந்தோம். எந்தப் பூங்காவுக்கும் செல்லவில்லை; ஒரே சாலையில் சுற்றிச் சுற்றி வரவில்லை. இது வெறும் நடைப்பயிற்சி அல்ல; அவர் என்னை எங்கோ அழைத்துச் செல்கிறார் எனத் தெரிந்தது. சூரியன் வந்துவிட்டான். சாலை நீரில் கதிரவனின் மஞ்சள் ஒளி பட்டுத் தெறித்தது. மாணவர்களும், வேலைக்குச் செல்பவர்களும் வெளிவரத் தொடங்கியிருந்தனர். மேகங்கள் கலைந்ததால் சூரியன் தன்னை முழுமையாக வெளிப்படுத்திக்கொண்டு சுட்டெரித்தது. உடல் முழுதும் வியர்வை; கால்கள் ஓய்வைக் கேட்டன. தாஸ் இயல்பாய் என்னுடன் கதை பேசிக்கொண்டே நடந்தார். போகுமிடம் குறித்துக் கேட்டபோதும் சொல்ல மறுத்துவிட்டார். ஏழு மணிக்குக்குத் தொடங்கிய நடை; இப்போது மணி சுமார் பத்தாகியிருந்தது. இடையில் கற்றாழை ஜூஸும், ஒரு சொம்பு கூழும் குடித்தோம்.

காலை உணவை முடித்தவுடன் பத்து நிமிடங்கள் நடந்திருப்போம். அங்கிருந்து நேராக ஒரு மசாஜ் சென்டருக்குள் அழைத்துச் சென்றார். அங்கே அவருக்குத் தெரிந்தவர் ஒருவருடன் பேசினார். நண்பராக இருக்க முடியாது. தாஸ் அடிக்கடி இங்கே வருபவராக இருக்கக்கூடும். வழக்கமான பேச்சுகள் முடிந்ததும் அந்த ஆள், “என்ன சமாச்சாரம்?” என்றார்.

“என் ஃப்ரெண்ட் பையன். ஸ்ட்ரெட்ச் பண்ணிட்டு ஆயில் மசாஜ் ஒன்னு போட்டிருங்க” என்றார் தாஸ்.

“மேலயா இல்ல கீழயேவா” என்று அரை குரலில் கேட்டார் அந்த ஆள். பிறருக்குக் கேட்கக்கூடாது என்று நினைத்து

மெல்லிய குரலில் பேசப்பட்ட அந்த வார்த்தைகள் தெளிவாகவே கேட்டன.

"பையனுக்கு இங்கயே பண்ணட்டும். நமக்கு மட்டும் மாடில" என்றார் தாஸ். பிறகு என்னிடம் சொன்னார், "உள்ள போ ருத்ரா. நான் வந்திடுறேன். உனக்கு முன்னாடியே எனக்கு முடிஞ்சிடும் நினைக்கிறேன். உடம்ப ஃப்ரீயா வெச்சிக்க. ரொம்ப டைட்டா இறுக்கமா இருக்காத" என்றார். ஊசி போடுவதற்கு முன்பு டாக்டர் சொல்வது போல.

மசாஜ் இன்பமாக இருக்கும் என்பார்கள். எனக்கு வலிக்கவே செய்தது. என் வலியைக் கண்டுகொண்டு "ஃபர்ஸ்ட் டைமா?" என்றார்கள்.

"ஆமா."

"அதான்."

பரவசம் இல்லாமலில்லை. எந்த இன்பமும் வலியைக் கோரும். தியாகமின்றி திளைக்க நினைப்பது சோம்பேறித்தனம். சுகத்தை அனுபவிப்பதற்காக வலியைப் பொறுத்துக்கொண்டேன்.

"எந்த ஃபீலிங் அதிகமா இருக்கு? பெயினா ப்ளெஷரா?" என்றார்கள். யோசித்துச் சொன்னேன். "பெயின்."

"முதன்முறை அப்படித்தான் இருக்கும். வருஷத்துக்கு மூன்று முறையாவது செய்துகொள்ளுங்கள். வலியே இன்பமாக மாறும்" - தமிழ், ஆங்கிலம், இந்தி என மூன்றையும் கலந்து பேசினார்கள்.

உடல் முழுவதும் சூடான எண்ணெய்யைத் தேய்த்து உச்சந்தலை முதல் உள்ளங்கால் வரை கிளர்ச்சியடையச் செய்தார்கள்; மையத்தைத் தவிர. சினிமாவில் பார்த்திருக்கிறேன், பொதுவாக இச்சமயத்தில் என்னிடம் கேட்பார்கள். ஒப்புக்கொண்டால் கூடுதல் பணம். இவர்கள் என்னிடம் எதுவும் கேட்கவில்லை. இருந்தாலும் என்னை இப்படிச் சோதித்திருக்கக்கூடாது.

"அடுத்த இரண்டு நாட்களுக்கு உடலுழைப்பு வேண்டாம். நன்றாக உறங்குங்கள். பிறகு உடலின் எந்த இடத்தில் வலி இருக்கிறது என்று கவனியுங்கள். உதாரணமாகக் கழுத்தில்

வலி இருந்தால் இத்தனை நாட்களாக நீங்கள் அதற்கு அதிக அழுத்தம் கொடுத்திருக்கிறீர்கள் என்று அர்த்தம்."

கிளம்பும்போது தாஸ் கேப் புக் செய்திருந்தார். வீடு திரும்பியதும் அப்படி ஒரு தூக்கம். மசாஜ் காரணமாக தாஸ் உறக்கத்தில் நேரக் கட்டுப்பாடே விதிக்கவில்லை. சுமார் ஒன்பது முதல் பத்து மணி நேரம் உறங்கியிருப்பேன். மிக நீண்ட வாழ்வுக்கான சிறு ஓய்வு. இரண்டு நாட்களுக்குப் பிறகு தாஸிடம் சொன்னேன், "முதுகு வலிக்குது, கழுத்துல இருந்து நடு முதுகு வரை."

"நினைச்சேன்" என்றார்.

11

அடுத்த ஒரு வாரத்திற்கு உள்ளங்கால் வலிக்க நடந்தேன். மூச்சடைக்கும் வரை ஓடினேன். தொடைகள் இறுக சைக்கிள் ஓட்டினேன். எல்லாப் பயிற்சிகளும் இருபது நிமிடங்கள் என்ற கணக்கில் காலை எழுந்ததும் ஒன்றரை மணி நேரம் இதற்கே சரியாக இருந்தது. நடக்கும்போது ஒன்றும் தெரியவில்லை. ஓடத் தொடங்கும்போது ஐந்து நிமிடங்களில் வயிறு இழுக்க ஆரம்பித்தது. யாரோ உள்ளிருந்து குத்துவது போன்ற உணர்வு. தாகம் உயிரை வாங்கியது. எதை அருந்தினாலும் இந்த தாகம் தீராதெனப் புரிந்தது. என் உடல் எவ்வளவு பலவீனமாய் இருக்கிறதென்பதை அறிய தாஸ் ஏற்படுத்திக் கொடுத்த சவால்கள் இவை. ஆணவத்தை துறந்து பலவீனத்தை அறிந்து ஒப்புக்கொண்டால் மட்டுமே அதிலிருந்து பலமானவனாய் மாற முடியும். ஐந்து நிமிடங்கள்கூட ஓட முடியாத குறைந்த ஸ்டமினாவை வைத்துக்கொண்டு கற்பனையில் ஆயிரம் பெண்களைப் புணர நினைப்பது எவ்வளவு முட்டாள்தனம்!

அழகை அடைய எண்ணுபவனுக்குப் பலம் வேண்டாமா? காதல் மென்மையானதும் இல்லை; காமம் அழகானதும் இல்லை. எல்லாவற்றையும் மகிமைப்படுத்தும் கலைத்துவ பார்வை மட்டும் அவற்றிற்கு தகுதியாய் அமைந்துவிடாது. காதலுக்கும் காமத்திற்கும் வீரமே முதற்தகுதி.

அந்த வாரத்தின் இறுதி நாளில் பதினைந்து நிமிடங்கள் நிற்காமல் ஓட முடிந்தது. ஓடி முடித்து தண்ணீர் குடிக்கும்போது ஓர் அழகான பெண் என்னைக் கடந்து சென்றாள். நகரத்தின் மிக அழகான பெண் அவளாகத்தான் இருக்கக்கூடும். முதலில் அவ்வழகை அடைய வேண்டுமென்ற பொதுவான ஆசை வந்தது. உடனடியாக அதற்கு விலையாக என்னிடம் கொடுக்க என்ன இருக்கிறதென யோசித்தேன். ஓரளவு

பலமிருப்பதாகத் தோன்றியது. ஓரளவு என்ற சொல் தொந்தரவு செய்தது. அச்சொல் அழியுமளவிற்கு ஓட வேண்டும். தண்ணீர் குடித்துவிட்டு அடுத்த அரை மணி நேரத்திற்கு முயல் போல ஓடினேன். போதவில்லை! அந்த அழகு கண்ணுக்குள்ளேயே இருந்தது.

அடுத்த நாள் தாஸ் உடற்பயிற்சிகளை ஆரம்பிக்கச் சொன்னார். "இந்த வாரம் சர்க்யூட். அடுத்த வாரத்திலிருந்து க்ளாஸ்" என்றார். உடலின் வெவ்வேறு தசைகளை தூண்டும் பயிற்சிகளை அளித்தார். அனைத்தையும் குறைந்த பளுவுடன் போடச் சொன்னார். முதல் ஐந்து பயிற்சிகள் எளிதாகவே இருந்தன. கால்களுக்கான பயிற்சி கொஞ்சம் கடினமாகவும், ப்ளாங்க் பயிற்சி அதைவிடக் கடினமாகவும் இருந்தன.

"இதோட முடிச்சுக்கலாமா? ப்ளாங்க் கஷ்டமா இருக்கு" என்றேன்.

"கீழே ஒரு பொண்ணு படுத்திருக்கிறதா நினைச்சு போடு" என்றார். வெறி பிடித்தவன் போல மூன்று செட்டுகளைப் போட்டு முடித்தேன். மொத்த உடலும் நடுங்கியது. தாங்க முடியாத பசி. தாங்க முடியாத வலி. ஆரோக்கியமற்ற இன்பத்தைவிட ஆரோக்கியமான வலி மேலானது. எல்லாம் அந்தக் கணத்தில் மட்டும்தான். குளித்துவிட்டு வந்ததும் ஏற்பட்ட உணர்ச்சியை எப்படி விளக்குவது. பேரின்பம்! பெரிதாக எதையோ சாதித்த உணர்வு. உடற்பயிற்சி செய்யத் தொடங்கும்போதே ஒருவன் இன்றியமையாதவனாக ஆகிவிடுகிறான்.

இது ஏன் இவ்வாறு நிகழ்கிறதெனக் கேட்டேன். "எல்லாம் மூளை உண்டாக்கிற கெமிக்கல்ஸ்தான். டோபமீன், எண்டார்ஃபின்ஸ் இப்படி நிறைய. மாஸ்டர்பேட் பண்ணும்போதும் டோபமீன் சுரக்கும். ஆனா மறுநொடியே கீழே இறங்கிடும்; சமநிலைக்கு இல்லை, சமநிலைக்கும் கீழே. மறுபடி சமநிலைக்கு வர சில மணி நேரம் காத்திருக்கணும். ஆனால் உடற்பயிற்சியால் கிடைக்கிற டோபமீன் உச்சத்துலயே வெச்சிருக்கும்" என்றார்.

மனம் என ஒன்றில்லை, மனம் இருப்பதற்கு எவ்வித ஆதாரமுமில்லை; உணர்ச்சிகள் உடலிலிருந்தே உண்டாகின்றன. ஒருவேளை மனம் என்பது உண்மையாய் இருந்தால் மனதால் ஒருபோதும் மனதைக் கட்டுப்படுத்தவே முடியாது. குதிரை

செல்லும் திசையை அதன் மேல் அமர்ந்திருக்கும் வீரன் முடிவெடுப்பது போல அலைப்பாயும் மனதை ஓர் உறுதிமிக்க உடலால் மட்டுமே கட்டுப்படுத்த முடியும். ஆகவே உடலைக் கடுமையாக இயக்க வேண்டியிருந்தது. உடல் வழியே உலகை நோக்கும்போது கிடைக்கக்கூடிய தன்னம்பிக்கை அளப்பறியது.

அடுத்த வாரத்திலிருந்து கடும்பயிற்சி வகுப்புகள் தொடங்கின. புதன் மற்றும் சனிக்கிழமைகளில் கால்களுக்கான பயிற்சி. பிற நாட்களில் மேலுடலுக்கான பயிற்சிகள். ஞாயிறு முழுவதும் ஓய்வு. அன்றைய தினத்தில் காலை எழுந்ததும், ஆக வேண்டிய வேலைகளை முதலில் செய்துவிடுவோம். கிரிக்கெட் போட்டிகள் நடைபெற்றால் லேப்டாப்பில் அதைப் பார்த்துப் பொழுதைக் கழிப்போம்.

உடற்பயிற்சியின்போது சில சமயம் தாஸை 'மாஸ்டர்' என்று விளித்திருக்கிறேன். வாழ்வில் இதுவரை மூன்று மாஸ்டர்களை பார்த்துவிட்டேன். மூன்றாவது ஆள் நானே. ஆம்! உடலால் செயல்படும் ஒருவன் முதலில் தான் கீழானவன், அடிமை, இயலாதவன் என்ற அடையாளங்களிலிருந்து விடுபட்டு மாஸ்டர் என்ற நிலையை அடைகிறான். அவனுக்கு அவனே மாஸ்டராகிறான். தன்னை ஆளத் தெரியாதவர்களால் ஒருபோதும் பிறரை ஆள முடியாது. அவனின் பிள்ளைகளுக்கு ஒருநாளும் உத்தமத் தந்தையாக, காட்ஃபாதராக, ஹீரோவாக இருக்க முடியாது.

ஒருநாள் ஸ்குவாட்ஸ் செய்துகொண்டிருந்த களைப்பில் "முடில மாஸ்டர், இதெல்லாம் எத்தனை நாளைக்கு?" என்று தாஸிடம் கேட்டேன்.

"உடம்புல தெம்பு இருக்கிற வரை" என்றார்.

வெறும் மூன்று மாதங்களுக்கு இதையெல்லாம் செய்துவிட்டு எல்லாப் பலன்களையும் நோகாமல் நோம்பு கும்பிட ஆசைப்படும் எனது சுபாவத்தை என்னவென்று சொல்ல?

'உடலை அவ்வளவு ஏளனமாக எடுத்துக்கொண்டால் அது நம்மை ஏளனம் செய்யத் தொடங்கும். கலைஞர்கள் அவர்கள் கடந்து வந்த இருண்ட பாதைக்காகவும், துயரங்களுக்காகவும் மதிக்கப்படக்கூடாது; ஒழுக்கம், நிலைத்திருத்தல் ஆகிய மேன்மையான பண்புகளே சிறந்த கலைஞர்களை, மனிதர்களை,

தொழிலதிபர்களை, வியாபாரிகளை, வீரர்களை உருவாக்கும். உடலைப் பேணுதல் பல் துலக்குவது போல அன்றாடத்தில் இணைந்திருக்க வேண்டும். வாழ்க்கைமுறையில் மாற்றம் செய்த எவரும் முதல் சில மாதங்களுக்கு மாற்றங்களுக்காகக் காத்திருக்கக்கூடாது. கடுமையாகச் செயல்படக்கூடியதில் கிடைக்கும் மன இன்பம் அலாதியானது. மற்றபடி கவர்ச்சிகரமான உடலமைப்புகளைப் பெறுவதெல்லாம் கூடுதல் நன்மைகள் மட்டுமே. இந்த கல்விமுறையின் கால அளவு மூன்று மாதங்கள் இல்லை ருத்ரா, ஒரு வாழ்வு!'

"உனக்கு தியான அனுபவம் உண்டா?" என்றார் தாஸ்.

"இல்லை" என்றேன்.

இன்றிலிருந்து தியானம் தொடங்கப்போவதாகச் சொன்னார். புதிய தொடக்கங்களுக்கு ஆர்வமாகக் காத்திருப்பவனுக்கும், மாறுதல்களை விரும்புபவனுக்கும் வாரத்தின் விருப்பமான நாளாகத் திங்கட்கிழமையே இருக்கும். உழைக்கத் திராணியற்றவர்களே திங்களை வெறுப்பார்கள். ஆற்றலைச் செலவழியாத உடலும் மனமுமே அதிகம் சோர்வுறுகிறது.

காலை எழுந்ததும் தியானத்தைத் தொடங்க வேண்டுமென்றும், ஒரு நாளுக்கு பத்து முதல் இருபது நிமிடங்கள் தியானம் செய்தாலே போதுமானது என்றும் சொன்னார். 'தியானம் செய்வதால் ஒருபோதும் உன்னை ஞானியாக நினைத்துக்கொள்ளாதே. ஒரு மணி நேரமாவது மனதை மலை போல் அசையாது வைத்திருக்க முடிந்திருந்தால் மட்டுமே அந்நிலையை எட்ட முடியும். தியானம் முனிவர்களுக்கும், புத்த பிக்குகளுக்குமான செயல் என்ற எண்ணத்தைக் கைவிடு. சாமானியர்களுக்குத்தான் அது அவசியம்' என்றார் ஆரோக்கிய தாஸ்.

தியானிப்பதற்கு முன்பு என்னிடம் ஓர் ஆங்கிலப் புத்தகத்தைக் கொடுத்து அதிலுள்ள ஒரு சிறுகதையைப் படிக்கச் சொன்னார். 'The Head of the Family' என்ற அக்கதையின் ஒவ்வொரு வரியையும் கூர்ந்து படித்தேன். குடும்பத்தலைவனின் அகந்தையை, கோபத்தைப் பேசும் கதை. தந்தை இல்லாதபோது ஒரு குடும்பம் எவ்வளவு நிம்மதியாக இருக்கிறதென்பதும், அவர் வருகைக்குப் பிறகு எப்படி இருண்டு போகிறது என்பதையும் சொல்லும்

கதை. ஆணவம் நிறைந்த ஆண், மனைவியையும் மகனையும் திட்டுகிறார். மகனை அடித்துவிடுகிறார். அடுத்த நாள் தன் மகனிடமே மன்னிப்பு கேட்டு ஒரு முத்தம் கொடுக்கிறார். அத்துடன் கதை முடிக்கப்படுகிறது. அந்த முத்தத்தை மகன் என்னவாக உணர்ந்தான் என்பதைப் படிக்கும்போது உணர முடிந்தது.

நானும் தாஸூம் இதுபற்றி உரையாடினோம். என் குடும்பத்தில் இக்கதை ஒத்த சில நிகழ்வுகளை அடுக்கினேன். எல்லாக் குடும்பங்களிலும் நடக்கும் நிகழ்வுதான் இது. எங்கள் வீட்டில் இதன் வீரியம் கொஞ்சம் குறைவு. என் அப்பா முடிந்தவரையில் சண்டைக்கான தீர்வுகளை எட்டப் பார்ப்பார். எதிர்மறைப் பண்புகளை வளர்ப்பதில் விருப்பமில்லாதவர். தாஸ் தன் நண்பனை எண்ணிப் பெருமிதமடைந்தார்.

“குடும்பத்தலைவனோட மனநிலை ரொம்ப முக்கியம். அதுதான் மொத்த குடும்பத்தின் மனநிலையைத் தீர்மானிக்கும். உன் அப்பா சந்தோஷமா இல்லைன்னா வீடே சந்தோஷமா இருக்காது. நீயும் குடும்பத்தலைவன் ஆகப்போறவன். உன் உணர்ச்சிக்கு மதிப்பிருக்கணும். அதைக் கட்டுப்படுத்த உனக்குத் தெரியணும். ஒவ்வொரு கணமும் சந்தோஷமா இருக்க முடியாது; ஆனா நிம்மதியா இருக்கலாம். அதுக்கு தியானம் அவசியம்.”

“நான் ஒன்னு கேட்கலாமா? அப்பா அவரோட காலேஜ் டேஸ் பத்தியெல்லாம் சொல்லியிருக்காரு. அப்போ செஞ்ச எல்லா விஷயங்களும் ஃபேமிலிய ப்ரொடெக்ட் பண்றதுக்காகத்தான்னு சொன்னாரு. அப்புறம் ஏன் நீங்க தனியா இருக்கீங்க?” என்றேன்.

“நீ இங்க வந்த பர்பஸ் இன்னும் முழுமையடையல. அடைஞ்சதும் சொல்றேன்” என்று நிலைகுலையாத அமைதியுடன் சொன்னார்.

தியானத்திற்குத் தயாரானேன். உறக்கச் சோம்பல் முழுமையாகக் கலைந்த பிறகே தியானத்தில் அமர வேண்டும் என்றார். எனக்கான இடத்தை தேர்ந்தெடுக்கச் சொன்னார். உடற்பயிற்சி செய்யும் அறையைத் தேர்ந்தெடுத்தேன். தியானம் என்பது என்ன? மூளைக்கான பயிற்சி! அவ்வளவுதான்!

“எப்படி உட்காரணும்?”

“பிரத்யேகமா எதுவுமில்ல. கண்ணை மூடிட்டு உட்கார். செவுத்துல சாய வேண்டாம். வாயில மூச்சுவிட வேண்டாம். முதுகு நேரா இருக்கட்டும்.”

“எவ்வளவு நேரம்?”

“எவ்வளவு முடியுதோ” என்று சொல்லிவிட்டுச் சென்றார்.

தியானம் செய்யத் தொடங்கிய சில நொடிகளில் தாஸிடம் பேசியவற்றை மனம் தொகுத்துப் பார்த்துக்கொண்டது. சமீப நாட்களில் நிகழ்ந்த வாழ்க்கைமுறை மாற்றங்களை எண்ணினேன். தியானத்தின்போது லக்ஸ் ஏடர்னா இசை மனதில் ஓடிக்கொண்டிருந்தது. வில்வா மாஸ்டர் என்னைப் பற்றி என்ன நினைத்திருப்பார்? மானசி என்னைத் தேடியிருப்பாளா? என் இன்மை அவளுக்கு என்னவாக இருக்கும்? நான் இல்லாமல் குடும்பம் நிம்மதியாக இருக்கிறதா அவதிப்படுகிறதா? நிச்சயம் அவதிப்படாது. ஆனால் குடும்பத்திடமிருந்து தள்ளியிருப்பதன் மூலம் நான் நலமாகவே இருக்கிறேன். குடும்பத்திடமிருந்து மட்டுமா தள்ளியிருக்கிறேன்? எல்லாவற்றிலிருந்தும்தானே! அப்பாவைச் சந்திக்க வேண்டும். அவர் என்னை இன்னும் மேம்பட்ட மனிதனாகப் பார்க்க வேண்டும். அம்மா! இந்நேரம் என்னை மன்னித்திருப்பாய்தானே! ப்யானோவை இசைக்க விரல்கள் துடிக்கின்றன; கைகள் தடுக்கின்றன.

அதிகாலைக் குளிருக்கு அரை கை டி-ஷர்ட் உகந்ததல்ல. நாளை முதல் ஹூடி, ஸ்வெர்ட்ஷர்ட் அணிய வேண்டும். டெனிம் ஜாக்கெட் வாங்க வேண்டும். ஷிட்! தியானத்தில் இருக்கிறேன். மூச்சை நீளமாக இழுத்து மெதுவாக விட்டேன். இந்த மூக்கடைப்புக்கு தியானம் ஒரு கேடு. நீண்ட சுவாசத்தை எட்டுவதற்குள் உயிர் போகிறது. குளிர்காலத்தின் பாதகமிது. தாஸ் நாசியால் மட்டுமே சுவாசிக்கச் சொன்னார். முயல்கிறேன். பத்து நிமிடங்களாவது ஆகியிருக்குமென நம்பி தியானத்தைக் கலைத்தேன். இப்போது போய் தாஸைப் பார்த்தால் சரியாக இருக்கும்.

அவர் தன் எழுத்து மேஜையில் அமர்ந்து டைரி எழுதிக்கொண்டிருந்தார். என்னைப் பார்த்ததும் உள்ளே வரச் சொன்னார்.

"எவ்ளோ நேரம் இருந்தேன்?" என்றேன். கடிகாரத்தைப் பார்த்தார்.

"எவ்ளோ இருந்திருப்பன்னு நினைக்கிற?"

"எட்டு நிமிஷம்? பத்து?"

"ஃபோர் மினிட்ஸ்."

"மை காட்! அவ்ளோதானா? அதுக்குள்ள எவ்ளோ ரீவண்ட்!" என்று பிரமிப்படைந்தேன். சிரித்தார். அதுகுறித்து எதையும் விளக்கவில்லை. அதன் விந்தையை என்னிடமே விட்டுவிட்டார்.

"ஃபர்ஸ்ட் டைம் இல்லையா? அதான்! நாளைல இருந்து பாருங்க" என்று சாக்கு சொன்னேன்.

"என்ன ஃபர்ஸ்ட் டைம்?" என்றார்.

"தியானம்."

"எங்க ஃபர்ஸ்ட் டைம்? நீதான் ஏற்கெனவே பண்ணிருக்கியே."

"நானா? எப்போ?"

"முதல் பதினஞ்சு நாள்."

"சும்மாதான் இருந்தேன்."

"அந்த பதினஞ்சு நாள் என்னென்னலாம் பண்ண?"

"இந்த வீட்ல அப்படி என்ன இருக்கு. மதியம் சாப்பிட்டேன். தூங்கக்கூடாதுன்னும் சொல்லிட்டீங்க. வெறுமனே செவுத்த பார்த்து உக்கார்ந்துட்டு இருந்தேன். சாயங்காலத்துல வானத்தப் பார்த்துட்டுக் கெடந்தேன்."

"அதைவிட ஒரு தியான முறை இருக்கா சொல்லு!?"

"என்னைக் கேட்டா? அது அப்படி தியானம் ஆகும்?" என்றேன்.

"இப்போ நீ கண்ணை மூடி முத்திரை வெச்சு பண்ண தியானத்தைவிட முதல் பதினஞ்சு நாள் நீ பண்ண தியானம் முக்கியமானது. சலிப்புக்கு உன்னை நீயே பழக்கியிருக்க. அது ஒரு மகத்தான தியான முறை. சலிப்புணர்வுக்கு மட்டும் நீ

பழகிட்டா இந்த உலகத்துல உன்னை எதுவும் ஆட்கொள்ளாது" என்றார்.

"எப்படி?"

"உனக்கு போர் அடிக்கும்போதெல்லாம் என்ன பண்ணியிருக்க?"

"போர்ன் அண்ட் மாஸ்டர்பேஷன்" என்று தயங்கியபடி சொன்னேன்.

"அதாவது உன்னுடைய உணர்வுக்குத் தீனி போட்டிருக்க. நீ லைஃப்ல பண்ண பெரிய தவறுகள் எல்லாம் உணர்வுகளுக்குக் கட்டுப்பட்டுதான். உணர்வுகளை கன்ட்ரோல் பண்ணனும்னா சலிப்பை நீ ஜெயிச்சாகணும். அந்தப் பதினஞ்சு நாளுக்குப் பிறகும் நீ வீட்ல தனியாதானே இருக்க? என்னைக்காவது போர் அடிச்சுதா?" என்றார்.

"இல்லை."

"அப்போ நீ தியானத்துக்குப் பழகிட்ட" என்றார்.

நிகழ்ந்துகொண்டிருக்கும் உலகின் நேர அளவும், தியானத்தின் நேர அளவும் ஒன்றல்ல. முதன்முதலில் உடற்பயிற்சி செய்தபோது தசைகள் எப்படி வலித்தனவோ அது போன்ற ஒன்றை மூளை அனுபவித்திருப்பதாகத் தோன்றியது. தாஸ் பத்து முதல் இருபது நிமிடங்கள் தியானிப்பதாகச் சொன்னார். வியப்பாக இருந்தது. மனித மனதால் கால் மணிக்கூருக்கு எதையும் சிந்திக்காமல் இருப்பது சாத்தியமா? சாத்தியப்படுத்தலாம். நான் பதின்பருவத்தில் முதன்முதலில் ப்யானோ வாசிக்கும்போது வலது கையில் மட்டுமே வாசித்தேன். தொலைக்காட்சியில் பிற கலைஞர்கள் வாசித்ததைப் பார்க்கும்போது எப்படி இரு கைகளாலும் ட்யூனை நினைவில்கொண்டு வாசிக்கின்றனர் என வியந்திருக்கிறேன். பயிற்சியால் இப்போது நானும் அந்த இடத்தை அடைந்துள்ளேன். பயிற்சியால் கைகூடாதது எதுவுமில்லை. காற்றிலாடிய மெழுகு சுடரொன்றை இரவில் கண்டேன். தியானத்தில் அலைபாய்ந்த என் மனம் போலவே ஆடிக்கொண்டிருந்தது.

அடுத்த நாள் தியான அமர்வில் என் அருகில் தாஸ் அமர்ந்தார். கவனம் முழுவதும் மூச்சில் இருக்க வேண்டும் என்றார்.

“நாய் குரைக்கிறது டிஸ்டர்ப் ஆகுது” என்று தியானித்துக்கொண்டே சொன்னேன்.

“அது டிஸ்டர்பன்ஸ் இல்லை. தியானத்திற்கான ரா மெட்டீரியல். நிகழ்காலத்தில் என்ன நடக்குதோ அதுல மட்டும் கவனம் செலுத்து. காத்து உடலில் படர்வதை உணரு. குயில்களின் கூவலைக் கவனி. அப்படியே உன் மூச்சையும்.”

“எனக்கு கஞ்சா வாங்கிக்கொடுத்த நண்பன் ஞாபகத்திற்கு வரான்.”

“நினைவுகளை அனுமதி. குற்றவுணர்வு கொள்ளாதே. அந்த நண்பனை நினைச்சுப் பாரு. அதே நேரம், நீ தியானத்துல இருக்கங்கிறதையும் மறந்துடாத. அப்படியே உன் கவனத்தை இழுத்துப் பிடிச்சு நிகழ்காலத்துக்கு வா.”

“வந்துட்டேன்.”

“அவ்ளோதான். மூளை ஒரு செட் புஷ்-அப்ஸ் எடுத்ததுக்கு சமம். நினைவுகள் பின்னோக்கிப் போனால் தியானத்தில் இருக்கிறோம்ங்கிறதை உணர்ந்து நிகழ்காலத்துக்குக் கொண்டு வா.”

தியானம் முடிந்ததும் தாஸிடம் நேரம் கேட்டேன். அவரது வழிகாட்டுதலின்றி ஐந்து நிமிடங்கள் அமர்ந்திருந்ததாகச் சொன்னார். விரைவில் பத்து நிமிடங்களை எட்ட வேண்டும்.

“மூளை ஒரு செட் புஷ்-அப்ஸ் எடுத்ததுக்கு சமம்னு சொன்னீங்களே. அப்ப நிறைய செட் புஷ்-அப்ஸ் எடுத்தா ப்ரெயின் அதிக ஸ்ட்ராங் ஆகுமா?” என்றேன்.

“அதிக நேரத்துல எவ்வளவு குறைவா எடுக்கிறியோ அவ்வளவு ஸ்ட்ராங் ஆகும். ஸ்ட்ராங்னு சொல்ல முடியாது. மைண்ட்ஃபுல்னஸ் கிடைக்கும்.”

“மைண்ட்ஃபுல்னஸ்?”

“குறைஞ்சது ஆறு மாசம் தொடர்ந்து தியானம் பண்றவன் கிட்டத்தட்ட ஆயிரத்துக்கும் மேற்பட்ட முறை ‘நிகழ்காலத்துக்கு வா… நிகழ்காலத்துக்கு வா…’ன்னு அவனுக்குள்ளேயே சொல்லிக்கிறான். நிகழ்காலத்துல மட்டுமே வாழ அவன் மனசு

பழகிருக்கும். உன் பிரச்சனையே முடிஞ்சுபோன கதையை மண்டைல ஓட விட்டுட்டு இருக்கிறதுதான்."

இதன் அவசியம் முழு அளவில் விளங்கியது. தவறுகள் நிகழ்ந்த எல்லாக் கணங்களிலும் கவனம் திசை திரும்பியிருந்தது. எங்குமே நிகழ்காலத்தை உற்று நோக்கவில்லை. என் சிக்கலில் பெரும்பான்மை பங்கு வகிப்பது காமம். அதில் ஈடுபடும்போதுகூட மூழ்கித் திளைக்காமல் கூர்ந்து அவதானித்திருக்கிறேன். காம நிகழ்வின்போது ஒவ்வொரு உள்ளுணர்வுகளையும் கவனிப்பவன் உச்சத்திலிருந்தும் இன்பத்திலிருந்தும் தன்னை துண்டித்துக்கொள்வதாகவே பொருள். அப்படி தன்னைத்தானே துண்டித்துக் கொள்பவன் யதார்த்தத்தை அறியாமல் இயலாமை என்று தவறாய் புரிந்துகொள்கிறான். அதை சரி செய்ய உடனடியாக அடுத்த காமத்தை நாடுகிறான். அது கிடைக்காதபட்சத்தில் அவனது ஆளுமை மாற்றி எழுதப்படுகிறது. இதில் தன் தவறு எதுவுமே இல்லை என்பதை அறிய ஞானத்தின் பாதையைத் தேர்ந்தெடுக்க வேண்டியிருக்கிறது.

12

நவம்பர் தொடங்கியதிலிருந்து மழை கொட்டி தேகத்தை சோதனைக்கு உட்படுத்தியது. மழையில்லா நாட்களில் குளிர் வாட்டியெடுத்தது. சூரியனைப் பார்த்தே நாட்கள் ஆகியிருக்கும். பொழுது தாமதமாகவே விடிகிறது; இரவு அதிவேகத்தைக் காட்டுகிறது. காமத்தை வெல்லத் துடிப்பவனுக்கு இது சவாலான காலம். நீண்ட இரவுகளை எதிர்கொண்டே ஆக வேண்டும். பழைய நினைவுகளிலிருந்து தப்ப முடியாது. தேகப் பசியின் அளவு அதிகரிக்கும். கட்டுப்படுத்தும் தன்மையும் அதிகரித்தாக வேண்டும். கட்டுப்பாட்டினால் மட்டுமே உலகம் செழித்திருக்க முடியும். மழையின் அளவு அதிகரித்தால்கூட வெள்ளம் பெருக்கெடுத்து ஓடும். காமமும் அப்படியே. மனித உடலிலோ மனதிலோ அதன் அளவு கூடிவிட்டால் அகோரத்தாண்டவம்தான்.

காமத்தை கட்டுப்படுத்துதல் என்பது உடற்பயிற்சி, தியானம், இசை, விளையாட்டு ஆகியவற்றைப் போல் அல்ல. பிறவற்றைத் தொடர்ந்து செய்தாலொழிய தேர்ந்தவன் ஆக முடியாது. காமம் அப்படியல்ல; முடிந்தளவில் செய்யாதிருந்தால் மட்டுமே அதில் சிறந்து விளங்க முடியும். கட்டுப்படுத்தப்படும் காமமே காடு போல் பிரம்மாண்டமாய் வளரும்.

பெண்ணுடனான நெருக்கமும் காமமுமே வாழ்வின் மிகப்பெரிய மகிழ்ச்சியென நினைத்த எனக்கு, இப்போது வாழ்வில் அதன் பங்கு மிகச்சிறியதெனத் தோன்றுகிறது. இச்சையால் பீடிக்கப்படாத உடலால் மட்டுமே சிறந்த காம வாழ்க்கையை அனுபவிக்க முடியும். நெருக்கத்தை மகிழ்ச்சியாகக் கருதாமல், அதைக் கடந்து சென்று ஒழுக்கத்தில் சந்தோஷத்தை அனுபவிக்க முடிந்தவனுக்கு மட்டுமே முழுமையான எதிர்பாலின நெருக்கம் கிடைக்கும்.

உடற்பயிற்சி, தியானம், ஓட்டம் என எல்லாமே சரியாகப் போய்க்கொண்டிருந்தது. எல்லா நாட்களும் இரவு ஒன்பதுக்கு உறங்கிவிடுகிறேன். எல்லாமே சரியாக நிகழ்ந்தாலும் நினைக்கூடாததை நினைப்பதற்கு ஒரு நொடி போதும். எனவேதான் செய்ய வேண்டியவற்றைச் சரியாகச் செய்வதைவிடச் செய்யக்கூடாதவற்றை மிகச்சரியாகச் செய்யாமலிருப்பது ஞானமாகக் கருதப்படுகிறது.

அன்றிரவு நான் சற்று தாமதமாகவே உறங்கினேன். பேரிடர் காலத்தில் நிஜ மனிதர்களை அதிகம் சந்திக்காததால் எனது காம எண்ணங்கள் அனைத்தும் ஆபாசப் படங்கள் மற்றும் தொழில்நுட்பத்தில் வரும் மாடல்களின் புகைப்படங்களைச் சார்ந்தே கட்டமைக்கப்பட்டிருக்கிறது. அதில் நிறைந்திருப்பது முழுவதும் பிரம்மாண்டமும் கதைகளும். காமத்தில் மட்டும் கதைகளைத் துச்சமெனக் கருத வேண்டும். அது உறவைப் பாதிக்கக்கூடியது. பெரும்பாலும் மனிதர்கள் புணர்கிறார்கள்; வெறுமனே புணர்கிறார்கள். அதில் இருப்பது கதைத்தன்மை அல்ல; பசி மட்டுமே. காமத்தில் கதைத்தன்மையை எதிர்பார்ப்பது முட்டாள்தனம். மனித வாழ்வு சினிமாக்களையும், ஆபாசப் படங்களையும் போல அத்தனை உச்சங்கள் நிறைந்ததல்ல.

மூளையின் டோபமீன் சிஸ்டத்தை பிரக்ஞையுடன் கையாள வேண்டும். ஆபாசங்களை அதிகம் பார்க்கப்பார்க்க டோபமீன் திகட்டிவிடும். இது நிதமும் கை நிறையச் சர்க்கரையை அள்ளி வாயில் போட்டுக்கொள்ளும் கதை.

பிரம்மாண்டங்களிலிருந்து ஒருவருக்கு அதிக டோபமீன் கிடைத்தால் சிறு விஷயங்களின் அழகை ரசிக்கவே முடியாமல் போய்விடும். யாரும் கவர்ச்சியாக உடையணிந்து எந்நேரமும் கதைத்தன்மையை உருவாக்குவதில்லை. ஆபாசப் பட நடிகைகளைப் போல எல்லாப் பெண்களும் இன்பக்கூச்சல் போடுவதில்லை. அனுபவித்தவரையில், பெண்ணின் இன்பக்கூச்சல் ஆபாசங்களில் வருவது போல் அவ்வளவு வீரியமாக இருக்காது. ஆபாசங்களுக்குப் பழகியவன் நிஜ காமத்தை எதிர்கொள்வானானால் பெண்ணின் வீரியமற்ற மென்மையான இன்பக் கூச்சல் ஏமாற்றத்தையே அளிக்கும்.

ஆபாசக் கதைகளின் எல்லாப் பொறிகளும் நிஜ வாழ்விலிருந்து தொடங்குகின்றன. அக்கதைகளுக்குப் பழகியோர் எல்லா

சந்தர்ப்பங்களிலும் காம எண்ணங்களால் பீடிக்கப்பட்டிருப்பர். சித்தி, அத்தை, அக்கா, தங்கை, தாய் வரை இக்கதைகள் தொந்தரவு செய்யும். வாழ்நாள் முழுவதும் தப்பித்துக்கொண்டே இருக்க வேண்டிய அவல நிலை நேரும்.

மீட்சிக் கடலில் சீரான பயணத்திலிருப்பதால் இனி இதுகுறித்து வருந்துவதற்கில்லை. எவ்வளவு ஒழுக்கத்துடன் இருந்தாலும் போதாது. ஆண்டுக்கணக்கில் அழுக்கில் உழன்றவனால் மாதங்களில் மீள முடியாதென்றாலும், எல்லாவற்றுக்கும் தொடக்கம் இருந்தாக வேண்டும்.

தாஸ் சொன்னதுபோல் ஒவ்வொரு நாளும் குளிர்ந்த நீரில் குளித்தேன். முதற்சொட்டுத் தண்ணீர் உடலில் படும்போது தேகமே நடுங்கிப்போகும். பற்கள் நாட்டியம் ஆடும். தலைக்கு குளிக்கும்போது யாரோ நங்கென்று கொட்டுவதுபோல் இருக்கும். மழைக்காலத்தில் பெரும்பாலும் அதிகாலையும் நள்ளிரவும்தான் மழை பெய்யும். பூகம்பமே வந்தாலும் அதிகாலையில் எழுந்து ஒரு மணி நேர உடற்பயிற்சிக்குப் பிறகு குளித்தே ஆக வேண்டும். குளிக்கும்போது மட்டுமின்றி, உடற்பயிற்சி செய்யும்போதும்கூட எக்காரணம் கொண்டும் வாயினால் மூச்சுவிடக்கூடாது. உஷ்ணத்தை வெளியேற்ற இதைப் பின்பற்றச் சொன்னார்.

சுய முன்னேற்றம் சுவாரசியமானது. அனைத்து அன்றாடங்களும் சவாலானதாகிவிடும். வாழ்வதே பேரின்பமாகும். குளிப்பதில் ஒருவன் என்ன சுவாரசியத்தைக் கண்டுவிட முடியும்? வாழ்க்கைமுறையில் கவனம் செலுத்துபவனுக்கு வாய் வழி சுவாசித்துவிடக்கூடாதென்ற போட்டி குளியலறையில் நிகழ்கிறது. ஜாக்கிரதையுணர்வு குறித்து சலித்துக்கொண்டால் இதன் கொண்டாட்டம் தெரியாது.

பண்டிகை தினம் என்பதால் தாஸ் அன்று வெளியில் செல்லவில்லை. எனவே தேநீர் போட்டுத் தரச் சொல்லிக் கேட்டேன்.

"தேதியென்ன? ஓ, மறந்தே போயிட்டேன். இன்னைல இருந்து உனக்கு டீ கட்."

"சித்தரவதை பண்றீங்க."

“வேணும்னா சர்க்கரை இல்லாம ப்ளாக் டீ போட்டுக் குடிச்சுக்கோ. இன்னைல இருந்து சாப்பாட்டுல கவனம் செலுத்தணும். வொர்க்-அவுட்டைவிட நல்ல உணவு ரொம்ப முக்கியம். அஞ்சுல இருந்து பத்து முட்டை கம்பல்ஸரி. இதைத் தவிர தினமும் ஒரு ப்ரோட்டீன் சோர்ஸ். சிக்கன், மட்டன், பீஃப், இறால், நண்டு, பனீர், வேர்க்கடலை இப்படி ஏதாவது. தினமும் ஒன்னொன்னுகூட சாப்பிடலாம். சமையல் கத்துக்கணும் சொல்லிட்டேன். என்னால வேலை மெனக்கெட்டு செஞ்சுட்டு இருக்க முடியாது.”

“எங்க அருகம்புல் ஜூஸ், கத்தாழை சாறுன்னு சொல்லிடுவீங்களோன்னு பயந்துட்டேன்.”

“தினமும் சிக்கன் சாப்பிட்டா கத்தாழை சாறு, இளநீருன்னு எதையாவது குடிச்சித்தானே ஆகணும்.”

“அங்கிள், அப்பா இதை ஒருவகையான ரீஹேப்னு சொல்லித்தான் கூட்டிட்டு வந்தாரு. இங்க வந்தா பிக்பாஸ் வீடு மாதிரி ஜாலியா இருக்கு. அடிக்கடி ஒரு டாஸ்க் குடுக்குறீங்க.”

“நக்கலா? லெக் டேதானே இன்னைக்கு. ஐநூறு ஃப்ரீ ஸ்குவாட்ஸ் போடு” என்றார்.

சவாலை மறுப்பது கோழைத்தனம். பொதுவாக ஸ்குவாட் தினத்தில் நூறு தோப்புக்கரணம் போடுவேன். மாஸ்டர் பணியாற்றும் ஜிம்மில் சிலர் முந்நூறு போடுவதாகக் கேள்விப்பட்டேன். எனவே இது முடியாத காரியமாக இருக்காது. முதல் நூறு வழக்கமாகவே போனது. அடுத்த நூறில் உடல் முழுவதும் வியர்வை அருவி போல வழிந்தோடியது. சட்டை மொத்தமும் ஈரமானது. மழை காரணமாக மின்தடை ஏற்பட்டதால் ஏசி ஓடவில்லை. முந்நூறு முடிந்ததும் எப்போது மின்சாரம் வருமென வேண்டினேன். அதன்பிறகு முழுமையாக அமர்ந்து எழமுடியவில்லை. அவர் வந்து எட்டிப் பார்த்துச் சரியாகப் போடச் சொல்லிக் கண்டித்தார். உடலின் மொத்த குருதியும் கால் தசைகளுக்குச் சென்றுவிட்டதுபோல் இருந்தது. என் கால்களைத் தொட்டுப் பார்த்தேன். கொஞ்சம்கூடக் கொழுப்பை இழுத்துப் பிடிக்க முடியாத வகையில் தசைகள் கடுமையாகின. இரண்டு மரங்களை ஊனி நிற்பது போல் இருந்தது. முட்டிமோதி நானூறு போட்டு முடித்து அமர்ந்தேன்.

இதற்கு மேல் முடியாது! வியர்வையின் ஈரம் கண்களிலும் காதுகளிலும் நுழைந்து எரிச்சலூட்டின. வெயிலில் நிற்க வேண்டும் போல் இருந்தது. மாஸ்டர் வந்தார்.

"ஃபோர் ஹண்ட்ரெட் முடிச்சிட்டேன் மாஸ்டர். போதும்."

"கிவ் அப் பண்றியா?" என்றார். உடலுக்குத் தேவையான தற்காலிக ஆற்றலை அந்தக் கேள்வி கொடுத்தது. ஒவ்வொன்றாக மெதுவாகப் போட்டேன். விரைவாக முடித்துவிட வேண்டுமென்றிருந்தது. இது முடிந்த பிறகு செய்ய வேண்டிய கடும் பயிற்சிகளை எண்ணிப் பார்க்கும்போது மலைப்பாக இருக்கிறது. சட்டை முழுவதுமே நனைந்துவிட்டது. ஒவ்வொரு கணமும் உடலுஷ்ணம் அதிகரிப்பதை உணர முடிந்தது. டி-ஷர்ட்டைக் கழட்டிவிட்டுச் செய்தேன். ஐந்நூறாவது ஸ்குவாட் முடிந்ததும் அப்படியே கீழே படுத்தேன்.

"ஃபக், யெஸ், யெஸ், யெஸ், யெஸ், ஐ டிட் இட். மாஸ்டர் ஐ டிட் இட்" என்று பேய் போல் கத்தினேன். அவர் வந்தார்.

"வெல் டன், என்ன கத்துக்கிட்ட?" என்றார்.

"உங்களைக் கிண்டல் பண்ணக்கூடாதுன்னு கத்துக்கிட்டேன்" என்றேன். மின்சாரம் வந்தது. ஃபேன் ஓடத் தொடங்கியதைப் பார்த்தார். பிறகு எனை உற்று நோக்கினார்.

"இன்னும் ஐந்நூறு பண்ணு" என்றார்.

வாட் தெ ஃபக்! சவாலை மறுப்பது கோழைத்தனம். தலை சுற்றி விழாத குறையாக அதையும் செய்து முடித்தேன். உடலின் மொத்த எடையும் கால்களுக்குச் சென்றது. மாஸ்டர் வந்தார்.

"வெல் டன், என்ன கத்துக்கிட்ட?" என்று மீண்டும் அதே கேள்வியைக் கேட்டார்.

"நினைச்சு பார்க்க முடியாத அளவுக்கு... நம்மகிட்ட பலம் இருக்கு. மைண்ட்செட்தான் இல்ல" என்று மூச்சு வாங்கியபடி ஒவ்வொரு வார்த்தைகளையும் பொறுமையாக உச்சரித்தேன்.

"குட். பார்பெல் ஸ்குவாட், வாக்கிங் லஞ்சஸ், சுமோ ஸ்குவாட், பல்கேரியன் ஸ்குவாட், கால்ஃப் ரைஸ்" என்று அன்றைக்கான பயிற்சிகளைச் சொல்லிவிட்டுச் சென்றார். மொத்தம் நான்கு

மணி நேரம் உடற்பயிற்சி செய்தேன். ஒன்றரை மணி நேர இடையில் ஓய்வெடுத்திருப்பேன். உடலை இக்கட்டான நிலைக்குக் கொண்டு வந்து ஒருநாளும் அழகு பார்த்ததில்லை. எப்பாடு பட்டாவது வாழ்வில் ஒருமுறையேனும் எவரெஸ்ட் சிகரம் ஏற வேண்டுமென்ற ஆசை அன்று உருவானது. இலக்கை எட்டிவிட முடியுமென்ற நம்பிக்கையும் இருந்தது. உடல் வலிமை பெறுவதன் மூலம் உண்டாகும் அகங்காரம் மொத்தத்தையும் சேர்த்து வைத்து எவரெஸ்ட் உச்சிக்குச் சென்றதும் கொன்றுபோட வேண்டும்.

*

உஷ்ணம் வெளியேற நல்லெண்ணெய் தேய்த்துக் குளித்தேன். கண்கள் சொக்கி இழுத்தபோதும் துயிலைக் கட்டுப்படுத்தினேன். பொதுவாக இப்படி உணர்ந்தால் விழிப்புடன் உணர காஃபி குடிப்பேன். எனக்கு நிரந்தரமாக விதிக்கப்பட்ட உணவுக் கட்டுப்பாடுகளை முழுமையாக ஏற்று டீ, காஃபியைக் கைவிட்டேன். ஒரு நாளுக்கு அரை கிலோவாவது காய்கறிகள் சாப்பிட்டே ஆக வேண்டும். கடவுளின் பழமான மாதுளையை தினமும் எடுத்துக்கொள்ள வேண்டும். எந்த உணவுக்கும் ஒருபோதும் அடிமையாகக்கூடாது. சாப்பிடும்போது கேட்ஜெட்ஸ் பார்க்கக்கூடாது. தியானம் செய்வது போல் சாப்பாட்டில் மட்டுமே கவனம் செலுத்த வேண்டும். இல்லையெனில் ஆதாரங்களை உறிவதில் மூளை குழம்பிவிடும்.

உண்ணும் உணவே உடலளவிலும், மனதளவிலும் நாம் எப்படி உணர்கிறோம் என்பதை தீர்மானிக்கிறது. செய்யும் தொழிலைவிடவும் உடற்பயிற்சி முக்கியமென்றால் உடற்பயிற்சியைவிடவும் உணவுமுறை முக்கியமானது. எப்படி காமத்தின் அளவு கூடிவிட்டால் அது கொடூரமாக மாறுமோ, கொழுப்பின் அளவு கூடிவிட்டால் பருமனாக மாறுமோ, அதே போல் கொஞ்சம் கூடுதலாகவோ குறைவாகவோ சாப்பிட்டால்கூட உடல் கைமீறிப்போகும் என்றார் ஆரோக்கிய தாஸ்.

“நான் சாப்பாடு பத்திலாம் இவ்வளவு யோசிச்சதே இல்ல” என்றேன்.

"யோசிச்சிருந்தா நீ பொனாக்ராஃபிக்கே அடிக்ட் ஆகியிருக்க மாட்ட."

"எது எதுலாம் சம்பந்தப்படுது பாருங்க! நான் ஒரு விஷயத்துல மட்டும்தான் அடிக்டா இருந்திருக்கேன்னு நினைச்சுட்டு இருந்தேன். எண்ணெய் தேய்ச்சு குளிச்சதுல இருந்து தூங்கி வழியுறேன். மைண்ட் ஆக்டிவாவே இல்ல. எதையும் படிக்கவும் முடியல, ம்யூசிக் கேட்டாலும் தூக்கம் வருது. டீ, காஃபியும் குடிக்க வேண்டாம்னு சொல்லிட்டீங்க. கையெல்லாம் நடுங்குது பாருங்க."

"அப்போ என் ஃப்ரெண்ட்கிட்ட சொல்லி டர்ஃப் புக் பண்ண சொல்றேன். போய் கிரிக்கெட் ஆடுவோம்."

"காலைலதான் ஆயிரம் ஃப்ரீ ஸ்குவாட் போட வெச்சீங்க" என்று சோம்பலாகச் சலித்துக்கொண்டே சொன்னேன்.

"உங்கொப்பனையும் கூப்பிடுவோம்டா" என்றார். இதற்கு மேல் எப்படி மறுப்பது? தாஸ் உடனடியாக டர்ஃப் முன்பதிவு செய்யச் சொல்லி நண்பர்களைத் திரட்டினார். அப்பாவும் வருவதாக ஒப்புக்கொண்டாராம்.

"உங்கப்பனுக்கு கிரிக்கெட்டே பிடிக்காது தெரியுமா? உனக்காகத்தான் வரான்" - காரில் சென்றபோது தாஸ் சொன்னார்.

"மேட்ச்லாம் பார்ப்பாரே!"

"இப்போ சொல்லல. நாங்க உன் வயசுல இருக்கும்போது. எனக்கும் பிடிக்காது. எங்களுக்கு கபடி, ஃபுட்பால்தான். கிரிக்கெட்டை சோம்பேறிங்களோட விளையாட்டுன்னு சொல்வோம்."

"அப்புறம் ஏன்?"

"ஊரோட ஒத்து வாழத்தான். காலேஜ் ஃப்ரெண்ட்ஸுக்கு இன்ன வரை கபடி, ஃபுட்பால்தான். நண்பர்கள் வட்டம் மாறினதும் நாங்களும் எங்க ஆட்டத்தை மாத்திக்கிட்டோம். கிரிக்கெட்னு சொன்னாத்தான் உன்ன மாதிரி பசங்களாம் வராங்க" என்றார்.

நாங்கள் விரைவாகவே மைதானத்திற்குச் சென்றோம். ஒன்றிரண்டு பேர் ஏற்கெனவே வந்திருந்தனர். தாஸ் தன் பழைய விளையாட்டுக் கதைகளைச் சொன்னார்.

"ஃபிட்னஸ் முக்கியம்தான். ஆட்டத்துக்கு அது மட்டுமே போதாதே. ஸ்கில் வேணும். நாங்க எல்லாரும் சிறுத்தை மாதிரி ஓடுவோம். இருந்தும் ஏன் காலேஜ் படிக்கும்போது கொ-கொ ஆட்டத்துல தோத்தோம் தெரியுமா? அந்த கேமோட ஒத்திசைவு எங்களுக்கு வரல. கால்பந்து வீரர்களோட ஓட்டம் பரந்து விரிஞ்சது. கொ-கொ ஓட்டம் குறுகியது" என்றார் தாஸ்.

ஆட்கள் வர ஆரம்பித்தனர். எனக்கு மீண்டும் அந்த வாசம் வீசத் தொடங்கியது. டென்வர் பெர்ஃப்யூம். தாஸ் ஒரு மோசமான காரியத்தைச் செய்திருந்தார். மைதானத்திற்கு சிறில் வந்திருந்தான். என்ன எழவு இது? இதுவும் என் சோதனைகளில் ஒன்றா? தாஸ் என்னை மீட்பவராகவும் சோதிப்பவராகவும் இருந்து படுத்துகிறார். இன்று சிறிலை எதிர்கொண்டே ஆக வேண்டும். ஒன்றிலிருந்து விடுபட அதிலிருந்து தப்பி ஓடுவதற்குப் பதிலாக அதை உடன் வைத்துக்கொண்டு அலட்சியம் காட்டுவதே சிறந்ததாக இருக்குமென நினைத்தேன்.

அவன் தலைக்கு நிறம் பூசியிருந்தான். மிகக் கண்றாவியாக இருந்தது. எனக்குப் பொதுவாகவே தலைக்கு நிறமடிப்பவர்களைப் பிடிக்காது. அப்படிச் செய்பவர்கள் தங்கள் ஆளுமையிலிருந்து பலமடங்கு சரிந்து கீழானவர்களாகத் தங்களை வெளிப்படுத்திக்கொள்வது போல் இருக்கும்.

போட்டி ஆரம்பமானபோது அப்பா வந்தார். நானும் அப்பாவும் ஒரே அணியில் விளையாடினோம். தாஸூம் சிறிலும் ஓர் அணியில். நான் வீசிய பந்துகளில் சிறில் தொடர்ந்து இரு பௌண்டரிகள் அடித்தான். மூன்றாவது பந்தை ஃபுல் டாஸாக வீசினேன். சிக்ஸ் அடித்தான். எதிர் ஸ்ட்ரைக்கரிலிருந்த தாஸ் என்னிடம், "ஈகோல பௌலிங் போடாத. உன் ஆட்டத்தை ஆடு" என்றார். மற்ற மூன்று பந்துகளிலும் ஸ்ட்ரைக் ரொட்டேட் ஆனது. அந்த ஓவரில் பதினேழு ரன்கள் கொடுத்தேன். அதில் பதினாறு ரன்களை சிறில் அடித்தான். எப்போதும் அவனிடம் வீழ்ந்துகொண்டிருப்பவனாகவே என்னால் இனிமேலும் இருக்க முடியாது. இந்த ஆட்டத்தை என் வசம் திருப்பியே ஆக வேண்டும். அதற்கு தாஸ் சொன்னது போல்

அகங்காரத்தில் ஆடினால் சரி வராது. கவனத்தை ஆட்டத்தில் வைத்தால் மட்டுமே களத்தில் இறங்க முடியும். அதன்பிறகு நம் விளையாட்டின் சூடு வெற்றி தோல்வியைத் தீர்மானிக்கும். தோல்வியடைந்தாலும் போராடிய திருப்தி மிஞ்சும். அதற்கு நான் எதையும் யோசிக்காமல் ஆட்டம் முழுமையாக என்னை ஆட்கொள்ள அனுமதிக்க வேண்டும். அந்தப் போட்டியில் சிறில் என்னிடம் கேட்ச் கொடுத்து ஆட்டமிழந்தான்.

இரண்டாவது களமிறங்கியபோது எங்கள் அணியில் அடுத்தடுத்து விக்கெட்டுகள் வீழ்ந்தன. அப்பா ரன் எதுவும் எடுக்காமல் ஆட்டமிழந்தார். நானும் ஒரு இடதுகை பேட்டரும் ஓவர்களைக் கடத்தினோம். ஆட்டம் உயிர்ப்புடன் இருந்தது. எந்த ஓவரிலிருந்து அடிக்கத் தொடங்கலாமென உரையாடிக்கொண்டோம். ஒவ்வொரு ஓவருக்கும் ஒரு பௌண்டரி வந்துகொண்டே இருந்தது. இடதுகை பேட்டருக்கு சிறில் தொடர்ந்து இரண்டு வைட் யார்க்கரை வீசினான். பந்துகள் கடந்துகொண்டிருந்ததால் அவன் வெற்றிக்கான தன்னம்பிக்கையை இழந்துவிட்டான். பிறகு ஒரு சிங்கிள் எடுத்தான். சிறில் என் ஓவரில் அடித்த அந்த மூன்று பௌண்டரிகளை நான் இப்போது அடித்தேன். ஆட்டம் புத்துயிர் பெற்றது. தாஸ் என்னைப் பார்த்துக் கண்ணடித்தார். போட்டியை வென்றுவிட முடியுமென்ற நம்பிக்கை இருந்தது.

கடைசி ஓவரில் பதினாறு ரன்கள் தேவை. எதைப் பற்றியும் நினைக்காமல் பந்தில் மட்டுமே முழுக் கவனத்தையும் வைத்து விளையாடினேன். அந்த பந்துவீச்சாளன் முதல் பந்தே பௌன்சர் போட்டதால் பௌண்டரியாக மாற்ற முடியவில்லை. அடுத்தடுத்த பந்துகள் அனைத்தும் நெஞ்சின் உயரத்திற்கு வந்தன. என்னால் இரண்டு ஃபோர் மட்டுமே அடிக்க முடிந்தது. அந்தப் போட்டியை என்னால் வெல்ல முடியவில்லை.

சிறில் என் ஆட்டத்தைப் பாராட்டித் தன் கரங்களை நீட்டினான். “குட் கேம்டா” என்று சொல்லித் தோளில் தட்டி அடுத்த ஆட்டத்திற்காகத் தயாரானான். அவ்வளவுதான்! உண்மையில் அவ்வளவேதான்! அவன் மீதிருந்த அனைத்துக் கோபங்களும் காணாமல் போயின. கோயிலால் செய்ய முடியாததை, தெரபியால் செய்ய முடியாததை, இசையால் செய்ய முடியாத ஒன்றை மைதானம் நிகழ்த்திக் காட்டிவிட்டது.

மைதானத்தைத் தவிர வேறு எங்கிருந்தாலும் என்னால் சிறிலை மன்னித்திருக்க முடியாது. உண்மையில் எந்தவொரு மைதானமும் தேவாலயத்திற்குச் சமம். அது ஒரு பாவ மன்னிப்பு கேட்கும் களம். மைதானம் ஒரு மறுவாழ்வு மையம். பல அற்புதங்களை நிகழ்த்தக்கூடியது விளையாட்டு.

விளையாட்டு வீரனாக இருப்பது என்றுமே ஒரு வரம். விளையாட்டு, உணர்ச்சிவசப்படக்கூடிய எனது அனைத்து குணாதிசயங்களையும் உடைத்துவிட்டது. உணர்ச்சி சார்ந்து சிந்திக்கும் கோழைத்தனத்தை முற்றிலும் தூக்கியெறிய அடிக்கடி மைதானத்திற்கு வர வேண்டும்.

13

தாஸ் வீட்டில் நான் இருக்க வேண்டிய கடைசி மாதத்திற்கு வந்திருந்தேன். ஆண்டின் கடைசி மாதமும் அதுவே. ஊரெங்கும் பனி பூத்த வண்ணம் இருந்தது. அதிகாலைகளை ஸ்வெட்டரும் குல்லாவும் அணிந்தபடி மாடியில் கழிப்பேன். நகர வாழ்வின் எந்த அவசரங்களுமின்றி, முழுமையான தன்னம்பிக்கையுடனும் மகிழ்ச்சியுடனும் அசைவின்றி நிற்பேன். ஒவ்வொரு மாதத்தின் முதல் நாளும் பதினைந்தாவது நாளும் தாஸ் புதிய சவால்களைத் தருவார். டிசம்பர் முதல் நாளில் அவருக்கு முன்பே விழித்துக்கொண்டு ஆர்வமாக காத்திருந்தேன். அவர் பல் துலக்குவதற்காக மாடிக்கு வந்தார். டேங்கில் ஏறி தண்ணீர் அளவைப் பார்த்தார்.

தண்ணீர் டேங்கில் படர்ந்திருந்த பனி மீது ‘ருத்ர பிரதாப்’ என்று எழுதினேன். தாஸ் முகம் கழுவிவிட்டு வந்தார். உடற்பயிற்சியையும், தியானத்தையும் முடித்தோம். அவர் குளித்துவிட்டுப் பணிக்குக் கிளம்பினார். மாதத்தின் முதலாம் நாள் என்பதை மறைமுகமாக நினைவுபடுத்தியபோதிலும் அவர் எதையும் என்னிடம் சொல்லவில்லை. இதற்கு அப்பால் எதுவும் இல்லை போலும்! அல்லது முதல் பதினைந்து நாட்களைப் போலவே கடைசி மாதத்தையும் அவர் என் தேர்வில் விட்டிருப்பாரோ! அப்படியிருந்தால் அதை நிச்சயம் தெரியப்படுத்தாமல் இருக்க மாட்டார். மாலை விரைவாகவே வீடு வந்து சேர்ந்தார்.

“ருத்ரா, இன்னைல இருந்து நீ இன்டெர்நெட் யூஸ் பண்ணலாம்” என்று சொல்லி என் ஸ்மார்ட்போனைக் கொடுத்தார்.

“ஏன்? நல்லாத்தானே போயிட்டு இருக்கு” என்றேன் ஏமாற்றத்துடன்.

“இப்போ இல்லன்னாலும் அடுத்த மாசம் உன் கைக்கு போன் வரத்தானே போகுது. யூஸ் பண்ணுறதும் பண்ணாததும் உன் இஷ்டம்” என்று சொல்லி வலுக்கட்டாயமாக ஸ்மார்ட்போனை திணித்தார்.

போனைத் திறந்தேன். வாட்ஸ்அப் தவிர மற்ற அனைத்து சமூக வலைதளங்களையும் நீக்கினேன். தேவையற்ற செயலிகளைத் தூக்கிப் போட்டேன். பிறகு அந்த போன் எங்கு இருக்குமென்ற பிரக்ஞையே இல்லாமல் போனது. தூங்கும் அறையில் அதை வைப்பதில்லை. மற்றபடி நாள் முழுவதும் என் கைக்கு எட்டும் தூரமே இருந்தாலும் அது தேவைப்படவில்லை.

மிக நெருக்கமானவர்களின் எந்த அழைப்புகளையும் எடுக்காமல் தவிர்த்தேன். கடந்த இரு மாதங்களில் வந்த புதிய பாடல்களைக் கேட்டேன். தவறவிட்ட பொழுதுபோக்குகளைப் பார்த்தே ஒரு ஞாயிற்றுக்கிழமை முழுவதையும் கழித்தேன். அன்று என் உடலை அசைக்கவே இல்லையெனினும் ஆற்றல் உறியப்பட்டிருந்தது. ஸ்மார்ட்போனில் இது பெரும் தொல்லை. அதைப் பயன்படுத்திக்கொண்டே பல பணிகளைச் செய்துவிட நினைப்போம். ஆனால் அது மாத்திரை எடுத்துக்கொண்ட பின் ஏற்படும் மயக்க நிலையில் நம்மை வைத்து சோம்பேறி ஆக்கிவிடும். ஒழுக்கம் தவறிவிடக்கூடாது என்பதற்காக அதை தூரம் போட்டேன். பதினைந்தாம் தேதி தாஸ் இன்னொரு விதியையும் உடைத்தார்.

“கடைசி பதினஞ்சு நாளா? அதுக்குள்ள அவ்ளோ நாள் ஆகிடுச்சா? சரி, இனி நீ தினமும் வெளியே போகணும்” என்றார் தாஸ்.

“ரூல்ஸ் போடுவீங்கன்னு பார்த்தா ரூல்ஸ் எல்லாம் தளர்த்துறீங்க!”

“இதுவும் ரூல்தான். எல்லா நாளும் நீ வெளியே போயே ஆகணும். ரெண்டு மாசமா சோஷியல் ஸ்கில்னா என்னன்னே தெரியாம இருந்திருப்ப. எங்கியாவது போ, எதையாவது பண்ணு. பகல் நேரத்துல வீட்ல இருக்காத” என்றார்.

புதிய ருத்ராவை உலகிற்குக் காட்ட ஆவலுடன் இருந்தேன். அதற்கான வாய்ப்பை தாஸ் முன்கூட்டியே ஏற்பாடு செய்து தந்தார். முதல் நாளே சென்னையிலுள்ள துணிக்கடைகளுக்கு ஏறி இறங்கினேன். என் புதிய உடலமைப்புக்கு ஏற்றவாறு

சில ஆடைகளை வாங்கினேன். அப்பா பணம் அனுப்பினார். இரண்டு செட் ஸ்னீக்கர்ஸ் வாங்கினேன். ஓவர்சைஸ்ட் ஆடைகள், ஹூடி என இதுவரை நான் அணியாத உடைகளை வாங்கிக் குவித்தேன்.

கடற்கரை, மார்கழி இசை நிகழ்ச்சி, திரைப்பட விழா, வணிக வளாகங்கள் என எங்கெங்கோ சுற்றித்திரிந்தேன். தாஸ் வீட்டிலிருந்தபோது அப்பா மாதாமாதம் பணம் அனுப்பினார். எல்லா நேரமும் வீட்டிலேயே இருந்ததால் எவ்வகையிலும் அவை பயன்படவில்லை. அந்த மொத்தப் பணத்தையும் இந்நாட்களில் செலவு செய்து தீர்த்தேன். கிறிஸ்துமஸ் தினம் முழுவதையும் சென்னையின் பல முக்கிய தேவாலயங்களில் கழித்தேன். இதுவரை எந்தப் பண்டிகை நாளும் இவ்வளவு கொண்டாட்ட மன உணர்வை அளித்ததே இல்லை.

கிறிஸ்துமஸ் மாலையில் சாந்தோம் தேவாலயத்திற்குச் சென்றேன். வானில் அல்ல; பூமியிலேயே ஏகப்பட்ட நட்சத்திரங்கள். வெள்ளைப்பூக்கள் உயிர் பெற்று நடமாடிக்கொண்டிருந்தன. குளிர் எல்லோரையும் கட்டித் தழுவிக்கொண்டது. இசையமைப்பின்போது பத்தாவது லேயரில் சேர்க்கப்படும் மிக மெல்லிய வயலின் ஒலியைப் போலக் கடலலை சப்தம் இதமூட்டியது. அந்த ஓசையை தரிசிக்க இசையின் கூர்மையான ரசனை வேண்டும். அந்த திறன் இங்கு யாருக்கு இருக்கக்கூடுமென வேடிக்கையாக மக்களை நோட்டமிட்டேன். ஒரேயொரு பெண் மட்டும் என்னைப் போலவே கிறக்கத்தில் இருந்தாள். ஒரே சமயத்தில் கூட்டத்தோடு ஒன்றியும், தனித்திருக்கவும் அவளால் மட்டுமே முடிந்தது. வேறு யாராக இருக்க முடியும்? மானசியேதான்!

இரு மாதங்களுக்குப் பிறகு அவளைப் பார்த்த பிரமிப்பில் இருந்தேன். மானசிடம் போய் பேச வேண்டுமென்ற துடிப்பு இருந்தது. இருப்பினும், என் கரங்களே என்னைத் தடுத்தன. மறுபிறவியே எடுத்திருந்தாலும் அவளுக்கு ருத்ரா என்பவன் கடைசியாக சந்தித்தவனாகத்தானே எஞ்ச முடியும். ஆனாலும் அடுத்தமுறை அவள் என்னை சந்திக்கும்போது அபிப்பிராயம் முழுமையாக மாறியிருக்க வேண்டுமானால் இப்போதே அவளை எதிர்கொண்டாக வேண்டும். கடந்த காலப் பிழைகளை எண்ணித் தாழ்ந்திருந்தால் ஆளுமையை மாற்றி எழுத முடியாது.

அவள் தேவாலயத்திற்குள் சென்று அமர்ந்தாள். பார்க்கிங்கில் உலாவிக்கொண்டிருந்த நான் யோசனையுடனே உள்ளே சென்றேன். கிறிஸ்தவப் பாடலொன்றின் ப்யானோ இசை ஒலிக்கத் தொடங்கியபோது அவளின் கவனம் சட்டென்று அதன்மீது திரும்பியது. அது எங்களுக்கு மிகவும் பரிச்சயமான இசையும்கூட. கற்றுக்குட்டிகளுக்கு வில்வா மாஸ்டர் கொடுக்கும் இந்த ட்யூனை இசைப்பள்ளியில் சேர்ந்த புதிதில் வாசித்திருக்கிறேன். இந்த பயிற்சியின்போதுதான் மானசியை முதன்முதலில் பார்த்தேன். அப்போது அவள் முகத்தைக்கூட முழுமையாகப் பார்த்ததில்லை. அது வெறுமனே ஒருத்தியின் வருகையின் சாட்சி. நான் வாசித்துக்கொண்டிருந்த சமயத்தில் அவள் என்னைப் பார்த்தாளா எனவும் தெரியவில்லை. என்னைப் பார்த்திருப்பாளா என மானசியைக் கண்டேன். கிறிஸ்தவப் பாடலின் வரிகளை இசைந்தபடி முணுமுணுத்தாள். நிச்சயம் என்னைப் பார்த்திருக்க மாட்டாள்.

நானும் அப்பாடலுக்கு இசைய ஆரம்பித்தேன். கேட்க சுமாராகவே இருந்தாலும் அது என்னை காலம் கடந்து பயணிக்க வைத்தது. இசைக்கலைஞனாக ஆக விரும்பும் இளைஞனுக்கு கற்றலின் ஆரம்பகாலத்தில் ஒவ்வொரு நோட் ஏற்படுத்தும் ஒலியுமே பிரமிப்பாக இருக்கும். ஒட்டுமொத்த உலகையுமே ஒரு ப்யானோவுக்குள் அடக்கி அவனால் அழகு பார்க்க முடியும். அதுவே அவனது பால்யம். எண்ணங்களில் மூழ்கிக் கேட்கும்போது சுமாரான இசையும் இனிக்கத் தொடங்கிவிடுகிறது. ஒலி ஏற்படுத்திய சூடு காதுக்கு இதமளித்தபோது யாரோ அதை தடுத்து நிறுத்தியது போல் இருந்தது. தேவாலயத்தில் எதுவும் நிகழவில்லை. என்மீது நிழல் படர்ந்திருந்தது. இடைவெளியை உறுதிப்படுத்திக்கொள்வதற்காக அவளது இருக்கையைக் கண்டபோது இன்மையை உணர்ந்த மறுநொடி பின்னே திரும்பிப் பார்த்தேன். மானசி நின்றிருந்தாள். வெள்ளை ஆடையில் மின்னிக்கொண்டிருந்தாள். கடைசியாக இன்ஸ்டாவில் பார்த்த அதே நெக்லஸை அணிந்திருந்தாள். அவளின் அழகு என்னை வேதனைக்குள்ளாக்கியது. உண்மையான அழகு அதைத்தான் செய்யும் என நினைத்தேன். ஏனெனில், எப்பாடுப்பட்டாலும் அப்படியான அழகை உடைமையாக்கிக்கொள்ளவே முடியாது. மானசி போன்ற அழகியை அதிகபட்சம் என்ன செய்ய முடியும்? கண்ணிமையில் கண் போல் வைத்து ரசிக்க முடியும். பரிபூரண

மனதுடன் காதலிக்க முடியும். பொருளீட்டி மணந்துகொள்ள முடியும். பலமீட்டி புணர முடியும். எவ்வளவு ஏங்கினாலும் அந்த எழிலை எனதாக்கிக்கொள்ள முடியாதெனும் வேதனை அது. தன் மாய விழிகளைக்கொண்டு ஆச்சரியத்துடன் என்னை நோக்கினாள் மானசி. முதன்முதலில் நான் அவளைக் காணும்போது என்ன பாடலை வாசித்துக்கொண்டிருந்தேனோ அதே பாடல் இப்போது தேவாலயத்தில் ஒலித்தது. எல்லாம் ஒரு கணத்தில் நிகழ்ந்துவிட்டது. இசையின் மிகப்பெரிய வரம் எதுவெனில் அது நம்மை யோசிக்கவிடாமல் மயக்கத்தில் ஆழ்த்துவது; இசையின் மிகப்பெரிய சாபம் எதுவெனில் அது நம்மை யோசிக்கவிடாமல் மயக்கத்தில் ஆழ்த்துவது.

நாங்கள் தேவாலயத்திலிருந்து பின் வாசல் வழியாக வெளியேறிச் சென்றோம். மரங்களால் சூழப்பட்ட அச்சிறிய தெருவைக் கடந்தோம். அப்போது எங்களது கைகள் உரசிக்கொண்டன. படியிறங்கிச் சென்று மெரினா கடற்கரையின் விளிம்புக்கு வந்தோம். முதன்முறையாக ஒரு கடற்கரையின் கடைசி மண்ணை வருடிப் பார்த்தேன். நானும் மானசியும் தாபக்குரலில் நலம் விசாரித்துக்கொண்டோம்; வில்வா மாஸ்டர் என்மேல் கோபமாக இருப்பதாகவும், அதே சமயம் என் முடிவை மதிப்பதாகவும் மானசியிடம் கூறியிருக்கிறார்.

“அப்பாவுக்கு உங்க ரெண்டு பேரையும் லீட் வாசிக்க வெக்கணும்னு யோசனை இருந்தது. உங்களை தயார்படுத்துறதுக்காக போட்டியை உண்டாக்கினாரு. அப்பா பிலீவ்ஸ் இன் காம்பட்டீட்டிவ்னஸ். எனிவே, நீ எங்க இருக்க இப்போ? நிறைய மாறியிருக்க!” என்று சொல்லி என் தோள்களை ஏறெடுத்துப் பார்த்தாள். மாஸ்டரின் திட்டமும் அவளது பார்வையும் ஒருசேரத் தாக்கின. அந்நாட்களில் என்னுள் எவ்வளவு காழ்ப்புணர்ச்சி!

“நைஸ் ஷர்ட்” என்றாள் மானசி. புன்னகைக்கத்தான் தோன்றியது.

“நியூ இயர் முடிஞ்சதும் மறுபடி க்ளாஸுக்கு வந்திடுவேன். வந்ததும் சொல்றேன். சொல்ல நிறைய இருக்கு” என்றேன்.

“தனியாவா வந்த?” என்றேன். அவளது பெற்றோரை எதிர்நோக்கி நான் இக்கேள்வியைக் கேட்கவில்லை என்பது அவளுக்கு நன்றாகவே தெரியும்.

"தனியாத்தான் இருக்கேன்" என்றாள்.

"ஓ! எப்போல இருந்து?"

"நீ போனதுல இருந்து" என்றாள். அவ்வளவுதான்! அதற்கு மேல் மனம் கனக்கத் தொடங்கியது. உரையாடலைத் தொடர்வதற்கான பலம் எனக்கிருந்தாலும் அவளுக்கு இல்லையெனத் தெரிந்தது. நட்சத்திரம் அவள் விழிகளில் மிளிர்ந்தது. கிறிஸ்துமஸ் தினத்தில் கண்ணீருக்கு இடமிருக்கக்கூடாது! அந்தக் கணத்திலேயே அவளுடன் புதிய ருத்ராவாக இணைந்துவிட வேண்டுமென நினைத்தேன். ஆனால் உணர்ச்சியின் உச்சத்தில் உழலும்போது முக்கிய முடிவுகளை எடுக்கக்கூடாது. அன்றாட நாட்களில் தோன்றாத எண்ணத்தை கண்ணீரின் நுனியில் யோசிப்பது அடிமைத்தனத்தின் வெளிப்பாடு. நான் காதல் பறவையாக இருக்க விரும்புகிறேன். உணர்ச்சியின் உச்சத்திற்கு வாழ்வில் சிறு பங்கு மட்டுமே உள்ளது. அதைக் கொண்டு பெரிய முடிவுகளை எடுத்தால் அது நம்மை எங்கு கொண்டு நிறுத்தும் என்பதற்கு உத்திரவாதம் இல்லை. என்னைச் சுற்றி நடக்கும் அனைத்தையும் என் கட்டுப்பாட்டில் வைத்துக்கொள்ள விரும்பினேன்.

மானசி சொன்ன அவ்வார்த்தைகளில் காதல் உள்ளதா என்று ஆராய்வதை முதலில் நிறுத்த வேண்டும். அழுத்தங்கள் நிறைந்த காதலுறவிலிருந்து மகிழ்ச்சியாகப் பிரிந்திருக்கிறோம். ஒரு பிரிவு இவ்வளவு இனிமையாக இருக்குமெனில், இருவருக்கும் அளவு கடந்த சுதந்திரத்தை அளிக்குமெனில், துர்க்கந்தங்களைத் துறக்க துணை புரியுமெனில், எல்லாவற்றையும்விட நெஞ்சத்தில் நேசத்தை அதிகம் வளர்த்தெடுக்குமெனில் இது ஏன் இவ்வளவு தாமதமானது? காதலின் தேனிலவுக் காலத்தைவிட, பிரிவுக்குப் பின் சேர்ந்து இயல்பாக உலாவுவது கொண்டாடத்தக்கது. அது அர்த்தங்களும் ஆழங்களும் நிறைந்தது. பல சுயபரிசீலனைக்குப் பிறகு நான் நானாக அவளுக்குத் தோன்றும்போது, அக்கண்களுக்கு நானாகிய இவன் யாருமற்றவனாக ஆகிவிடுகிறான் என்பதைத் தவிர இதில் வேறெந்த துன்பங்களுமில்லை.

"ஹேப்பி கிறிஸ்துமஸ்."

14

மானசியுடனான சந்திப்பைப் பற்றி தாஸிடம் சொன்னேன். சொல்லும்போது என் ஒவ்வொரு அக உணர்வையும் கேட்டறிந்தார். அவரது சந்தேகம் புரிந்தது. ஒரு கணத்திலாவது பழைய ருத்ராவைப் போல் ஆளுமையிலிருந்து கீழிறங்கியிருக்கிறேனா என்பதே அவரது ஐயம். ஆனால் இப்போது என்மேல் அவருக்குப் புதிய நம்பிக்கை ஏற்பட்டிருப்பதை அறிய முடிந்தது. நிறைவாகப் புன்னகைத்தார்.

"கிட்டத்தட்ட மூனு வருஷம் அழுக்குல இருந்திருக்க. மூனே மாசத்துல எல்லாம் சரியாகிட்டதா நினைச்சுக்காத. ரிவர்ஸ் பண்ண முடியாதது எதுவுமில்ல. ஆனால் ஒழுக்கம் அவசியம்" என்றார்.

"நான் தயாரா?" என்றேன்.

"நூறு சதவீதம். இனி இந்தக் கேள்வியை உன்னைத் தவிர யாரிடமும் கேட்காத."

"நான் தயார்னு முன்னவே தெரியும். கேட்டதுக்கான காரணம் வேற" என்றேன். முழித்தார். பிறகு புரிந்துகொண்டதன் வெளிப்பாட்டில் சிரித்தார்.

"அதுவா, அது ரொம்ப முக்கியமா இப்போ."

"முக்கியம்தான். பின்ன எல்லாத் தகுதியும் இருக்கிற ஒருத்தர் ஏன் கல்யாணம் செஞ்சுக்கலைன்னு யாருக்குத்தான் தோனாது!"

"வேணாம்டா."

"ஏன் பல்டி அடிக்கிறீங்க?"

"அது உன்னை இன்ஃப்ளுயன்ஸ் பண்ணிட்டா!"

"அதெல்லாம் ஆக மாட்டேன். சொல்லுங்க."

"ருத்ரா, நான் கொஞ்சம் ஓல்ட் ஸ்கூல். காலேஜ் படிக்கும்போது லட்சுமின்னு ஒருத்திய காதலிச்சேன். சரியான யட்சி. பேய் அழகி. அதுதான் பிரச்சனையே. ஒரே டைம்ல ரெண்டு பேர ஓட்டப்பார்த்தா. பிறகு தான் பண்ணுறது தப்புன்னு உணர்ந்தா. ஒத்துவராதுன்னு வேண்டாம்னுட்டேன். நமக்கு இந்த ஏமாத்துறவங்களே ஆகாது."

"இது ஒரு கதை, இதுக்கு கல்யாணம் பண்ணிக்காம இருந்திருக்கீங்களாக்கும்!"

"முழுசா கேளுடா. என்னைப் பொறுத்தவரை ஆம்பளைங்க பேராண்மையா இருக்கணும். மத்தவங்க எப்படியோ, நான் அப்படி இருக்கத்தான் விரும்புவேன். செய்யுற செயல், சாப்பிடுற சாப்பாடு, தூங்குற முறைன்னு எல்லாத்துலயும் ஆண்மையைப் பின்பற்றுவேன். காதல் ஆணோட பேராண்மையை அதிகரிக்கும்னுதான் அறிவியல் சொல்லுது. என் விஷயத்துல அது நடக்கல. நான் உங்கப்பன்லாம் அப்போ இளந்துடிப்புல இருந்தோம். பலமானவங்க. உறவைப் பொறுத்தவரை பேராண்மையோட எதிர்பார்ப்பு என்ன? பெண்மை, நளினம். அது முழுமையா கிடைச்ச இடத்துல எனக்கு நிம்மதி கிடைக்கல. லட்சுமி விஷயத்துல மட்டும் சொல்லல, அடுத்த ஒன்னு ரெண்டு பிள்ளைங்களோடவும் இருந்திருக்கேன். காதல் என்னைப் பெண் சார்ந்து மட்டுமே யோசிக்க வெச்சுது. அவளோட எதிர்பார்ப்பை திருப்தி பண்ணு, போதும்னு சொல்லுது. அது நல்லதுதான். ஆனால் காதல் அதை மட்டுமே முழு நேரமும் செய்ய சொல்லுது.

இயற்கையாவே பெண் சிறந்த ஆணைத்தான் துணையா தேர்ந்தெடுப்பா. அந்த சிறந்த ஆணைக் கண்டடைய பல ஆண்களைக் கவர்ந்தாக வேண்டிய கட்டாயம் அவளுக்கு இருக்கு. திருமணம் இயற்கைக்கு எதிரான சடங்குங்கிறதால கல்யாணத்துக்குப் பிறகும்கூட இது தொடரும். எப்பேர்ப்பட்ட லட்சியப் புருஷனா இருந்தாலும் பெண் முன்னாடி எல்லோரும் பத்தோட பதினொன்னுதான்.

காதல், உறவுலாம் என்னைக் கோழையாக்க முயற்சி பண்ணுச்சு. எக்காரணம் கொண்டும் இப்படியானவனா

ஆகிடவேகூடாதுன்னு எச்சரிக்கையா இருந்தாலும் வாழ்க்கை நம்மளை அப்படி ஆக்கிப்பார்த்து சோதிக்கும். அது வெறும் சிறு பகுதின்னு புரிஞ்சு போராடிக் கடந்து வந்துட்டா முழுமையான வீரன் ஆகிடலாம். ஆனா இங்கதான் நிறையபேர் தோக்குறாங்க. இந்தப் போராட்டத்துல எங்கே கல்யாணம் பற்றி யோசிக்கிறது? ஒருத்தனால ஒரே சமயத்துல காதலோடவும் பேராண்மையோடவும் இருக்க முடியாது. செக்ஸ் பசியைத் தீர்த்துக்கிறதுக்கு கல்யாணம் மட்டுமே வழி இல்லங்கிற காலம் வந்தது. அப்புறம் என்ன?”

“நமக்குன்னு ஒருத்தவங்க இருக்கிறது நல்லாத்தானே இருக்கும். என்னைக்காவது ரொம்ப டௌனா ஃபீல் பண்ணோம்னா செக்ஸ் தாண்டி சில அன்பு தேவைப்படும்ல.”

“ருத்ரா சார். ஆம்பளைங்க குப்பைல உழலப் பிறந்தவங்க. மூனு மாசம் இங்கே இருந்தியே, ஒரு நாளாவது நீ டௌனா ஃபீல் பண்ணும்போது நான் உனக்கு எமோஷனல் சப்போர்ட் கொடுத்திருக்கேனா? இல்லை. இருந்தாலும் நீ மீண்டு வரல! ஆணுடைய கண்ணீரைத் துடைக்க யாரும் வர மாட்டாங்க. நம்ம கண்ணீரைத் துடைக்க யாரையும் நாம அனுமதிக்கவும்கூடாது. அதுதான் சரி. உனக்கு ஏன் என்மேல அவ்ளோ அக்கறை?” என்றார்.

“என்னை மீட்டெடுத்திருக்கீங்க. இருக்கக்கூடாதா?”

“அவசியமில்லை. உன் வயசுலயே எனக்கு ரெண்டு மூனு கேர்ள்ஃப்ரெண்ட்ஸ் இருக்காங்க.”

“வாட் தி ஃபக்? ஷுகர் டேடியா நீங்க?” என்றேன் சிரித்தபடி.

“இளமையிலேயும் நான் ஒன்னும் ஒழுக்க சிகாமணி கிடையாது. அப்போவும் எனக்கு ஒரே சமயத்துல பல கேர்ள் ஃப்ரெண்ட்ஸ் இருந்திருக்காங்க. என்ன செய்யுறது? ஆண் இயல்பு. பெண்ணுக்கு எப்படி சிறந்த துணை முக்கியமோ, அதுபோலத்தான் ஆணுக்குப் பல தார உறவு. இப்படி ரெண்டு பேருமே போட்டி போட்டு பல தார உறவுல இருக்கும்போது யாரையும் யாருக்கும் பிடிக்காம போயிடுது. ஆணும் பெண்ணும் ஒருத்தருக்கு ஒருத்தர் எதிரியா பார்க்கத் தொடங்கினது இங்க இருந்துதான். அப்படி எதிர்க்கிறதால யாருக்கும் எந்த நன்மையுமில்லை. ரெண்டு பேருமா சேர்ந்து நின்னு பிரச்சனையை எதிர்த்து சொல்யூஷனைக்

கண்டுபிடிக்கணும். மொனாகமஸ் ரிலேஷன்ஷிப்தான் அதுக்கான தீர்வு. ஏன்னா அதுல மட்டும்தான் தறிகெட்டு திரிய முடியாது. ஒரு துணையோட கமிட்டெட்டா இருக்கும்போது சில டிசிப்ளீன்ஸ் தானா வரும்."

"ஆனா கமிட்டெட்டா இருக்கும்போது சிலருக்கு வேறு ஆள் மேல அட்ராக்ஷன் வருதே!" என்று மானசியை மனதில் நினைத்துக்கொண்டே சொன்னேன்.

"கமிட்டெட்டா இருக்கும்போது வேறு ஆள் மேல அட்ராக்ஷன் வர நீ அனுமதிக்கக்கூடாது. இதை மீறுபவனுக்கு தூய்மையான காதல் கைகூடாது."

அவர் சொன்ன விஷயங்களைப் பற்றி யோசித்தேன். அதைக் கண்டுகொண்ட அவர் லேசாக பயந்து போனார்.

"நான் சொன்ன எதையும் யோசிக்காதே. அது எனக்கு மட்டும்தான். அப்படித் தோன்றதெல்லாம் அபூர்வம். காதல் ஒருத்தனைக் கோழையாக்கும் இன்னொருத்தனை வீரனாக்கும். நீ ரிலேஷன்ஷிப்ல நிறைய தவறுகள் செஞ்சவன்; அதுனால நீ இன்னும் அதிகம் டேட் பண்ணனும். கண்டிப்பா கல்யாணம் செஞ்சிக்கணும்."

"மானசியைப் பத்தி யோசிச்சுட்டு இருக்கேன். நீங்க என்னை நினைக்கிறீங்க" என்றேன். எப்போதுமில்லாமல் இந்தக் கேள்விக்கு மட்டும் அதிகம் யோசித்தார்.

"உனக்கு என்ன செய்யணும்னு தோனுதோ..." என்று சம்பிரதாயமாக இழுத்தார்.

"அங்கிள், வொர்க் ஆகுமா ஆகாதா? ஒரே வார்த்தை."

"அவ வேண்டாம்."

"தாங்க்ஸ் அங்கிள்" என்றேன். அவ்வளவுதான். அதன்பிறகு மானசி பற்றி யோசித்து மனம் நோகவில்லை. முடிவெடுக்கும் முறை என்பது பேராண்மையின் ஒரு பகுதியாகவே கருதப்பட்டாலும் எல்லா விஷயங்களிலும் எப்பொழுதும் அது சாத்தியமில்லை. மாற்றானின் சொல்லுக்கு முழு மனதுடன் கட்டுப்பட்டு நடக்கும் வகையில் ஓர் ஆசானைக் கண்டடைந்துவிட்ட நிறைவு இருந்தது.

15

கடைசி நாளில் கலவையான உணர்வுடன் கண் விழித்தேன். முழுமையாக இல்லையெனினும் மீண்டுவிட்ட திருப்தி இருந்தது. வாழ்வில் மிக முக்கியமான ஆண்டின் கடைசி நாளென்ற கொண்டாட்டமும், நன்றியுணர்வும் இருந்தது. இவ்வீட்டிலிருந்து, தாஸைவிட்டு மாலை பிரியப்போவதை எண்ணி கவலையாகவும் இருந்தது. தாஸிடம் இதைச் சொன்னேன். அவரது ஏளனச் சிரிப்பு, நான் சொற்ப விஷயத்திற்காக கவலைப்பட்டுக்கொண்டிருப்பதைச் சொன்னது.

இந்த வாழ்க்கைமுறை எனக்கு மிகவும் பிடித்திருந்தது. அதை விட்டு விலகுகிறோமோ என்ற அச்சவுணர்வு கவலையின் வடிவில் தோன்றியிருக்கக்கூடும். ஒருபோதும் இவ்வாழ்க்கைமுறையிலிருந்து விலக வேண்டுமென்ற எண்ணம் வரவே இல்லை. நாளை ஒரு நல்ல உடற்பயிற்சிக்கூடத்தில் சேர வேண்டும். ஆசான் கற்பித்ததை ஒழுக்கத்துடன் நாள் தவறாது பின்பற்ற வேண்டும். நானாகவே கற்றுக்கொண்டதை ஒழுக்கத்துடன் நாள் தவறாது செய்ய வேண்டும். வீட்டையும், ஆசானையும் தவிர எதுவும் மாறவிடப்போவதில்லை. மிகப்பெரிய மாற்றம் நிகழ்ந்திருக்கிறது என்பதைத் தவிர வேறு ஏதாவது மாறியிருக்கிறதா என்ன?

இந்த தொண்ணூறு நாட்களும் சுதந்திரமாக இருந்திருக்கிறேன். வழக்கமாக கல்லூரிக்கும் இசைப் பள்ளிக்கும் சென்று, நண்பர்களுடன் ஊர் சுற்றி, வீட்டிற்கு வந்து மலங்களில் மூழ்குவதா சுதந்திர வாழ்க்கை? உண்மையில் அதுவே சிறை வாழ்வு. கட்டுப்பாடு எப்படி விடுதலைக்கான எதிர்ச்சொல்லாக இருக்க முடியுமோ அதேபோல் சுய கட்டுப்பாடின்மை சுதந்திரத்திற்கான எதிர்ச்சொல்லாகவே இருக்கும். தனக்கு

உகந்த, தூய காற்றுள்ள இடங்களில் மட்டுமே பறப்பதால் பறவையின் சுதந்திரம் கேள்விக்குறியாகிவிடாது.

ஒருவன் மாற்றமடைந்து என்ன செய்யப்போகிறான்? அதன் அவசியமும் முக்கியத்துவமும் என்ன? நவீன வாழ்க்கையில் எது முக்கியமாகக் கருதப்படுகிறது? அதி முக்கியமாக! பணம், புகழ், கலை, இல்லறம், தொழில்... இப்படியாக ஒரு பட்டியல் இருக்கும்போது சுய அபிப்பிராயத்திற்காக ஒருவன் மாற வேண்டியது அவசியம்தானா? நானே நினைத்தாலும் என் மாற்றத்தை மாற்ற முடியாது. முழு தன்னம்பிக்கையிலிருப்பதால் இதுபோல் யோசிக்கிறேன். மாறும்போது எந்த யோசனைகளுக்கு இடம் கொடுக்கக்கூடாது என நினைத்தேனோ அவற்றை இப்போது சிந்திக்கிறேன். ஒருவேளை கடந்த கால ருத்ரா அவனை முழுமையாக, பெருமையாக ஏற்றுக்கொண்டு அவன் அவனாகவே இசையில் அர்ப்பணிப்புடன் இருந்து மாபெரும் கலைஞன் ஆகியிருந்தால் மொத்த உலகத்திற்கும் அவன் யார்? மகத்தான இசைஞன். அவனுக்கு? அதற்கான விடை மிகத் தெளிவாக அறிந்திருந்தாலும் அதை அவன் பொருட்படுத்தவே மாட்டான். பணமும் புகழும் சுய அபிப்பிராயத்தை மழுங்கடிக்கச் செய்யும்.

நல்லவேளையாக அற்புதமான காரியங்களை சரியான காலத்தில் நேர்த்தியாகவே செய்திருக்கிறேன். பணத்தையும் புகழையும் மீட்சிக்கான பாதையென நம்பி காத்திருந்தால் வாழ்வின் பெரும்பங்கை கோமாளியாகக் கழித்திருப்பேன். இப்போது அவை கிடைக்காமல் போனாலும் வருத்தப்பட வேண்டிய அவசியமற்ற மனநிலையைப் பெற்றிருக்கிறேன். இதைவிடப் பெரிய சொத்து ஏதாவது இருக்குமா!

தன்மீட்சியின் பொருட்டு இளைஞன் மாற வேண்டிய அவசியமுள்ளது. எப்படியாயினும் மாற்றம் இளம் வயதின் ஓர் அங்கம். மாற்றத்தைக் கேலி செய்து, மாறாமலே இருப்பதைப் பெருமையுடன் தம்பட்டம் அடித்துக்கொள்ளும் எத்தனையோ பேரைக் கண்டிருக்கிறேன். அவர்கள் வாழ்வின் ஒரு கட்டத்தில் ஆழமான படுகுழியில் விழுந்து, மாற்றத்தால் மட்டுமே அதிலிருந்து மேலெழுந்திருப்பதையும் பார்த்திருக்கிறேன். அது தனக்கு நிகழ அனுமதிப்பதை தவிர ஒருவன் வேறு எதையும் செய்ய வேண்டாம். பிற அனைத்தும் தானாகவே கைகூடும்.

காலம் கடப்பதை யாராலும் தடுக்க முடியாது. மாற்றத்தின் வலையில் சிக்காத பிடிவாதத்தை கைவிட்டோமானால் காலங்கழிந்து திரும்பிப் பார்க்கையில் அப்படுகுழியிலிருந்து தப்பித்த ஆசுவாசம் இருக்கும். அதன் வழி ஏற்படும் நிறைவான பெருமூச்சே இவ்வாழ்வின் அர்த்தமாக அமையும்.

தாஸ் வந்தார். என் வயது, உயரம் உள்ளிட்ட விவரங்களைக் கேட்டார். பிறகு எடை மிஷின் ஒன்றை எடுத்து வந்தார். என் உடல் எடை சுமார் ஐந்து கிலோ வரை குறைந்திருந்தது. பறப்பது போல மென்மையாக உணர்ந்தேன்.

என் விவரங்களைக் கணக்குப் போட்டு, இதே எடை நீடிக்க வேண்டுமென்றால் எவ்வளவு சாப்பிட வேண்டும், என்ன சாப்பிட வேண்டும், எதை உண்ணக்கூடாது ஆகியவற்றைப் பட்டியலிட்டுக் கொடுத்தார். இனி தன் வழிகாட்டுதலைப் பெற முடியாத நல்ல மாணவனை எண்ணி அவர் கவலைப்பட்டது போல் தெரிந்தது. அந்நாளின் ஒவ்வொரு கணமுமே உணர்ச்சியின் உச்ச கணத்தில் இருந்தேன். இது எல்லோருக்கும் எப்போதும் வாய்க்காது.

"ருத்ரா, ஜிம்ல எத்தனையோ பேரை ட்ரெயின் பண்ணியிருக்கிறேன். நீதான் என் பெஸ்ட் ஸ்டூடென்ட். பொதுவா புதுசா வர்ற க்ளெயின்ட்கிட்ட முந்தைய க்ளெயின்டோட பாடி ட்ரான்ஸ்ஃபர்மேஷனை வெச்சு நம்பிக்கை கொடுப்போம். உன்னை என்னால அப்படிக் காட்ட முடியாதுன்னாலும் வாழ்க்கைல இப்படி ஒருத்தனை தயார்படுத்தினோம்ங்கிற திருப்தி சாகுற வரைக்கும் இருக்கும். ரொம்ப எமோஷனலா பேசுறேன்னு நினைக்காதே" என்றார் தாஸ்.

"கமான் மாஸ்டர், பிக் வேர்ட்ஸ்" என்றேன்.

"இல்ல ருத்ரா, இன்னும் பக்குவமடைஞ்ச பிறகு உன்னை மாதிரி கஷ்டப்பட்ட ஒருத்தனை மீட்டெடுத்துப் பாரு. அன்னைக்குப் புரியும் இந்த சுகம். லுக் அட் யூ நௌ. மூனு மாசம் முன்னாடில இருந்து இப்போ எப்படி இருக்கேன்னு யோசிச்சுப் பாரு" என்றார். அழுதேன். வேறு என்ன செய்ய? தாஸ் என்னை கட்டியணைத்துக்கொண்டார். உடனடியாக அவரிடமிருந்து விலகினேன். அழுகையை நிப்பாட்டினேன்.

அப்பாவுக்குப் பிறகு என்னை முழுமையாகப் புரிந்துகொண்ட ஒரே ஆள் இவர்தான். என்னிடமிருந்து மிகச்சிறந்தவற்றை மட்டுமே கோரி புதிய ஆளுமையை உருவாக்க அனுமதித்திருக்கிறார். தாஸ் என் தோள்களை அழுத்திப் பிடித்தார். வயிற்றில் ஓங்கிக் குத்து விட்டார். சிரித்தேன். தாங்கிக்கொண்டு சலனமின்றி நின்றேன்.

"சரி சொல்லு, மூனு மாசம் வாழ்ந்திருக்க. வாட்ஸ் தி டேக் அவே?" என்றார்.

யோசித்தேன். என் வீட்டிலிருந்து இங்கு வரும்போது பல பழக்கங்களை, எண்ணங்களை விட்டெறிந்து வந்தேன். இங்கிருந்து மீண்டும் வீட்டிற்குச் செல்லும்போது எடுத்துக்கொள்ள மட்டுமே ஏராளம் இருக்கின்றன. இதில் எதைக் குறிப்பிட்டுச் சொல்வது? அல்லது குறிப்பிட்ட விஷயத்தில் இன்னும் கவனம் செலுத்த வேண்டியதை தாஸ் மறைமுகமாகக் குறிப்பிடுகிறாரா?

நான் பார்த்தவரை தாஸ் ஒருநாள்கூட வருந்தியதில்லை. அவர் பலத்தை மட்டுமே தழுவிக்கொண்டாரே அன்றி, துயரத்தை அல்ல. என் நண்பர்கள் பலர் துயரில் உழன்று ஆழம் பார்க்க விழைகின்றனர். துன்ப உணர்ச்சி மூளையில் ஏற்படுத்தும் ரசாயன மாற்றம் அவர்களுக்குப் பிடித்திருப்பதைப் புரிந்துகொள்ள முடிந்தது. நானுமே சில மாதங்களுக்கு முன்பு அப்படித்தானே இருந்தேன்! எவ்வளவு மோசமான விளைவை ஏற்படுத்தக்கூடியதாக இருந்தாலும் பழக்கப்பட்டுவிட்டால் பிடிக்கத் தொடங்கிவிடும். இங்கிருந்து எடுத்துச் செல்ல வேண்டிய மிக முக்கியமான விஷயமாக இது தோன்றியது. தாஸைப் போலவே நானும் துயரத்தைப் புறக்கணிக்க வேண்டும். இனி என் வாழ்வில் சோகத்திற்கு இடம் கிடையாது. என் முடிவை தாஸிடம் சொன்னேன்.

"உன்னைக் கண்டா ஆச்சரியமா இருக்கு. நீ இப்போ எடுத்திருக்க முடிவை நான் முப்பதுலதான் எடுத்தேன்" என்றார்.

ஆசானிடமிருந்து புகழ் மொழி அல்லாமல் முகத்திற்கு நேராக இவ்வார்த்தைகளைக் கேட்கப் பெருமையாக இருந்தது. ஆனால் அவரது அந்தப் பாராட்டிலிருந்து என்னைக் கொஞ்சம் தள்ளியே வைத்துக்கொண்டேன். அவர் சூட்டிய புகழ் மாலையை மறுக்க மற்றொரு முக்கியக் காரணம், வயது ஒரு பொருட்டே

அல்ல என்பதுதான். அனுபவமே ஞானத்திற்கான திறவுகோல் எனும்பட்சத்தில், அதை எனக்கு கற்பித்த ஆசானே வயதைக் குறிப்பிட்டுப் பாராட்டுவதை ஏற்க முடியாது. துயரத்தை ஏளனம் செய்தாலும் உண்மையான அனுபவம் அதிலிருந்தே வருகிறது. ஆனால் துயரம் ஒருபோதும் ஞானத்திற்கான சாவியாக இருக்க முடியாது. நவீன உலகம் துயரத்தின் மூலமாகத்தான் தன்னை வெளிப்படுத்திக்கொள்கிறது. துயரத்தை வெறுக்கும் ஒருவனுக்கு துயர் நேரும்போது அதிலிருந்து அவன் மீண்டெழக்கூடிய உச்சம் என்பது நினைத்துப் பார்க்க முடியாதது!

மதியம் அளவுக்கு மீறி அசைவம் சாப்பிட்ட பிறகு ஏற்பட்ட சோம்பல், உணர்ச்சியின் உச்சத்திலிருந்து அன்றாடத்திற்குக் கொண்டு வந்தது. தாஸின் வார்த்தைகளை அசைபோட்டேன். என் குருதி வழியில் மட்டுமல்ல, மிகச்சிறந்த ஆண்களில் ஒருவனாக என் பெயர் எஞ்சப்போகும் உணர்வு ஏற்பட்டது. நடுத்தர வயதிலிருக்கும் ஒருவன் காணும் பகற்கனவு போல் அல்ல இது. நான் அன்றாடத்தில் ஏற்படும் உள்ளுணர்வுகளைப் பரிபூரணமாக நம்புபவன். எனவே என்னை மேலும் மேலும் மெருகேற்றியாக வேண்டிய பொறுப்புணர்வு கூடியது.

தாஸ் காரை எடுத்துக்கொண்டு தயாரானார். என் பொருட்களைக் காரில் அடுக்கினேன். வீட்டைப் பூட்டிவிட்டு வாசலுக்கு வந்தேன். முதன்முதலில் அப்பாவுடன் வரும்போது ஆச்சரியத்துடன் பார்த்த இச்சிறிய வீட்டை இப்போது பிரிய மனமின்றி காரில் ஏறினேன்.

“உடற்பயிற்சி, தியானம், உணவு, ஓட்டம் இப்படி எல்லாத்துலையும் கடைப்பிடிச்ச ஒழுக்கத்தை இசையிலையும் கடைப்பிடி” என்றார் தாஸ். அதுவே அவரது கடைசி அறிவுரையாக இருந்தது. அவர் அளித்த ஒவ்வொரு வழிகாட்டலையும் மனதில் தொகுத்துக்கொண்டே வந்தேன்.

வீடு சென்று சேர்ந்த மறுகணம் காரைத் திருப்பிக்கொண்டு சென்றுவிட்டார். குட் பை கூட சொல்லவில்லை. நான் யோசித்ததையே அவரும் யோசித்திருக்கக்கூடும். பேராண்மை மிக்க ஆண்கள் பிரியாவிடை சொல்லிக்கொள்வதில்லை.

உண்மையில் காலம் சிறந்த மனிதனை உருவாக்குகிறதா அல்லது மனிதன் சிறந்த காலத்தை உருவாக்குகிறானா?

மனிதன் பலவீனமாக இருக்கும்போது காலம்தான் அவனை உருவாக்குகிறது; பேராண்மை மிக்க பலமான மனிதர்கள் சிறந்த காலத்தை உருவாக்குகின்றனர்.

வீட்டிற்குச் சென்றேன். வெறிச்சோடி இருந்தது. அப்பாவின் செருப்பு மட்டும் வாசலில் இருந்ததைக் கண்டேன். நேராக என் அறைக்குச் சென்றேன். கோயில்! மூன்று மாதங்கள் இல்லாதபோதும் என் ப்யானோ அழுக்குப் படியாமல் சுத்தமாக இருந்தது. அது என் விரல்களுக்காகக் காத்துக்கொண்டிருந்தது. முதலில் ஸ்கேல்ஸ் வாசித்தேன். பிடித்த சில பாடல்களைக் கொஞ்ச நேரம் வாசித்துக்கொண்டிருந்தேன். பூஜ்ஜியத்திலிருந்து தொடங்கும்போது ஏற்படும் அழகான பிழைகள்! கவலையின்றி மேற்கொண்டு வாசித்தேன். விரல்கள் பழகிய பிறகு 'லக்ஸ் ஏடர்னா'வை ஒரே மூச்சில் பிழையின்றி வாசித்து முடித்தேன்.

"என்ன ட்ராக் இது?" - என் அறை வாசலில் அப்பா நின்றுகொண்டிருந்தார். இப்பாடலின் பெயரைச் சொல்லி அவருக்கு பாடலின் இணைப்பை அனுப்புவதாகச் சொன்னேன்.

"எப்படி வாசிச்சேன்?" என்று அவரிடம் கேட்டான்.

"வாசிச்ச மாதிரி இல்ல, சஜஸ்ட் பண்ண மாதிரி இருந்தது" என்றார். என் வாசிப்புக்காக இதைவிடச் சிறந்த பாராட்டைப் பெற்றதில்லை. இத்தனை ஆண்டுகள் நல்ல வாசிப்பின் நுணுக்கத்தைத் தேடி அலைந்த அலைச்சலுக்கான விடையை அப்பா ஒரே வார்த்தையில் கொடுத்துவிட்டார். மகத்தான ப்யானோ கலைஞர்கள் யாரும் வாசிப்பதில்லை, பரிந்துரைக்கின்றனர்.

அன்றிலிருந்து இசையில் மட்டுமல்ல; பிற எந்தச் செயல்களிலும், ஈடுபடுவதற்குப் பதிலாகப் பரிந்துரைக்கவே செய்தேன்.

***

A mere disciplining of feelings and thoughts amount to almost nothing. One must first persuade the body. It is desire for the fate of peoples and humanity that one begins inculcating culture in the proper place-not in the 'soul'. The Proper place is the body; gestures, diet, physiology, the rest will follow...
- Friedrich Nietzsche